பாராட்டு மழையில்!

“வெற்றி என்பது ஒரு புதிர். ஸ்கிப் பிரிச்சர்டின் இந்நூல் அந்தப் புதிருக்கான விடையின்மீது வெளிச்சம் பாய்ச்சுகிறது. எண்ணற்றத் தலைவர்களும் தொழில்முனைவோரும் செய்கின்ற ஒன்பது தவறுகளை அலசி ஆராய்வதன் மூலம், ஆழ்விருப்பம், நன்றியுணர்வு, நம்பிக்கை ஆகியவற்றைச் சாதனைக்கான ஆற்றல்மிக்கக் கருவிகளாக மாற்றுவதற்குப் பிரிச்சர்டு நமக்கு உதவுகிறார்.”

– **மைக்கேல் ஹயட்,** பிரபல நூலாசிரியர்

“இந்த சுவாரசியமான கதையின் மூலம், ஸ்கிப் பிரிச்சர்டு, உங்களுடைய வாழ்க்கைப் பயணத்தின்போது நீங்கள் தவிர்க்க வேண்டிய தவறுகளை உங்களுக்குச் சுட்டிக்காட்டுகிறார். ஆர்வம், பச்சாதாபம், செயல்நடவடிக்கை ஆகியவற்றின் ஊடாக வெற்றி குறித்துச் சிந்திப்பதற்கான ஒரு புதிய வழியை நீங்கள் இதில் கண்டறிவீர்கள்.”

– **டிம் சான்டர்ஸ்,** பிரபல நூலாசிரியர்

“எண்ணற்ற அறிவுரைகளையும் ஞானத்தையும் உள்ளடக்கியுள்ள, உத்வேகமூட்டும் ஒரு நூல் இது. கடந்தகாலத்திலிருந்து விடுபட்டு ஒரு நேர்மறையான வருங்காலத்தைத் தங்களுக்காகப் படைத்துக் கொள்ள விரும்புகின்ற ஒவ்வொருவரும் இதை அவசியம் படிக்க வேண்டும்.”

– **ஜோன் கார்டன்,** பிரபல நூலாசிரியர்

“பலதரப்பட்டக் கதாபாத்திரங்களின் வாயிலாக, வெற்றி குறித்த, காலத்தால் அழியாத உண்மைகளை இந்நூலிலிருந்து கற்றுக் கொள்ளுங்கள். அனைத்து வயதினருக்கும் ஏற்ற ஒரு நூல் இது.”

– **மார்க் சன்பார்ன்,** பிரபல நூலாசிரியர்

"உங்களுக்குத் தெரிந்த அனைத்து மாணவர்களுக்கும் இந்த நூலை வாங்கிக் கொடுத்து, எதார்த்த உலகில் அவர்கள் அடியெடுத்து வைப்பதற்கு முன்பாக இதைப் படிக்குமாறு அவர்களிடம் கூறுங்கள். அதற்காக அவர்கள் உங்களிடம் நன்றி பாராட்டுவார்கள்."

– **பாப் பர்க்,** பிரபல நூலாசிரியர்

"வெற்றிப் பெட்டகத்தைத் திறப்பதற்கான துப்புகள் நம்மைச் சுற்றி இறைந்து கிடந்தாலும் அதற்கான திறவுகோல் நம்மிடம்தான் இருக்கிறது என்பதை அழுத்தம் திருத்தமாகச் சொல்கின்ற ஒரு நூல் இது."

– **டான் மில்லர்,** பிரபல நூலாசிரியர்

"பாவ்லோ கொயலோவின் 'ரசவாதி' நூலை இது நினைவுபடுத்துகிறது. வாழ்க்கையை எப்படி வாழ வேண்டும் என்பதற்கான அறிவுறுத்தல்களை இந்நூல் கொண்டுள்ளது. அனைத்து வயதினரும் இதைப் படிப்பது கட்டாயமாக்கப்பட வேண்டும்."

– **லீ உட்ரஃப்,** பிரபல நூலாசிரியர்

"இது ஒரு சாதாரணமான கதையல்ல. உங்களுடைய வாழ்க்கையைப் புரட்டிப் போடக்கூடிய ஆற்றல் இதன் பக்கங்களுக்குள் ஒளிந்திருக்கிறது."

– **ஆன்டி ஆன்ட்ரூஸ்,** பிரபல நூலாசிரியர்

"பொருளாதார வெற்றியும் தனிப்பட்ட மகிழ்ச்சியும் உங்களுடைய இலக்காக இருந்தால், அந்த இலக்கை அடைவதற்கான செம்மையான பாதையை ஸ்கிப் பிரிச்சர்டு இதில் காட்டுகிறார்."

– **ராபர்ட் கூல்ரிக்,** பிரபல நூலாசிரியர்

"தனிப்பட்ட வாழ்க்கையிலும் தொழில் வாழ்க்கையிலும் நாம் மேற்கொள்கின்ற தேர்ந்தெடுப்புகளின் அபார ஆற்றல் குறித்து ஸ்கிப் பிரிச்சர்டின் இந்நூல் நமக்கு நினைவுபடுத்துகிறது."

– **டக் கோனன்ட்,** கோனன்ட் லீடர்ஷிப் நிறுவனத்தை நிறுவியவர்

"இதில் இடம்பெற்றுள்ள எண்ணற்ற அறிவுரைகளை நீங்கள் இன்னும் இருபது ஆண்டுகளுக்கு முன்பாகவே பெற்றிருந்தால் எவ்வளவு நன்றாக இருந்திருக்கும் என்று உங்களை ஏங்க வைக்கின்ற ஒரு நூல் இது. அதோடு, இதில் கூறப்பட்டுள்ள வெற்றிக் கொள்கைகளை உங்களுடைய குழந்தைகள், ஊழியர்கள் மற்றும் சகாக்களுக்குக் கடத்தவும் நீங்கள் விரும்புவீர்கள்."

– **கென் ஆபிரகாம்,** பிரபல நூலாசிரியர்

"உங்களைக் கட்டிப்போடக்கூடிய ஒரு கதையை ஸ்கிப் பிரிச்சர்டு கொடுத்துள்ளார். தங்களுடைய முழுமையான ஆற்றலை அடையத் துடித்துக் கொண்டிருக்கின்ற இளம் தலைவர்களுக்கு நான் இதை வெகுவாகப் பரிந்துரைக்கிறேன்."

– **டேவிட் எம். ஆர். கவி,** நூலாசிரியர்

"நீங்கள் உங்களுடைய இலக்குகளைப் படுவேகமாக அடைவதற்கு வழிகாட்டுகின்ற ஒரு நூல் இது."

– **ஜான் பால்டோனி,** பிரபல நூலாசிரியர்

"வழமையான சுயமுன்னேற்ற நூல்களிலிருந்து இது புத்துணர்வூட்டும் விதத்தில் மாறுபட்டுள்ளது. இந்நூலில் ஸ்கிப் பிரிச்சர்டு முன்மொழிந்துள்ள, ஒரு வெற்றிகரமான எதிர்காலத்தைக் கட்டமைப்பதற்கான 9 இரகசியங்கள், உங்களுடைய சிந்தனையைத் தூண்டும் விதத்தில் கொடுக்கப்பட்டுள்ளன."

– **மார்க் டிம், உதவித் தலைவர்,** ஜிக்லர் நிறுவனம்

"உங்கள் வாழ்க்கையில் வெற்றியையும் மனநிம்மதியையும் அடைவதற்கான ஓர் அருமையான வழிகாட்டி நூல் இது. உங்களுடைய நாளைய தினத்தை மாற்றுவதற்கு இன்றே இதைப் படியுங்கள்."

– **கெவின் குரூஸ்,** பிரபல நூலாசிரியர்

"ஒரு சிறந்த தலைவராக ஆகவும், அர்த்தமுள்ள ஒரு வாழ்க்கையை வாழவும் விரும்புகின்ற எவரொருவரும் அவசியம் வாசிக்க வேண்டிய ஒரு நூல் இது."

– **ஸ்டீபன் எம். ஆர். கவி,** பிரபல நூலாசிரியர்

"இது பத்தோடு பதினொன்றாகக் கருதத்தக்க மற்றொரு நூல் அல்ல. உங்கள் வாழ்க்கையில் ஒரு பெரும் வித்தியாசத்தை ஏற்படுத்தக்கூடிய நூல் இது. இந்த ஆண்டு நீங்கள் ஒரே ஒரு புத்தகத்தை மட்டும் படிக்கத் தீர்மானித்திருந்தால், தயங்காமல் இதை வாங்கிப் படியுங்கள்!"

– **டான் ஹட்சன்,** பிரபல நூலாசிரியர்

"இந்த அருமையான, சுவாரசியமான நூலின் மூலம், ஸ்கிப் பிரிச்சர்டு, காலத்தால் அழியாத 9 வெற்றிக் கொள்கைகளைக் கற்றுக் கொடுக்கிறார். நீங்கள் உங்களுடைய இலக்குகளை அடையவும், மனநிறைவானதொரு வாழ்க்கையைக் கட்டமைக்கவும் இந்நூல் உங்களுக்கு உத்வேகமளிக்கும்."

– **மார்ஷல் கோல்டுஸ்மித்,** பிரபல நூலாசிரியர்

"அறிவுரை வழங்குகின்ற ஒரு நூல் இவ்வளவு இலக்கியத்தரமாகவும் இருப்பது அரிது. இந்நூலாசிரியர் தன்னுடைய யோசனைகளை மறக்கப்பட முடியாத விதத்தில் கொடுத்துள்ளார்."

– **மிட்ஸி பெர்டு,** நூலாசிரியர் மற்றும் பேச்சாளர்

"வாழ்க்கைப் பாடங்கள், நேர்த்தியாகச் செதுக்கப்பட்டுள்ள ஒரு கதையின் வடிவில் அருமையாகக் கொடுக்கப்பட்டுள்ளன. நம்முடைய தனிப்பட்ட வாழ்க்கையிலும் தொழில் வாழ்க்கையிலும் எவை உண்மையிலேயே அர்த்தம் வாய்ந்தவை என்று நம்மை யோசிக்க வைக்கின்ற ஒரு நூல் இது."

– **மார்க் ஈட்டன்,** பிரபல விளையாட்டு வீரர்

தவிர்க்கப்பட வேண்டிய தவறுகள்

ஒரு வெற்றிகரமான எதிர்காலத்தைக் கட்டமைப்பதற்கான 9 இரகசியங்கள்

ஸ்கிப் பிரிச்சர்டு

தமிழில்: PSV குமாரசாமி

MANJUL

மஞ்சுள் பப்ளிஷிங் ஹவுஸ்

First published in India by

MANJUL

Manjul Publishing House
Corporate and Editorial Office
•2nd Floor, Usha Preet Complex, 42 Malviya Nagar, Bhopal 462 003 – India
Sales and Marketing Office
•C-16, Sector 3, Noida, Uttar Pradesh 201301 – India
Website: www.manjulindia.com
Distribution Centres
Ahmedabad, Bengaluru, Bhopal, Kolkata, Chennai,
Hyderabad, Mumbai, New Delhi, Pune

Tamil translation of *The Book of Mistakes: 9 Secrets to creating a successful future* by Skip Prichard

Originally published in hardcover and ebook in English by Center Street in February 2018

First trade paperback edition: January 2019

This Tamil edition published by arrangement with Center Street, a division of Hachette Book Group, Inc, USA.

Tamil edition first published in 2024

ISBN 978-93-5543-850-8

Translated by: PSV Kumarasamy
Edited by: Nagalakshmi Shanmugam
Layout done by: Manoranjan Kumar

Printed and bound in India by Thomson Press (India) Limited

உள்ளடக்கம்

நுழையுமுன்

என் இளமைக்காலம் சாதாரணமானதாக இருக்கவில்லை. இப்படித்தான் நாம் அனைவருமே நினைத்துக் கொள்கிறோம். ஆனால், நாம் வளர்ந்து பெரியவர்களாக ஆகின்றவரை அதை நாம் உணர்வதில்லை. என்னைப் பொறுத்தவரை, நான் சிறுவனாகஇருந்தபோதே அதை நான் உணர்ந்துவிட்டேன். எனக்கு நான்கு சகோதரிகளும் ஒரு சகோதரனும் உள்ளனர். முதலில் என் பெற்றோர், இந்த உலகை ஒரு மேம்பட்ட இடமாக ஆக்கத் தீர்மானித்து, சமூகப் பணியாற்றுவதற்காக மூன்றாம் உலக நாடு ஒன்றுக்குச் செல்லத் திட்டமிட்டிருந்தனர். கடைசி நிமிடத்தில் அவர்கள் அந்த யோசனையைக் கைவிட்டனர். ஆனால், அதற்குப் பதிலாக, எங்களுடைய வீட்டையே ஒரு சமூகப் பணியிடமாக அவர்கள் மாற்றிவிட்டனர். எங்களுடைய வீடு, தேவை இருந்தவர்களின் புகலிடமாக ஆயிற்று.

ஆனால், தேவை இருந்த மக்களுக்கு இது எப்படித் தெரிந்தது என்பது எனக்குத் தெரியாது. ஆனால், அவர்கள் சாரைசாரையாக வந்தனர். அனைத்து விதமான மக்களும் வந்தனர். எங்கள் வீடு ஒரு சிறிய ஐக்கிய நாடுகள் சபையைப்போல ஆயிற்று. உங்கள் பின்புலம் என்னவாக இருந்தாலும் சரி, உங்கள் இனம் என்னவாக இருந்தாலும் சரி, அவற்றை எங்கள் வீட்டில் யாரும் பொருட்படுத்தவில்லை. ஒரு சிலர் சில நாட்கள் தங்குவதற்காக வந்தனர். அவர்கள் தூங்குவதற்கும் சாப்பிடுவதற்கும் ஏற்பாடு செய்து

கொடுக்கப்பட்டது. பின் அவர்கள் தங்களுடைய வழியில் பயணப்பட்டுவிடுவர். சிலர் பல ஆண்டுகள் எங்களுடனேயே தங்கி, கிட்டத்தட்ட எங்களுடைய குடும்ப உறுப்பினர்களைப்போலவே ஆயினர். எங்கள் குடும்ப உறுப்பினர்களுக்கு இருந்த அதே கடமைகளும் பொறுப்புகளும் அவர்களுக்கும் வழங்கப்பட்டன.

இப்போது திரும்பிப் பார்க்கின்றபோது, அந்த மக்கள் அனைவரிடமும் பொதுவாக இருந்த ஓர் அம்சம், அவர்கள் ஏதோ ஒரு பிரச்சனையில் மாட்டிக் கொண்டிருந்தனர் என்பதுதான். உடல் ஊனம், மன நோய், வேலையின்மை, பிறரால் கொடுமைப்படுத்தப்பட்டிருந்தது, போதைப் பழக்கம் போன்றவை அவற்றில் முக்கியமானவை. அவர்களுக்கு வழங்கப்பட்ட ஆலோசனைகள் தொழில்முறைரீதியானவை அல்ல. ஆனால், அவை அவர்களுக்குப் பஞ்சமில்லாமல் கிடைத்தன. அவர்களில் யாராவது என் அம்மாவிடம் மனம்விட்டுப் பேசினால், அது அவர்களுடைய ஆன்மாவுக்கு இதமளித்தது. இதில் ஓர் அவதானிப்பாளராகவும் பங்கேற்பாளராகவும் நான் கலந்து கொண்டிருந்ததன் மூலம், மக்களைப் பற்றியும், பல விதமான கண்ணோட்டங்களைப் பற்றியும் நான் கற்றுக் கொண்டேன்.

புதிர்

அக்காலகட்டத்தில் புதிர் என்று நான் கருதிய ஒன்றுக்கு நான் விடை காண முயன்று கொண்டிருந்தேன். அந்தக் கேள்வி, தத்துவத்திலிருந்து உளவியல்வரை பல விஷயங்களை உள்ளடக்கியிருந்தது. ஒரே விதமான சவால்களை எதிர்கொண்டுள்ள இருவர் எப்படி முற்றிலும் வேறுபட்ட இரண்டு விளைவுகளைப் பெறுகின்றனர்? அவர்களில் ஒருவர் கல்வியையும் ஒரு நல்ல வேலையும் பெறுகின்றபோது, மற்றொருவர் ஏன் போதை அரக்கனின் கொடூரப் பிடிக்குள் மாட்டிக் கொள்கிறார்?

அப்போது நான் ஆற்றல்வாய்ந்த பல படிப்பினைகளை அசாதாரணமான நபர்களிடமிருந்து

கற்றுக் கொண்டிருந்தேன். போதைக்கு அடிமையாகி எந்தவொரு வேலையிலும் இல்லாத ஒரு நபரிடம் நீங்கள் வெற்றியைப் பற்றிக் கேட்க நினைக்க மாட்டீர்கள், இல்லையா? ஆனால், அது ஓர் அசாதாரணமான வாய்ப்பு. அப்போது எனக்குப் பதினாறு அல்லது பதினேழு வயது இருக்கும். ஓர் அநாதையாகிவிட்டிருந்த ஒருவர் தன் தவறுகளை என்னிடம் பகிர்ந்து கொண்டார். தன் வாழ்க்கையை அவர் எப்படிப் பாழாக்கியிருந்தார் என்பதை அவர் என்னிடம் கூறினார். நான் அவரிடம் மேற்கொண்ட உரையாடல்களையும், வாழ்க்கையில் அவர் செய்திருந்த தவறுகளை நான் ஒருநாளும் செய்ய மாட்டேன் என்று எனக்கு நானே சத்தியம் செய்து கொண்டதையும் இப்போதுகூட என்னால் நினைவுகூர முடிகிறது.

கேளுங்கள். தேடுங்கள். தட்டுங்கள்.

என் வாழ்க்கையில் ஆண்டுகள் உருண்டோடிக் கொண்டிருக்கையில், தலைமைத்துவம், வெற்றி, தனிநபர் வளர்ச்சி ஆகியவற்றைப் பற்றி நான் தேடித் தேடிப் படித்தேன். பலர் 'வெற்றியின் இரகசியங்கள்' என்று அழைப்பதை நான் தீவிரமாக ஆய்வு செய்தேன். அவற்றை நாடுபவர்கள் யாராக இருந்தாலும், அவர்களால் அவற்றை அடைய முடியும் என்பதை நான் கண்டறிந்தேன். "கேளுங்கள், கொடுக்கப்படும்; தேடுங்கள், கிடைக்கும்; தட்டுங்கள், திறக்கப்படும்," என்ற பைபிள் வாசகத்தை நீங்கள் கேள்விப்பட்டிருப்பீர்கள். ஆனால், இந்த ஞானம் அனைவருக்கும் கிடைப்பதில்லை என்பதை எனக்கு முதன்முதலில் கற்றுக் கொடுத்தவர் ஜிம் ரோன்தான். கேட்பவருக்கு மட்டுமே கிடைக்கும், தேடுபவர் மட்டுமே கண்டறிவார், தட்டுபவருக்கு மட்டுமே கதவு திறக்கும். இவை ஒவ்வொன்றுக்கும் செயல்நடவடிக்கை தேவை. நான் ஜிம் ரோனின் போதனைகளைக் கேட்டபோது, கேட்பவனாகவும் தேடுபவனாகவும் தட்டுபவனாகவும் இருப்பதென்று நான் உறுதி பூண்டேன்.

வெற்றி குறித்த என்னுடைய தேடலின் வாயிலாக

நான் ஒரு விஷயத்தை உணர்ந்து கொண்டேன். உண்மையான வெற்றி என்பது பொருட்களைக் குவிப்பதோ அல்லது பெரிய வருவாயைப் பெறுவதோ அல்ல. ஆனால், பெரும்பாலான நேரங்களில், அவை உண்மையான வெற்றியின் உப விளைவுகளாக உங்களை வந்தடையும். நம்முடைய வாழ்க்கையில் இடம்பெற்றுள்ள ஒவ்வொரு நபரும் நமக்கு ஏதோ ஒரு விதத்தில் ஞானத்தை வழங்குகிறார் என்பதையும் நான் தெரிந்து கொண்டேன். செல்வந்தர்களும், பெரும் வெற்றியாளர்களும், ஆற்றல்வாய்ந்த நபர்களும், வாழ்க்கை வழிகாட்டி ஒன்றை உங்களிடம் கொடுப்பார்கள் என்று நீங்கள் காத்துக் கொண்டிருந்தால், ஒருபோதும் வரப் போகாத ஒரு இரயிலுக்காகக் காத்துக் கொண்டிருப்பதற்கு ஒப்பானது அது. படிப்பினைகள் நம்மைச் சுற்றி இறைந்து கிடக்கின்றன. நாம் பார்க்கின்ற மனிதர்கள், நாம் படிக்கின்ற புத்தகங்கள், நமக்குக் கிடைக்கின்ற தனித்துவமான அனுபவங்கள் ஆகியவற்றிலிருந்து நமக்குப் படிப்பினைகள் கிடைக்கும்.

பொதுவாக வெற்றிப் பாடங்கள் மாறுவேடம் அணிந்தே வரும். தேடுகின்ற, ஏற்றுக் கொள்ளத் தயாராக இருக்கின்ற நபர்களுக்கு மட்டுமே அவை வெளிப்படுத்தப்படும். நான் அடிக்கடிக் கேட்கின்ற கேள்விகள் இவைதாம்:

- *உங்களுடைய மிகப் பெரிய தவறு எது?*
- *நீங்கள் மீண்டும் எதைச் செய்வீர்கள்?*
- *உங்களை வெற்றியாளராக ஆக்கியது எது?*
- *அதை நீங்கள் எப்படிச் செய்தீர்கள்?*
- *அப்போது எது தவறாகப் போனது?*

நாம் நம்முடைய வாழ்க்கையில் சந்திக்கின்ற சாதாரணமான மனிதர்களிடத்திலிருந்து அசாதாரணமான படிப்பினைகளை நம்மால் கிரகித்துக் கொள்ள முடியும் என்பதை நான் கற்றுக் கொண்டுள்ளேன்.

என் வேலையில் நான் படிப்படியாக முன்னேறி

ஒரு நிறுவனத்தின் தலைமை நிர்வாக அதிகாரியாக உயர்ந்தேன். பல விதங்களில் அதை ஒரு பெரும் வெற்றியாக வர்ணிக்கலாம். ஆனால், நான் அத்துடன் என்னை நிறுத்திக் கொள்ளவில்லை. நான் தொடர்ந்து மக்களை நேர்காணல் செய்தேன், கேள்விகள் கேட்டேன், ஞானத்தைத் தேடினேன். என்னுடைய வேலையும் என் பயணங்களும் பல வகையான சுவாரசியமான மனிதர்களைச் சந்திக்கின்ற வாய்ப்பை எனக்குப் பெற்றுக் கொடுத்தன. பெரும் தொழிலதிபர்கள், பிரபலமான பத்திரிகையாளர்கள், இசை நட்சத்திரங்கள், அரசியல்வாதிகள், பிரபல நூலாசிரியர்கள், பிரபல விளையாட்டு வீரர்கள் மற்றும் பிற பிரபலங்களைச் சந்திக்கவும் பேட்டி எடுக்கவும் எனக்குக் கிடைத்துள்ள வாய்ப்பை ஒரு மிகப் பெரிய கௌரவமாகவும் ஆசிர்வாதமாகவும் நான் கருதுகிறேன். அவர்களில் பலர் எண்ணற்றத் தடைகளையும் தங்களுடைய சொந்தச் சந்தேகங்களையும் எதிர்கொண்டபோதிலும், வெற்றி பெற வேண்டும் என்ற தணியாத தாகத்தைத் தங்களுக்குள் வளர்த்து கொண்டதால்தான் வெற்றியாளர்களாகச் சுடர்விட்டனர் என்பதை நான் அறிந்து கொண்டேன்.

எண்ணற்றோரைத் தடுக்கி விழச் செய்துவிடுகின்ற ஒன்பது தவறுகளைப் பற்றிக் கற்றுக் கொள்கின்ற, ஒரு மர்மமான பயணத்தில் ஈடுபட்டுள்ள ஓர் இளைஞனையும் ஓர் இளம் பெண்ணையும் பற்றிய ஓர் உருவகக் கதையே இந்நூல். இந்த ஒன்பது தவறுகளையும் தவிர்ப்பதன் மூலம் நம்மில் பெரும்பாலானோரால் நம்முடைய வாழ்க்கையை வெகுவாக மேம்படுத்திக் கொள்ள முடியும். உங்களுடைய வாழ்க்கைப் பயணத்தில் நீங்கள் எந்தக் கட்டத்தில் இருந்தாலும் சரி, அதை நீங்கள் இப்போதுதான் தொடங்கியிருந்தாலும் சரி, அல்லது அதில் ஒரு குறிப்பிட்டத் தூரத்தை நீங்கள் ஏற்கனவே கடந்திருந்தாலும் சரி, ஏதோ ஒரு நோக்கத்தின் பொருட்டே இங்கு நீங்கள் வந்திருக்கிறீர்கள். அந்த நோக்கத்தை இப்போதும்கூட உங்களால் நிறைவேற்றிக் கொள்ள முடியும். உங்களுடைய வயதோ அல்லது வாழ்க்கையில் இப்போது நீங்கள் இருக்கின்ற நிலையோ

ஒரு பொருட்டல்ல.

உங்களுடைய கனவை நனவாக்குவதற்கு நீங்கள் கேட்பவராகவும் தேடுபவராகவும் தட்டுபவராகவும் இருத்தல் மிக மிக அவசியம். அங்கேதான் மாயாஜாலம் தொடங்குகிறது. அங்கேதான் வெற்றிப் புதிர் விடுவிக்கப்படுகிறது.

கேளுங்கள். தேடுங்கள். தட்டுங்கள்.

கதவு உங்களுக்கு நேர் எதிரே இருக்கிறது.

முன்னுரை

இங்கிலாந்து, 1425

அவன் மேலும் முன்னேறிக் கொண்டிருந்தான். பாதை மேன்மேலும் குறுகலாகவும் இருட்டாகவும் ஆகிக் கொண்டிருந்தது. அவன் அந்தப் படிகளில் ஏறிக் கொண்டிருந்தபோது, அவனுக்கு மூச்சு வாங்கியது. அவனுடைய ஒவ்வொரு காலடி ஓசையும் அந்தக் கல் படிக்கட்டில் பட்டு எதிரொலித்தது. அந்த நேரத்தில் எவரும் விழித்திருக்க மாட்டார்கள் என்றாலும், தன் வருகை யாருக்கும் தெரிந்துவிடக்கூடாது என்பதற்காக அவன் அந்தப் படிக்கட்டில் மெதுவாக ஏறினான்.

அவனுடைய நெற்றிப்பொட்டு துடித்துக் கொண்டிருந்தது. தன் கால் வலியையும் தோள் வலியையும் மறப்பதற்காக, காலைநேரப் பிரார்த்தனை வாசகங்களை அவன் தனக்குள் முணுமுணுக்கத் தொடங்கினான். அவன் தன்னுடைய தோல் பையை ஒரு கையிலிருந்து மற்றொரு கைக்கு மாற்றினான். இப்போது அவனுக்கு எதிரே ஒரு கதவு இருந்தது. அங்கு நிலவிய மிகவும் மங்கலான வெளிச்சத்தில் அவன் அந்தக் கதவைத் தள்ளினான். அவனுடைய அழுத்தத்திற்குக் கட்டுப்பட்டு அது இலேசாக முனகியவாறு திறந்தது.

உள்ளே சென்ற உடனேயே, அவன் அந்தச் சிலுவை வடிவக் கிறித்தவத் தேவாலயத்தின் நடுக்கூடத்தின் வழியாகச் சென்று, அதன் வடக்குக் குறுக்குக் கைப்பகுதியை அடைந்தான். அவனால் தன் கண்களைக்

கட்டிக் கொண்டுகூட அந்த வளாகத்திற்குள் எங்கு வேண்டுமானாலும் தடுமாறாமல் செல்ல முடியும். அவன் தன்னுடைய பையைத் தரையில் வைத்துவிட்டு, அங்கிருந்த சுவரைத் தன் கையால் தடவி, அச்சுவரில் சரியாகப் பொருத்தப்படாமல் இருந்த ஒரு கல்லைத் தேடினான். தான் மேற்கொண்டிருந்த காரியத்தின் ஆபத்தை உணர்ந்தவாறே அவன் அந்தக் கல்லை மெதுவாக அசைத்து வெளியே இழுத்தான்.

இப்போது அவன் ஈடுபட்டிருந்த காரியத்தை அவன் நேரடியாக மதகுருவிடமிருந்தே பெற்றிருந்தான். இந்த வேலையைப்போலவே அவரும் ஒரு புரியாத புதிராகவே இருந்தார். அவர் சொன்னதை அப்படியே கேட்டு அவன் அதன்படி நடந்தான். கீழ்ப்படிந்து நடப்பதுதான் அவனுடைய பணி. அப்படி நடந்து கொள்வதாகத்தான் அவன் உறுதியெடுத்திருந்தான். கடந்த ஆண்டுகளில் அவன் ஒரு புராதன நூலைப் படியெடுத்துப் பத்துப் பிரதிகளைத் தயார் செய்திருந்தான். தெற்கே தொலைதூரத்தில், மனிதனால் உருவாக்கப்பட்டிருந்த, விண்ணுயரக் கற்களால் ஆன மலைகளைக் கொண்டிருந்த ஒரு பாலைவனப் பகுதியிலிருந்து கொண்டுவரப்பட்டிருந்த ஒரு ஞானப் புத்தகம் அது. அந்தப் புத்தகத்தில் எழுதப்பட்டிருந்த வாசகங்களைப் படிப்பதற்கு வேறு எவருக்கும் அனுமதி இருக்கவில்லை. ஒரு பிரதியை எடுத்து இந்தச் சுவருக்குப் பின்னால் ஒளித்து வைக்க வேண்டும் என்பது அவனுக்கு இடப்பட்டிருந்த கட்டளை. அதற்கான காரணத்தை அவன் அறியான். அவன் தினந்தோறும் இரவில் நாளுக்கு ஒரு பிரதி என்ற கணக்கில் அந்த வேலையைச் செய்து முடிக்க வேண்டியிருந்தது. ஒன்பது ஆசான்களுக்கு ஆளுக்கு ஒன்று. பின் அதன் 'பாதுகாப்பாளருக்கு' ஒரு பிரதி என்ற கணக்கில் பத்துப் பிரதிகள் தயார் செய்யப்பட்டன. ஒவ்வோர் இரவும் அவன் அங்கு வந்தபோது, அந்தக் கல்லுக்குப் பின்னால் இருந்த இடம் காலியாக இருந்ததை அவன் கவனித்தான். அனைத்துப் பிரதிகளும் ஒரே இடத்தில் இருப்பதை அந்த மதகுரு விரும்பவில்லை. அவன் தனக்கு இடப்பட்டிருந்த

கட்டளையைத் துல்லியமாகப் பின்பற்றினான்.

இன்றுதான் கடைசி இரவு.

அவன் அந்தப் புத்தகப் பிரதியை அந்தப் பொந்துக்குள் வைத்து, அந்தக் கல்லால் அதை மூடினான்.

பின் அவன் எதையோ உணர்ந்தான். அவன் இந்தச் சுவர்களைத் துல்லியமாக அறிவான். அங்கு ஒரு தீய சக்தியின் இருப்பை அவன் உணர்ந்தான். அதை அவனால் பார்க்க முடியவில்லை என்றாலும், அதை அவனால் உணர முடிந்தது.

அவனுக்குப் பின்னால், மதகுருவின் வீட்டிலிருந்து கிளம்பிய பெரிய சத்தம் அவனுக்குக் கேட்டது.

அவன் மூச்சுவிடுவதை நிறுத்தினான். அவன் குனிந்து தவழ்ந்து அங்கிருந்து நகரத் தொடங்கினான். யாராவது அந்தப் புத்தகத்தைத் திருட முயற்சிக்கக்கூடும் என்று அவனுக்கு எச்சரிக்கை விடப்பட்டிருந்தும், அவன் அதைப் பெரிதாக எடுத்துக் கொள்ளவில்லை. இத்தனை நாட்களும் அவனை எவரும் தொந்தரவு செய்திருக்கவில்லை என்பதால் அவன் அலட்சியமாக இருந்துவிட்டான்.

அந்தப் புத்தகத்தில் கூறப்பட்டிருந்த ஞானத்தை நடைமுறைப்படுத்துபவருக்கு வெற்றியை அடைவதற்கான வாய்ப்பு அதிகமாக இருந்தது. பொதுவான மனிதகுலச் சபலங்களுக்குள் மாட்டிக் கொள்ளாமல் இருக்கின்றபோது, திட்டங்களைப் படுவேகத்தில் அடைவது சாத்தியப்படுகிறது. இது தனிநபர்களுக்கும் பொருந்தும், அதைவிட அதிகமாக, அர்ப்பணிப்புடன் செயல்படுகின்ற குழுக்களுக்கு அது பெரிதும் பொருந்தும். அது தவறான கரங்களில் விழுந்துவிடுவதை எவரும் விரும்பவில்லை.

அவன் தொடர்ந்து தவழ்ந்து, அலுவலக அறையின் கதவை நோக்கி நகர்ந்தான். அவன் பொறுமையாக இருந்தான். எந்நேரமும் அது நிகழக்கூடும்.

எந்நேரமும் அவனுடைய சக பாதிரிமார்கள் அங்கு வரக்கூடும். ஒரு புதிய நாளின் முதல் பூசையான மூன்று மணிப் பூசை இன்னும் சற்று நேரத்தில் தொடங்கிவிடும்.

தனக்கு இடப்பட்டிருந்த அறிவுறுத்தல்களைப்

பின்பற்றி அவன் அமைதியாகவும் பொறுமையாகவும் காத்திருந்தான். அவர்கள் உள்ளே நுழைகின்றபோது, அவன் மெதுவாகக் கடைசி வரிசையில் அமர்ந்து கொள்ள வேண்டும் என்பது ஏற்பாடு.

அவனுக்கு அடையாளம் தெரியாத அவனுடைய எதிரியும் இதை ஊகித்திருக்க வேண்டும். அதனால், அவன், "நீ இங்கே இருக்கிறாய் என்பது எனக்குத் தெரியும்! மரியாதையாக அதை என்னிடம் கொடுத்துவிடு! அது உனக்குத் தேவையில்லாத ஒரு பொருள். நீ கேட்கின்ற பணத்தை உனக்குக் கொடுக்க நான் தயாராக இருக்கிறேன்!" என்று கத்தினான்.

அதைக் கேட்டு அந்த இளம் துறவி தனக்குள் நகைத்துக் கொண்டான். 'துறவியாகிய எனக்குப் பணத்தால் என்ன பயன்?' உலக பந்தங்களைத் துறக்கத் தான் மேற்கொண்ட சத்தியம் அவனுடைய நினைவுக்கு வந்தது.

அடுத்தக் கணம், அத்திருடன் அத்துறவியின் முன்னால் நின்று கொண்டிருந்தான். அவனுடைய மூச்சுக் காற்று அத்துறவியின்மீது படுமளவுக்கு அவன் நெருங்கியிருந்தான். அவனுடைய வியர்வை நாற்றம் துறவியின் மூக்கைத் துளைத்தது. அத்திருடன் அத்துறவியின் கழுத்தைத் தன் கைகளால் இறுக்கினான். அத்துறவிக்கு மூச்சடைக்கத் தொடங்கியது. அத்திருடன் அத்துறவியிடம், "அதை என்னிடம் கொடுத்துவிடு! இல்லையெனில், உன்னைக் கொன்றுவிடுவேன் . . ." என்று கிசுகிசுத்தான்.

அதை அவன் முழுமையாகக் கூறி முடிக்கக்கூட இல்லை. அவன் அப்படியே தரையில் சரிந்து விழுந்தான். இன்னும் மூச்சுத் திணறலுடன் இருந்த அத்துறவி, தன்னைக் காப்பாற்றியது யார் என்பதைத் தெரிந்து கொள்ள நிமிர்ந்து பார்த்தான். இருட்டில் அந்தத் திருடனின் உயிரற்ற உடலைத் தூக்கித் தன் தோளில் போட்டுக் கொண்டு, ஓர் உருவம் வாசலை நோக்கி நடந்து கொண்டிருந்ததை அத்துறவி கண்டான். பிறகு, கதவு திறந்து மூடப்பட்டச் சத்தம் அவனுக்குக் கேட்டது.

என்ன நடந்திருந்தது என்பது அவனுக்குப் புரிந்தது. 'பாதுகாவலர்' இவ்வளவு நேரமும் இங்கே இருந்து கொண்டு அந்தப் புத்தகத்தையும் அவனையும் பாதுகாத்துக் கொண்டிருந்திருக்கிறார்.

இன்னும் படபடத்துக் கொண்டிருந்த தன்னுடைய இதயத்தை ஆசுவாசப்படுத்திய அவன், அப்புத்தகம் பாதுகாப்பாக இருந்ததை உணர்ந்து, தன் உதட்டில் ஒரு புன்னகையைப் படரவிட்டான்.

அது இன்னும் எவ்வளவு காலத்திற்கு இரகசியமாகவே இருக்கும் என்று அவன் யோசித்தான். 'அதில் இடம்பெற்றுள்ள ஞானத்தைப் பெறுவதற்கு உலகம் எப்போது தயாராக இருக்கும்? தீய சக்திகளின் கொட்டம் அடங்கி, அது அனைவருக்கும் எளிதாகக் கிடைக்கின்ற நாள் என்றாவது வருமா?'

அக்கணத்தில் அவனுடைய சக துறவிகள் உள்ளே நுழையத் தொடங்கினர். அவன் ஏதோ அர்த்தத்துடன் அந்த மதகுருவை நோக்கித் தலையாட்டிவிட்டுத் தன்னுடைய வழக்கமான இடத்திற்குச் சென்றான்.

முந்தைய இரவில், அவனுக்குக் கொடுக்கப்பட்டிருந்த அறிவுறுத்தல்களின்படி அவன் மூலப் பிரதியை எரித்துவிட்டான். அதில் எழுதப்பட்டிருந்த புராதன மொழி கிட்டத்தட்ட முற்றிலுமாக மறக்கப்பட்டிருந்தது. வெகு சிலருக்கு மட்டுமே அதைப் படித்துப் புரிந்து கொள்கின்ற திறன் இருந்தது. ஆனாலும், அவன் தனக்கு இடப்பட்டிருந்த கட்டளையை இம்மி பிசகாமல் கடைபிடித்தான்.

இனி அவன் நிம்மதிப் பெருமூச்சு விடலாம். இப்போது அந்தப் புத்தகம் மடாலயத்தைவிட்டுப் பாதுகாப்பாக வெளியே சென்றுவிட்டது. அதன் இரகசியங்கள் இன்னுமொரு தலைமுறைக்குப் பாதுகாக்கப்பட்டுவிட்டன.

டேவிட்

இன்றைய தினம்

அலாரம் துல்லியமாக 5.30 மணிக்கு அடித்தது. அன்று வியாழக்கிழமை. வார இறுதி கண்ணுக்குத் தெரிந்தது. ஆனால், இந்த வாரத்தின் வேலையில் பாதியளவுகூட முடிந்திருக்கவில்லை என்பது போன்ற ஓர் உணர்வு அவனிடம் மேலோங்கியிருந்தது. வேலை குறித்த எண்ணங்களைத் தன் மனத்திலிருந்து தூக்கியெறிய அவன் முனைந்து கொண்டிருந்தபோது, அந்த எண்ணங்கள் அவனுடைய மனத்தைக் குத்திக் கிழித்து அவனை விழிக்கச் செய்து கொண்டிருந்தன.

டேவிட் தன் படுக்கையில் புரண்டு படுத்து, அலாரக் கடிகாரத்தின் 'ஸ்னூஸ்' பட்டனை அழுத்தி, இன்னும் ஒரு பத்து நிமிடத் தூக்கத்தை அனுபவிக்க முனைந்தான். அந்த அலாரம் இரண்டாவது முறை அலறியபோது, அவன் வேண்டா வெறுப்பாகப் படுக்கையிலிருந்து எழுந்து, தள்ளாடியபடி குளியலறையை நோக்கிச் சென்றான். கண்ணாடியை உற்று நோக்கியபோது, அதில் தெரிந்த உருவத்தைக் கண்டு அவன் அதிர்ச்சியடைந்தான்.

அவனுடைய தலை வழக்கத்தைவிட அதிக அலங்கோலமாகக் கலைந்திருந்தது. அதைப் பார்த்தபோது அவனுடைய உதடுகள்மீது ஒரு மெல்லிய புன்னகை படர்ந்தது. அவன் இனியும் ஒரு பருவ வயதினன் அல்லன் என்றாலும், அவனுடைய இளைய உருவத்தின் இலேசான பிரதிபலிப்பை அவன்

அதில் கண்டான். அவனுடைய பழுப்பு நிறக் கண்கள் வியப்பையும் குறும்பையும் இன்னும் தக்கவைத்துக் கொண்டிருந்தன. அவனைப் பார்ப்பவர்கள் அவன் வசீகரமாக இருப்பதாகவே கூறுவர்.

அவன் வெந்நீரின் சூட்டை அதன் உச்சத்திற்குத் திருப்பினான். அது வேகமாகச் சூடாக வேண்டும் என்று அவன் தன் மனத்திற்குள் நினைத்துக் கொண்டாலும், பழையதாகிக் கொண்டிருந்த அவனுடைய அடுக்ககத்தில் அது சாத்தியமில்லை என்பதை அவன் அறிந்திருந்தான். அடுத்தப் பதினைந்தாவது நிமிடத்தில் அவன் தன் சமையலறையில் இருந்தான். அடுத்து, அவன் காபி கலந்துவிட்டுத் தன்னுடைய மின்னஞ்சல்களைப் படிக்கத் தொடங்கினான்.

அன்று வழக்கத்தைவிட வேகமாகக் கவலை அவனை அரிக்கத் தொடங்கியிருந்தது. அது எப்போது தொடங்கியது? இரண்டு ஆண்டுகளுக்கு முன்பு கல்லூரிப் படிப்பை முடித்துவிட்டு அவன் இந்த வேலையில் சேர்ந்தபோது அவன் எதைப் பற்றியும் கவலைப்படாதவனாக இருந்ததை அவன் தனக்குத் தானே நினைவுபடுத்திக் கொண்டான். இந்த அடுக்குமாடிக் குடியிருப்பைத் தனியாக வாடகைக்கு எடுத்து வசிக்கத் தொடங்கியதுகூட அவனுக்குப் பெரிதாக சுவாரசியமூட்டவில்லை. அது ஒன்றும் பெரிய விஷயமாகத் தோன்றவில்லை. தொடக்கத்தில் அவன் தன்னைப் பதற்றமானவனாகவும் கருதவில்லை, தன்னம்பிக்கை மிக்கவனாகவும் கருதவில்லை. அடுத்து எது வந்தாலும் அதை ஏற்கத் தயார் நிலையில் அவன் தன்னை வைத்துக் கொண்டிருந்தான், அவ்வளவுதான்.

கடந்த ஆண்டின் ஏதோ ஒரு கட்டத்தில்தான், விஷயங்கள் சீர்கெடத் தொடங்கின. அவன் செலவு செய்து கொண்டிருந்த வேகத்திற்கு ஈடுகொடுக்கக்கூடிய அளவுக்குச் சம்பளம் விரைவாக வரவில்லை. கட்டப்படாத பில்கள் அவனுடைய மேசையில் குவியத் தொடங்கின. தொடக்கத்தில் மிகவும் வசதியாக இருந்த இரண்டு கடனட்டைகளில் இப்போது கடன் ஏறத் தொடங்கியிருந்தது. அவன் இந்த வாடகை வீட்டுக்கான

ஒப்பந்தத்தில் கையெழுத்திட்டபோதுகூட, வாழ்க்கை எளிதாக இருக்கும் என்றுதான் நினைத்திருந்தான். அவன் ஒரு வரவு செலவுத் திட்டத்தை உருவாக்கி இருந்திருக்க வேண்டும். ஆனால், அதற்குப் போதுமான நேரத்தை அவன் செலவிடவில்லை. இன்னும் சொல்லப் போனால், அவன் அதற்குத் துளிகூட நேரம் செலவிட்டிருக்கவில்லை என்பதுதான் உண்மை. அவன் மின் கட்டணம், நீர்க் கட்டணம் போன்றவற்றைக் கணக்கில் எடுத்துக் கொண்டிருக்கவில்லை. எல்லாவற்றையும்விட முக்கியமாக, அவன் தன்னுடைய வருமான வரி குறித்து முற்றிலுமாகத் தப்புக் கணக்குப் போட்டுவிட்டான்.

அடுத்து அவனுடைய வேலை. தொடக்கத்தில் எல்லாம் நன்றாகத்தான் சென்று கொண்டிருந்தது. அவனுடைய மேலாளருக்கு அவனைப் பிடித்திருந்தது. அவனிடம் அவர் ஒரு மேலாளரைப்போல நடந்து கொள்ளாமல், ஓர் அண்ணனைப்போல, ஒரு வழிகாட்டியைப்போல நடந்து கொண்டார். அதன் காரணமாக ஒருவிதமான போலிப் பாதுகாப்பு உணர்வு தன்னைச் சூழ்ந்து கொள்ள அவன் அனுமதித்துவிட்டான். மூன்று மாதங்களில் அவனுடைய மேலாளர் தன் பதவியை இராஜினாமா செய்துவிட்டு, ஒரு துளிர் நிறுவனத்தில் சேர்ந்துவிட்டார். இப்போது ஒரு புதிய நபர் டேவிட்டின் மேலாளராக ஆனார். அவர் டேவிட்மீது பெரிதாக அக்கறை காட்டவில்லை.

அவனுடைய வேலையில் ஒரு சிறு குழப்பம் ஏற்படுகின்ற வரையில் அதுகூட அவனுக்கு ஒரு பெரிய பிரச்சனையாக இருக்கவில்லை. அவன் அதைப் பெரிதாக எடுத்துக் கொள்ளவில்லை. ஆனால், அவனுடைய புதிய மேலாளர் அதை அவன்மீது படிந்துவிட்ட அழிக்கப்பட முடியாத ஒரு கறையைப்போலக் கருதினார். அதை ஏன் அவர் இவ்வளவு பெரிதுபடுத்தினார் என்பதை டேவிட்டால் புரிந்து கொள்ள முடியவில்லை. அவனை ஒரு வாடிக்கையாளர் தொலைபேசியில் அழைத்தபோது, அவரைத் திருப்பி அழைக்க அவன் மறந்துவிட்டிருந்தான், அவ்வளவுதான். அதனால் நிறுவனமே பெரிய ஆபத்தில்

ஒன்றும் சிக்கிக் கொண்டிருக்கவில்லை.

இரண்டு வாரங்களுக்கு முன்பாகத்தான், என்ன நடந்திருந்தது என்பதை அவன் ஒருவழியாகத் தெரிந்து கொண்டான். இவ்வளவு சிறியதோர் அலுவலகத்தில் இந்த அளவுக்கு உள்குத்து வேலைகளும் முதுகில் குத்தப்படுதலும் நடைபெறும் என்று அவன் ஒருக்காலும் நினைத்திருக்கவில்லை. அவன் சறுக்கி விழ வேண்டும் என்று யாரோ திட்டமிட்டு வேலை செய்திருந்தனர். அது வெறும் வாடிக்கையாளர் தொலைபேசி விவகாரம் பற்றியது மட்டுமல்ல. அவன் செய்திராத பல விஷயங்களுக்கும் அவன் பலிகடா ஆக்கப்பட்டிருந்தான். அவற்றில் பல நேரடியாக அவனுடைய மேலாளரிடமிருந்து உதயமாகியிருந்த வதந்திகளின் அடிப்படையில் அமைந்திருந்தவைபோலத் தோன்றின.

இது இப்படி நடந்தேறியிருக்க வேண்டியதில்லை. அவனுக்கு முன்பு பட்டப்படிப்பு முடித்திருந்த அவனுடைய நண்பன் ஒருவனைப் பற்றி டேவிட் நினைத்துக் கொண்டான். அந்த நண்பனுக்கு அடுத்தடுத்துப் பதவி உயர்வுகள் கிடைத்தன. அவனுடைய சம்பளமும் கிடுகிடுவென உயர்ந்தது. அடிக்கடி அவன் செய்திகளில் அடிபட்டான். டேவிட் முதலில் தன் நண்பனுக்காக உண்மையிலேயே மகிழ்ச்சி கொண்டான். பின்னர், அர்த்தமில்லாததுபோலத் தோன்றிய ஒரு வேலையில் தான் மாட்டிக் கொண்டிருந்ததையும், பல பில்களைக் கட்டத் தான் திணறிக் கொண்டிருந்ததையும் நினைத்துக் கொண்டபோது, தன்னுடைய நண்பனின் வெற்றியைச் சீரணித்துக் கொள்ள முடியாமல் அவன் தவித்தான். பின்னர் தன்னுடைய சிறுபுத்தியை நினைத்து அவன் அவமானம் கொண்டான்.

அவன் தன் மின்னஞ்சல்களின் ஊடாக மேய்ந்து கொண்டிருந்தபோது, ஓர் எதிர்பாராத அஞ்சல் அவனுடைய கண்களில் பட்டது. அந்த வார்த்தைகளுக்குப் பின்னால் இருந்த அர்த்தத்தைத் தெரிந்து கொள்வதற்காக அவன் அந்த மின்னஞ்சலை மீண்டும் மீண்டும் படித்தான்.

"காலை 11.00 மணிக்கு என்னை வந்து சந்தியுங்கள்."

அவ்வளவுதான் அதில் இடம்பெற்றிருந்தது. எந்தவிதமான விளக்கமும் அதில் இடம்பெறவில்லை.

அவனுடைய இதயத்துடிப்பு எகிறியது. அவன் ஆழமாக ஒரு முறை மூச்சை உள்ளே இழுத்தான். அவனுடைய கண்கள் தாமாகவே மூடிக் கொண்டன. அவன் தன்னுடைய நெற்றிப்பொட்டின்மீது கை வைத்து அதை அழுத்தினான். அப்படிச் செய்வதன் மூலம் அது எப்படியோ மறைந்துவிடாதா என்று அவன் ஏங்கினான்.

மீண்டும் அவன் மின்னஞ்சல்களிடம் தன் பார்வையைத் திருப்பினான். இன்னோர் அஞ்சல் அவனுடைய கண்களில் பட்டது. அது மகிழ்ச்சியான ஒன்று. அது அவனுடைய அம்மாவிடமிருந்து வந்திருந்தது. அவன் தன் அலைபேசியைக் கீழே வைத்துவிட்டு, காபியை எடுத்துப் பருகினான்.

அவனுடைய பெற்றோருக்கு அவன் இருந்த நிலை எதுவும் தெரியாது. தங்களுடைய மகன் பட்டப்படிப்பு முடித்து ஒரு நல்ல நிறுவனத்தில் ஒரு நல்ல வேலையில் இருந்ததாக அவர்கள் பெருமையோடு இருந்தனர். அவர்கள் தங்களுடைய வட்டத்தில், அவனுக்கு அசௌகரிய உணர்வைக் கொடுக்கின்ற விதத்தில் அவனைப் பற்றித் தம்பட்டம் அடித்தனர். தன்னைத் தலையில் வைத்துக் கொண்டாடிக் கொண்டிருந்த தன்னுடைய மேலாளர் அவருடைய வேலையைவிட்டுப் போய்விட்டார் என்பதையும், தன் புதிய மேலாளர் ஒரு பூதக்கண்ணாடியை வைத்துக் கொண்டு தன்னுடைய குற்றங்குறைகளை நியாயமற்ற முறையில் பெரிதுபடுத்திப் பார்த்துக் கொண்டிருந்தார் என்பதையும், தான் இங்குத் தனியாகக் கஷ்டப்பட்டுக் கொண்டிருந்ததையும் அவன் தன் பெற்றோரிடம் பகிர்ந்து கொள்ளவில்லை. தன்னுடைய வேலை அர்த்தமில்லாத ஒன்றாகத் தனக்குப் படுவதையும், நூற்றுக்கணக்கான மின்னஞ்சல்களைப் பார்த்து ஒரே வேலையைத் தினந்தோறும் செய்து கொண்டிருப்பது தனக்குப் பெரும் அலுப்பூட்டியதையும் அவன் அவர்களிடம் கூறியிருக்கவில்லை. அவனுக்கு

வரும் மின்னஞ்சல்களுக்கு அவன் இருபத்து நான்கு மணிநேரத்திற்குள் பதிலளித்தால் போதும் என்ற விதி இருந்தாலும், தொடர்ந்து மின்னஞ்சல்களுக்கு பதிலளித்துக் கொண்டிருந்தது தன்னுடைய ஆற்றலை உறிஞ்சிக் கொண்டிருந்ததாக அவன் எண்ணினான். இப்போது அவன் சிறைபட்டுக் கிடந்த, இடுப்புயரமுள்ள ஒரு சிற்றறை வாழ்க்கைக்குப் பதிலாக வேறொரு வாழ்க்கை தனக்குக் கிடைப்பதுபோல அவன் அடிக்கடிக் கற்பனை செய்து கொண்டான்.

அவன் தன்னுடைய மன அழுத்தம் குறித்தோ, கூடிக் கொண்டேயிருந்த தன் கடன்கள் குறித்தோ, தன் பதற்றங்கள் குறித்தோ எவருடனும் பகிர்ந்து கொள்ளவில்லை. அவரவர்களுக்கு இருக்கின்ற கவலை போதாதா, தான் ஏன் அவர்களுக்குக் கூடுதல் சுமை ஏற்படுத்த வேண்டும்? அவனுடைய அப்பா ஏற்கனவே, பங்குச்சந்தையின் சரிவு தன் ஓய்வூதியப் பணத்தை அரித்துக் கொண்டிருந்தது குறித்துக் கடுமையான மன அழுத்தத்தில் இருந்தார். அவனுடைய அம்மாவின் தேய்ந்து கொண்டிருந்த ஆரோக்கியம், அவனைப் பற்றிய கவலையூட்டுகின்ற செய்திகளை அவருடன் பகிர்ந்து கொள்வதைப் புத்திசாலித்தனமற்றதாக ஆக்கியிருந்தது. அவனிடமிருந்து அவனுடைய பெற்றோர் எதிர்பார்த்துக் கொண்டிருந்த ஒரே விஷயம் அவன் தன் கனவுக் கன்னியைக் கண்டுபிடித்துவிட்டான், அவன் விரைவில் ஒரு குடும்பஸ்தனாக ஆகிவிடுவான் என்பதுதான். அது தொடர்பாக அவனுடைய பெற்றோர்களிடமிருந்து வந்த கேள்விகளுக்குப் பட்டும் படாமலும் பதிலளித்ததன் மூலம் அவன் அக்கேள்விகளைத் தவிர்த்து வந்தான். அவனுடைய வாலிப வாழ்க்கை விரைவில் ஒரு முடிவுக்கு வந்துவிடும் என்ற அவனுடைய அம்மாவின் நம்பிக்கையை ஊக்கப்படுத்தாமல் இருக்க அவன் தன்னால் இயன்றவரை முயன்றான்.

“நான் செய்திராத குற்றங்களுக்காக நான் என் வேலையிலிருந்து தூக்கி எறியப்பட்டுவிடுவேனோ?” என்று அவன் வாய்விட்டுக் கேட்டான். அவன் குரல் அந்தக் காலைநேர அமைதியைக் குலைத்தது. சரியாக

அக்கணத்தில் தன்னை உயிர்ப்பித்துக் கொண்ட, வீட்டைச் சூடாக்கும் இயந்திரத்தின் ஒரு திடீர் உறுமல்தான் அவனுடைய கேள்விக்கு பதிலாகக் கிடைத்தது.

'என் மேலாளர் என்னைப் பார்க்க விரும்பியிருந்தது ஒருவேளை என் வேலை குறித்த ஒன்றாக இல்லாமல் இருக்கலாம். எனக்கு ஒரு புதிய பொறுப்பு ஏதாவது கொடுக்கப்படலாம். ஒருவேளை என் மேலாளர் என்னை நியாயமற்ற முறையில் நடத்தியதற்காக என்னிடம் மன்னிப்புக் கேட்க என்னை அழைத்திருக்கலாம், யார் கண்டார்கள்?' என்றெல்லாம் அவன் நினைத்தான்.

தன் மனத்தைத் திசை திருப்புவதற்காக, அவன் உள்ளூர்ச் செய்திகள் பக்கம் தன் கண்களைத் திருப்பினான். உள்ளூர்த் தொழிலதிபர் ஒருவர் அவர் மேற்கொண்டிருந்த அறப்பணிக்காகப் பாராட்டப்பட்டிருந்தார். தன்னை வளர்த்திருந்த சமுதாயத்திற்குத் திருப்பிக் கொடுக்கின்ற அவருடைய பண்பைப் பற்றிய ஒரு நேர்மறையான செய்தியாக அது வெளிவந்திருந்தது. அடுத்து, நகரில் நடத்தப்படவிருந்த ஒரு புதிய நாடகத்தைப் பற்றிய ஒரு தகவலும், உள்ளூர் ஹாக்கி குழு தன்னுடைய அணியில் ஒரு முக்கியமான வீரரைச் சேர்த்திருந்ததைப் பற்றிய ஒரு தகவலும், அதன் பயிற்றுவிப்பாளரின் நேர்காணல் ஒன்றும் அச்செய்தியில் இடம்பெற்றிருந்தன.

இச்செய்திகள் அவனைப் பெரிதாக அமைதிப்படுத்தவில்லை. டேவிட் ஆழமாக ஒரு முறை சுவாசித்தான். அது தன்னுடைய மன அழுத்தத்தைக் காணாமல் போகச் செய்துவிடாதா என்று அவன் ஏங்கினான். அவன் தன் காபிக் கோப்பையைச் சமையலறை மேடைமீது வைத்துவிட்டு, தன் மடிக்கணினிப் பையை எடுத்துக் கொண்டு வீட்டைவிட்டு வெளியேறி, தன் அலுவலகத்தை நோக்கி நடக்கத் தொடங்கினான். தன்னுடைய வாழ்க்கை ஏன் இவ்வளவு விரைவாக இவ்வளவு சிக்கலானதாக மாறியது என்று யோசித்துக் கொண்டே டேவிட் தன் நடையைத் தொடர்ந்தான்.

அது இலையுதிர் காலமாக இருந்தபோதிலும், குளிர்காற்று வீசிக் கொண்டிருந்தது. மரத்திலிருந்து கீழே விழுந்து கொண்டிருந்த வண்ணமயமான இலைகளைக் காற்று சுழற்றியடித்துக் கீழே வீசியெறிந்து கொண்டிருந்தது. அந்தத் தெருமுனையில் வண்ணக் கண்ணாடிச் சன்னல்களுடனும் ஒரு பெரிய மரக்கதவுடனும் இருந்த ஒரு தேவாலயத்தை அவன் கடந்து சென்றபோது, அதன் வாசலுக்கு அருகே, வீடு வாசலற்ற ஒருவர் உட்கார்ந்திருந்ததை அவன் பார்த்தான். அந்நபருடைய சோகக் கதையை ஓரிரு வாக்கியங்களில் விவரித்த ஒரு பழைய அட்டை அவருக்கு அருகே இருந்தது. தான் வேலையிலிருந்து நீக்கப்பட்டு, வீட்டு வாடகை கொடுத்திராத காரணத்தால் வீட்டிலிருந்தும் தூக்கியெறியப்பட்டால், தன் நிலையும் இப்படித்தான் இருக்கும் என்ற விபரீத யோசனை ஓரிரு கணங்கள் அவனுடைய மனத்தில் பளிச்சிட்டு மறைந்தது. அந்த எண்ணத்தை அகற்ற முயல்வதுபோல அவன் தன் தலையை வேகமாக ஆட்டினான். அவன் நிலை ஒன்றும் அந்த அளவு மோசமாக இருக்கவில்லை. எந்த நிலையிலும் அவனால் தன் வீட்டுக்குத் திரும்பிச் செல்ல முடியும். மன அழுத்தம்தான் தன்னை இப்படிச் சிந்திக்க வைத்தது என்று அவன் தன்னைத் தேற்றிக் கொண்டான்.

அதே நேரத்தில், இன்னொரு நினைவு அவனைச் சுண்டியிழுத்தது: அவன் பதின்ம வயதில் இருந்தபோது அவனுடைய எண்ணங்கள் அனைத்தும் நேர்மறையாகவும் நன்னம்பிக்கை மிக்கவையாகவும் இருந்தன. ஒரு நல்ல வேலையில் சேர்வது, பதவி ஏணியில் வேகமாக ஏறுவது, நிறைய பணம் சம்பாதிப்பது, தன் வீட்டில் விருந்துகளை வழங்குவது, திருமணம் செய்து கொள்வது, குழந்தைகளைப் பெற்றுக் கொள்வது என்று அவனுடைய கனவு பரந்து விரிந்திருந்தது. இந்த விஷயங்கள் அனைத்தும் அவனுக்குச் சாதகமாக முடியும் என்ற மனநிலை அப்போது அவனிடம் நிலவியது.

எப்போது இக்கனவுகள் மறைந்து, வெறுமனே வாழ்க்கையை ஓட்டுவதற்கான போராட்டமாக

மாறியது? வேலையிலிருந்து தூக்கியெறியப்படலாம் என்ற எண்ணம் தோன்றுகின்ற அளவுக்கு அது எப்போது சென்றது? ஓர் அநாதையாக நடுத் தெருவில் நிற்போம் என்று விபரீதமாகக் கற்பனை செய்கின்ற அளவுக்கு எப்போது அது முற்றியது?

தான் நடந்து போய்க் கொண்டிருந்த தெருவில் மக்கள் நெரிசல் அதிகமாக இருந்ததைக் கவனித்த டேவிட், பூங்காவின் வழியாகக் குறுக்கே புகுந்து சென்றுவிட முடிவெடுத்தான். பொதுவாக அவன் பழக்கங்களுக்கு அடிமையானவன். சுற்றி நடக்கின்ற விஷயங்கள் தன்னைப் பாதிக்க அவன் அனுமதிப்பதில்லை. இன்னும் சொல்லப் போனால், சுற்றியிருக்கின்ற நபர்களையும் சூழலையும் அவன் துளிகூடக் கண்டு கொள்வதில்லை. சலிப்பான பல வேலைகள் அவனுக்காகக் காத்துக் கொண்டிருந்த அலுவலகத்தை நோக்கி அவன் விறுவிறுவென்று நடக்கத் தொடங்கினான்.

தன் எண்ணங்களில் மூழ்கியிருந்த டேவிட், ஓர் இளம் பெண்ணின்மீது கிட்டத்தட்ட மோதவிருந்தான். காற்று அவளுடைய கைகளிலிருந்து தட்டிப் பறித்திருந்த பழுப்பு நிறக் காகிதங்களைக் அவள் எட்டிப் பிடிக்க முயன்று தோற்றுக் கொண்டிருந்தபோதிலும், காற்றுக்கும் அவளுக்கும் இடையே நடந்து கொண்டிருந்த விளையாட்டை அவள் இரசித்துச் சிரித்துக் கொண்டிருந்தாள். டேவிட் வேகமாகவும் சுலபமாகவும் அந்தக் காகிதங்களை எட்டிப் பிடித்தான். அவள் சற்றுப் பின்னால் நகர்ந்து அவனுடைய இலாவகத்தை வியந்து பார்த்துக் கொண்டிருந்தாள்.

"நன்றி. நீங்கள் செய்திருந்ததைப்போல என்னால் ஒருக்காலும் செய்திருக்க முடியாது."

டேவிட் இலேசாகத் தலையாட்டினான். பின்னர் அவளை நோக்கி லேசாகக் குனிந்து அவளை வணங்கி, "தங்கள் சேவையில் நான்!" என்று கூறினான். பின் அந்தக் காகிதங்களை அவளிடம் கொடுத்துவிட்டு, அவளை நோக்கி ஒரு நாகரிகமான புன்னகையை உதிர்த்துவிட்டு அவன் அங்கிருந்து நகர்ந்தான்.

சில நிமிடங்களுக்குப் பிறகு அவன் தன்

அலுவலகத்தின் வாசலில் வந்து நின்றான். தன் கைக்கடிகாரத்தில் மணியைப் பார்த்தபோது, தான் வெகு சீக்கிரமாக அங்கு வந்துவிட்டிருந்ததை அவன் உணர்ந்தான். அதனால், அவன் நிற்காமல் நடையைத் தொடர்ந்தான். பின் அந்தத் தெருவின் முனையிலிருந்த ஒரு சிற்றுண்டியகத்திற்குள் அவன் நுழைந்தான். வீட்டில் அவன் ஏற்கனவே காபி குடித்திருந்ததால், தேநீர் பட்டியலை அவன் நோட்டம் விட்டான். மலர் வாசனையுடன்கூடிய, பால் கலக்காத தேநீரை அவன் தேர்ந்தெடுத்தான். பின் அந்தக் கடையின் மறு கோடியிலிருந்த ஒரு மேசையை நோக்கிச் சென்று அங்கு அமர்ந்தான். அலுவலகத்தை அடைவதற்கு முன்பு அவன் தன் மனத்தை அமைதிப்படுத்திக் கொள்ள விரும்பினான்.

அவனைச் சுற்றியிருந்த நபர்களின் சத்தத்திற்கு நடுவே அன்றைய தினத்திற்காக அவன் தன் நெஞ்சை உரப்படுத்திக் கொள்ள முயன்றான். தேநீர் அருந்திய பின் அவன் அங்கிருந்து புறப்பட்டுத் தன் அலுவலகத்தை அடைந்தான். அக்கட்டடத்தின் நுழைவாயிலில் இருந்த சுழல் கதவைத் தள்ளி வரவேற்பறைக்குள் காலடி எடுத்து வைத்தவுடன், தன்னிடம் திடீரென்று ஒரு பெரும் மாற்றம் ஏற்பட்டதை அவன் உணர்ந்தான். அலுவலகத்திற்குள் அவன் வித்தியாசமாக உணர்ந்தான். அங்கு நடந்து கொண்டிருந்த நாடகத்தில் ஒரு சிறு வேடத்தில் நடிப்பதற்காக வேடம் புனைந்திருந்தவன்போல அவன் உணர்ந்தான்.

சில மணி நேரம் கழித்து அவன் தன் மேலாளரைச் சந்திக்க வேண்டிய நேரமும் வந்தது. அவன் மெதுவாக அவருடைய அறையை நோக்கி நடந்தபோது, அவனுக்கு உள்ளங்கைகளில் வியர்க்கத் தொடங்கியது, அவனுடைய முகம் சிவந்திருந்தது. தன்னம்பிக்கை உள்ளவனாகத் தன்னைக் காட்டிக் கொள்வதற்காக, அவன் தன் முகத்தில் ஒரு சிறு புன்னகையைப் படரவிட்டுக் கொண்டு, திறந்திருந்த கதவின் வழியாக உள்ளே நுழைந்தான்.

அந்தச் சந்திப்பு இரண்டு நிமிடங்களில்

முடிந்துவிட்டது.

அவன் வேலையிலிருந்து நீக்கப்படவில்லை. ஆனால், வாய்மொழியாக அவனுக்கு எச்சரிக்கை விடுக்கப்பட்டிருந்தது. தவறுகளுக்கு இதற்கு மேல் இடமில்லை என்று அவனிடம் சொல்லப்பட்டது.

டேவிட் தன்னுடைய மேலாளரிடம் வாக்குவாதம் செய்யவில்லை. அது அவனுக்கு வியப்பாக இருந்தது. இனி எல்லாம் சரியாக நடக்கும் என்று அவனுடைய மேலாளரிடம் கூறிக் கொண்டிருந்த குரலைக் கேட்டு அவன் மேலும் வியப்படைந்தான். அவருடைய அறையிலிருந்து வெளியே வந்ததும் அவன் நேராக ஒப்பனை அறைக்குச் சென்று, தன்னை ஆசுவாசப்படுத்திக் கொள்வதற்காகத் தன் முகத்தின்மீது தண்ணீரைத் தெளித்தான். அவன் தன் மேலாளரிடம் பேசிக் கொண்டிருந்தபோது, இப்போது அவன் தன்னைப் பற்றி உணர்ந்து கொண்டிருக்கும் அளவுக்குப் பரிதாபமாகக் காட்சியளித்தானா என்று தனக்குள் கேட்டுக் கொண்டான். அவனுடைய தற்போதைய பொருளாதார நிலையில் அவனால் வேலையை இழக்க முடியாது. அவனுடைய குடும்பத்தார், அவனுடைய நண்பர்கள் மற்றும் அவனுக்குத் தெரிந்தவர்கள் அனைவரும், அவன் ஒரு நல்ல நிலையில் இருந்ததாகத்தான் நினைத்துக் கொண்டிருந்தனர்.

அவன் தன் வேலையை இழந்தால், அது அவர்களுக்கெல்லாம் பெரும் அதிர்ச்சியாக இருக்கும். பள்ளியில் படித்துக் கொண்டிருந்தபோது, அவன் நன்றாகப் படித்ததோடு, இரண்டு விளையாட்டுகளில் ஒரு சிறப்பான இடத்தில் இருந்து கொண்டிருந்தான். கல்லூரியிலும் அவன் விளையாட்டுகளில் கலந்து கொண்டிருந்தான். சிறப்பான மதிப்பெண்களைப் பெற்றதோடு, இரண்டு நல்ல நிறுவனங்களில் ஒரு குறுகிய காலப் பயிற்சிக்காகவும் அவன் தேர்ந்தெடுக்கப்பட்டிருந்தான். எல்லோருக்கும் பிடிக்கின்றாற்போல அவன் எப்போதும் நடந்து கொண்டிருந்தான். அவன் தன்னுடைய வேலையில் வெற்றிகரமாகத் திகழ்வான் என்றே எல்லோரும் நம்பிக்

கொண்டிருந்தனர்.

தோற்கக்கூடிய நிலையில் அவன் இல்லை. அவன் தோற்கவும் போவதில்லை.

அதற்குத் தான் எதையாவது மாற்ற வேண்டும் என்பதை டேவிட் அறிந்திருந்தான். ஆனால், எங்கிருந்து தொடங்குவது என்பதுதான் அவனுக்குப் புரியவில்லை.

அன்று மாலை அவன் வேலையிலிருந்து வீட்டுக்குத் திரும்பிக் கொண்டிருந்தபோது, அந்தப் பூங்காவின் வழியாகச் சென்று கொண்டிருந்தபோது, ஏதோ படபடக்கும் சத்தம் அவனுக்குக் கேட்டது. அந்தச் சத்தம் எங்கிருந்து வந்தது என்பதை அவன் பார்க்க முயன்றபோது, ஒரு பாறையிடுக்கில் ஒரு காகிதம் காற்றில் படபடத்துக் கொண்டிருந்ததை அவன் கண்டான். அதைப் பார்த்த உடனேயே, அது காலையில் தான் அந்தப் பெண்ணுக்கு மீட்டுக் கொண்டிருந்த அதேபோன்ற காகிதம்தான் என்பதை அவன் புரிந்து கொண்டான். அவன் அதன் அருகே சென்று அதை எடுத்தான். அந்தப் பெண் அப்போது அங்கு இருக்கக்கூடும் என்பதைப்போல அவன் தன்னைச் சுற்றிலும் பார்த்தான். பின் அவன் அதை எடுத்துத் தன் கோட்டுப் பையில் வைத்துக் கொண்டான். தொடர்ந்து நடந்து செல்கையில், மறுநாள் காலையில் அந்தப் பெண்ணைத் தான் மீண்டும் சந்திக்கக்கூடும் என்று அவன் நினைத்துக் கொண்டான். அந்தப் பெண்ணுடன் அவன் மேற்கொண்டிருந்த அச்சிறிய சந்திப்பின்போது அவன் கண்ட அவளுடைய துள்ளல் சிரிப்பும், அவளுடைய கண்களில் தென்பட்ட மினுமினுப்பும் அவனுடைய நினைவுக்கு வந்தன. அது அவனுடைய முகத்தில் ஒரு சிறிய புன்னகையைப் படரவிட்டது.

அவன் வீடு திரும்பியதும் தன் கோட்டைக் கழற்றித் தொங்கவிட்டான். பின் அதில் தான் எடுத்து வைத்திருந்த, மடிக்கப்பட்டிருந்த அந்தக் காகிதத்தை எடுத்து விரித்துப் படித்தான். அதில் இவ்வாறு எழுதப்பட்டிருந்தது:

நார்த் கஃபே. காலை 10.00 மணி. செப்டம்பர் 14.

அதன் பின்பக்கத்தைத் திருப்பி, அதில் எழுதப்பட்டிருந்ததை அவன் படித்தான்:

> *அந்த ஒன்பது தவறுகளைத் தவிர்த்தால்தான் உங்களுக்கு வெற்றி சாத்தியமாகும். பெரும்பாலானவர்கள் இதை உணர்கின்றபோது காலம் கடந்துவிடுகிறது. அது உங்களுக்கு நடக்காமல் பார்த்துக் கொள்ளுங்கள். என்னை அந்தச் சிற்றுண்டியகத்தில், சன்னலோரம் இருக்கின்ற கடைசி மேசையில் சந்தியுங்கள். நீங்கள் வருவீர்கள் என்பதை அவர்கள் அறிவார்கள்.*

அதில் கையெழுத்திட்டிருந்தவர், அன்று காலையில் அறக்கட்டளைப் பணிக்காகப் பாராட்டப்பட்டிருந்த அதே தொழிலதிபர்தான்.

'இது அந்தப் பெண்ணினுடையதாக இருக்க வேண்டும்,' என்று டேவிட் நினைத்துக் கொண்டான். அப்போது அந்தப் பெண்ணின் அழகிய முகமும் சிரிப்பும் அவனுடைய நினைவுக்கு வந்தன. 'நான் அங்குச் சென்றால் என்ன? நான் இந்தக் காகிதத்தைக் கண்டெடுத்தேன் என்று கூறி அவரைச் சந்தித்தால் என்ன? அப்போது என்ன நடக்கும் என்று பார்க்கலாம். எனக்கு இப்போது அவசியம் தேவைப்படுவது இதுதான்.'

பலருக்குப் பரோபகாரியாகத் திகழ்ந்த அந்த நபரைப் பற்றித் தனக்குத் தெரிந்த விஷயங்களை அவன் நினைவுகூர்ந்தான்: அவருடைய வெற்றிகள், இந்த நகரில் அவர் மேற்கொண்டிருந்த பணிகள், அவருடைய தொடர்புகள். 'என் துன்பங்களிலிருந்து என்னை மீட்டெடுக்கக்கூடிய இரட்சகராக அவர் இருக்கலாம். அவரின் கீழ் பணியாற்றுவதற்கு எனக்கு வாய்ப்புக் கிடைக்கக்கூடும். அல்லது, அவர் மூலமாக எனக்குப் புதியதொரு வேலை கிட்டலாம். நான் கண்டிப்பாக இந்தச் சந்திப்புக்கூட்டத்திற்குச் செல்லப் போகிறேன்,' என்று டேவிட் நினைத்துக் கொண்டான்.

அன்று இரவு அவன் தன் கட்டிலில் படுத்துக் கொண்டு, மேலே சுற்றிக் கொண்டிருந்த மின்விசிறியின்

சத்தத்தைக் கேட்டுக் கொண்டே அன்றைய தினத்தை அசை போட்டான். தன் மேலாளருடனான உரையாடலை அவன் நினைத்துப் பார்த்தான். அதை அவன் ஞாபகப்படுத்திக் கொண்டபோது, அவனுடைய தன்னம்பிக்கை சிறிது உயர்ந்தது. தன்னை நல்லவிதமாக உணரச் செய்வதற்காக, அந்தச் சந்திப்பின் தொனியை இலேசாகத் திரித்துத் தன் மனம் தன்னுடன் விளையாடிக் கொண்டிருந்ததோ என்று அவன் சந்தேகித்தான்.

அனைத்தும் மாற வேண்டும் என்று அவன் ஒரு கிசுகிசுப்பான குரலில் பிரார்த்தனை செய்தான். அலுவலகத்தில் வேலைப் பிரச்சனை சரியாக வேண்டும், கடன்களை அடைத்துவிட வேண்டும் என்று மட்டும் அவன் விரும்பவில்லை. மாறாக, அவன் தன் தன்னம்பிக்கையை மீட்டெடுக்க விரும்பினான். அவன் தன் கனவை மீண்டும் பெற விரும்பினான்.

"எப்போது நான் சறுக்கி ஒரு பெரிய தவற்றைச் செய்யப் போகிறேன் என்பதை நான் உணர்ந்து கொண்டால் நன்றாக இருக்கும். அல்லது, அதை முழுவதுமாக அகற்றிவிட நான் விரும்புகிறேன்!"

உற்சாகத்திற்காக அவன் தன் முஷ்டியை மடக்கிக் கையை மேலே உயர்த்தினான்.

பிறகு புன்னகைத்தவாறே அவன் ஓர் ஆழமான தூக்கத்திற்குள் விழுந்தான். நீண்ட நாட்களுக்குப் பிறகு அவனுக்கு அப்படியொரு தூக்கம் கிடைத்திருந்தது.

தொடக்கம்

டேவிட் சற்று முன்னதாகவே நார்த் கஃபேவுக்கு வந்திருந்தான். அந்தப் பெண் வந்தால் அவளிடம் விஷயத்தை விளக்கிவிட்டு அங்கிருந்து கிளம்ப அவன் தீர்மானித்திருந்தான். அவள் வந்திருக்கவில்லை. சன்னலுக்கு அருகேயிருந்த அந்தக் கடைசி மேசைக்குச் செல்லுமாறு அவன் கேட்டுக் கொள்ளப்பட்டான். அதன்படி அவன் அங்குச் சென்று அமர்ந்து கொண்டான்.

அவன் அங்கிருந்த கடிகாரத்தை நிமிர்ந்து பார்த்தான். இரண்டு நிமிடங்கள்கூட ஆகியிருக்காது, அவன் மீண்டும் அந்தக் கடிகாரத்தைப் பார்த்தான். அவனுடைய கால்கள் தாளம் போட்டுக் கொண்டிருந்தன. அவன் காபியைக் குடித்து முடித்ததும், அவனுடைய காபி கோப்பை மீண்டும் இட்டு நிரப்பப்பட்டது. அவனுடைய பார்வைக்கு அப்பால் யாரோ அந்த இடத்தைச் சுத்தம் செய்து கொண்டிருந்தனர்.

நான்கு நிமிடங்கள் கழித்து அவன் நிமிர்ந்து பார்த்தபோது, உள்ளே நுழைந்த ஒரு முதியவர் அந்தச் சிறிய கடையை நோட்டம் விட்டார். பின் தன் பார்வையை நேராக அவனை நோக்கித் திருப்பினார். அந்தக் கடையின் சமையலறையிலிருந்து, பாத்திரங்கள் கழுவி வைக்கப்பட்டுக் கொண்டிருந்த சத்தம், தரை சுத்தப்படுத்தப்பட்டுக் கொண்டிருந்த சத்தம் என்று பலதரப்பட்டச் சத்தங்கள் வந்து கொண்டிருந்தபோதும், தன்னை நோக்கி வந்து கொண்டிருந்த அந்த முதியவர்

இலேசாக விசிலடித்துக் கொண்டிருந்த சத்தத்தையும் அவனால் கேட்க முடிந்தது.

டேவிட் நிமிர்ந்து கடிகாரத்தைப் பார்த்தான். அவனை அங்கு வரவழைத்திருந்த நபர் மிகச் சரியான நேரத்திற்கு வந்திருந்தார். ஆனால், இந்தச் சமூகத்தின் மாபெரும் தூணாக விளங்கிய அந்தச் செல்வச் சீமான், டேவிட் எதிர்பார்த்திருந்ததைப்போலத் துளிகூட இருக்கவில்லை.

அந்த நபர் தன் தலைமுறையின் பெரும் வெற்றியாளர்களில் ஒருவர் என்பதை டேவிட் அறிந்திருந்தான். இந்த நகரிலிருந்த ஏகப்பட்ட நிலங்களுக்கும் கட்டடங்களுக்கும் அவர் சொந்தக்காரராக விளங்கினார். அவர் தொடங்கி வளர்த்திருந்த பல பன்னாட்டு நிறுவனங்களை அவர் ஏற்கனவே விற்றிருந்தார். அவரைப் பற்றி அவன் கேள்விப்பட்டதிலிருந்து, பளபளப்பான காலணிகளையும், கச்சிதமான கோட்டு மற்றும் சூட்டையும் அணிந்த ஒரு நபரைத்தான் அவன் எதிர்பார்த்திருந்தான்.

ஆனால், அங்குத் தோன்றிய அந்த வயதான மனிதர், சாயம் போன ஒரு ஜீன்ஸையும், தேய்ந்து போயிருந்த ஒரு ஜோடி செருப்புகளையும் அணிந்திருந்தார். அவருடைய சட்டை சாதாரணமானதாக இருந்தது. அவர் முகச்சவரம் செய்திருக்கவில்லை. அவருடைய செல்வத்தைப் பறைசாற்றிக் கொண்டிருந்த ஒன்றே ஒன்று அவருடைய விலையுயர்ந்த கைக்கடிகாரம் மட்டும்தான். அதை அவனால் உற்றுக் கவனிக்க முடியாமல் இருந்ததால், அது எந்த நிறுவனத்தின் தயாரிப்பு என்பதை அவனால் கண்டுபிடிக்க முடியவில்லை. அவர் அவன் முன்னால் வந்து உட்கார்ந்தார்.

அவர் டேவிட்டை நோக்கிப் புன்னகைத்துவிட்டு அவனைப் பார்த்தார். அவருடைய பார்வை அவனிடம் எதையோ தேடுவதைப்போல ஆழமாக இருந்தது. அது அவனை எடைபோடுவதாக இருக்கவில்லை. அவனை மதிப்பிடுவதுபோல அது இருந்தது. ஆனால், அவரிடமிருந்து அப்படிப்பட்ட ஒரு பார்வையை

அவன் எதிர்பார்த்திருக்கவில்லை என்பதால், அவன் தன் பார்வையை அவரிடமிருந்து திருப்பிக் கொண்டான். அவன் தன் இருக்கையில் நெளிந்தான். இங்குப் பணத்தைவிட வேறு ஏதோ சுவாரசியமான விஷயம் இருக்கும்போலும் என்று டேவிட் நினைத்துக் கொண்டான்.

"எனக்கு உங்களைச் சந்திப்பதில் மிக்க மகிழ்ச்சி. நீங்கள் வருவீர்கள் என்பது எனக்குத் தெரியும்," என்று அந்த முதியவர் கூறினார். அது பிரகாசமானதாகவும் உண்மையானதாகவும் இருந்தது.

டேவிட் அந்த மனிதரின் பார்வைக்குள் கட்டுண்டு கிடந்தான். பூங்காவில் அவன் சந்தித்திருந்த அந்த அழகிய இளம்பெண்ணை இன்னும் காணவில்லை. அவன் ஏன் அங்கு வந்திருந்தான் என்பதை விளக்குவதற்கு அவன் பார்த்திருந்த ஒத்திகை இப்போது பயனற்றுப் போயிருந்தது.

இப்போது தன் இருக்கையில் சௌகரியமாகச் சாய்ந்து கொண்ட அந்த முதியவர், தான் சொன்ன வார்த்தைகளை மீண்டும் அவனிடம் கூறினார்: "ஆமாம். நீங்கள் வருவீர்கள் என்பதை நான் அறிவேன்."

"ஓ! மன்னிக்கவும்!" என்று கூறிய டேவிட், "நீங்கள் தவறாகப் புரிந்து கொண்டுள்ளீர்கள் என்று நான் நினைக்கிறேன். நான் . . . நான் வந்து . . . தன் காகிதங்களைத் தவறவிட்டிருந்த ஒரு நபருக்கு உதவிக் கொண்டிருக்கிறேன், அவ்வளவுதான் . . . நான் வந்து . . . நான் . . ." அவன் தன் வாக்கியத்தை முடிக்காமல் விட்டான். அடுத்து என்ன சொல்வது என்று தெரியாமல் அவன் தடுமாறினான். அவன் இப்போது ஒரு பைத்தியக்காரனைப்போலப் பேசிக் கொண்டிருந்ததை அவன் உணர்ந்தான்.

"இளைஞரே! அனைத்தும் ஏதோ ஒரு காரியத்திற்காகத்தான் நிகழ்கின்றன. நீங்கள் என்னுடைய அழைப்பைக் கண்டுபிடித்து, இன்று இங்கு வந்து சேர்ந்திருப்பது குறித்து நான் மிகவும் மகிழ்ச்சி அடைகிறேன். அது உங்களுக்கான அழைப்புதான்."

"அழைப்பா? எனக்கா? இல்லை, இல்லை! அதை

நான் தற்செயலாகக் கண்டுபிடித்தேன். ஒன்பது தவறுகள் என்ற செய்தி என் ஆர்வத்தைத் தூண்டியது. அது என்ன தெரிந்து கொள்வதற்காகவே நான் இங்கு வந்தேன்.”

“அதை உங்களால் இப்போது புரிந்து கொள்ள முடியாது. அதற்குள் போக நீங்கள் அவசரப்பட வேண்டாம். அதற்குக் காலம் இருக்கிறது.”

காபி பரிமாறுபவர் அங்கு வந்தார். அந்த முதியவர் அவருடைய கைகளை இதமாகப் பிடித்துக் கொண்டு அவரை நோக்கிப் புன்னகைத்தார். அவர்கள் இருவரும் நெருங்கிய நண்பர்கள் என்பது வெளிப்படையாகத் தெரிந்தது.

அந்தப் பரிமாறுபவர் அந்த முதியவரிடம், “வழக்கம்போலத்தானே?” என்று கேட்டுவிட்டு அவருக்குக் காபியை ஊற்றினார். பிறகு பின்னால் திரும்பி, கவுன்டரில் இருந்த நபரை நோக்கித் தலையாட்டினார்.

“ஆமாம்,” என்று அந்த முதியவர் அந்தப் பரிமாறுபவரிடம் கூறிவிட்டு, தன் பக்கத்தில் வைத்திருந்த பையைக் குடைந்து கொண்டே டேவிட்டின் பக்கம் திரும்பி, “நீங்கள் என்ன சாப்பிடுகிறீர்கள்?” என்று கேட்டார்.

மெனுவைப் பார்த்து இரசித்த வண்ணம், “எனக்கு கான்டினென்டல் ஆர்டர் செய்யுங்கள்,” என்று டேவிட் கூறினான்.

பின் டேவிட் நிமிர்ந்து அந்த முதியவரைப் பார்த்தான். அவன் வந்திருந்தது குறித்துத் தான் வியப்படைந்ததுபோலக் காட்டிக் கொள்ளாமல் அவர் இயல்பாக இருந்தார். அவனுடைய வருகையை அவர் எதிர்பார்த்திருந்ததைப்போல அவர் நடந்து கொண்டார். குறைந்தபட்சம், அவன் ஒரு நல்ல காலை உணவை உண்டிருப்பான். தான் அந்த வெற்றியாளரைச் சந்தித்திருந்ததாகப் பிறரிடம் சொல்லிக் கொள்ள அவனுக்கு ஒரு வாய்ப்புக் கிட்டியிருக்கும். அப்படிக் கூறும் பட்சத்தில் அவனுடைய குடும்பத்தார், அந்தச் சந்திப்பைப் பற்றி விலாவாரியாகத் தெரிந்து கொள்ள விரும்புவர். அதை எப்படி விவரிப்பது என்று அவன்

தன் மனத்திற்குள் யோசித்துக் கொண்டிருந்தான். அதற்கு இந்த எதிர்பாராத சந்திப்பிலிருந்து தான் இன்னும் அதிகமானவற்றைப் பெற வேண்டும் என்ற முடிவுக்கு அவன் வந்தான். அவன் சிக்கிக் கொண்டிருந்த வாழ்க்கையிலிருந்து விடுதலை பெறுவதற்கான வழி அவனுக்குத் தெரிந்தாக வேண்டியிருந்தது. அவனுக்குத் தான் செல்ல வேண்டிய திசை தெரிந்தாக வேண்டியிருந்தது. அது எந்தத் திசையாக இருந்தாலும் பரவாயில்லை. இப்போது அவன் மேல் விழுந்து கிடந்த பாரம் அவனிடமிருந்து அப்புறப்படுத்தப்பட்டாக வேண்டும்.

அந்த முதியவர், தோலால் ஆன ஒரு சிறிய புத்தகத்தை எடுத்தார். பார்த்தவுடனேயே அது மிகவும் பழையது என்பது தெரிந்தது. அது அநியாயத்திற்குப் பழமையானதாக இருந்தது. அது நூறு ஆண்டுகள் பழமையானது என்று யாராவது சொல்லியிருந்தால் அவன் வியப்படைந்திருக்க மாட்டான்.

அந்த முதியவர் அந்தப் புத்தகத்தை அன்போடு தடவிக் கொடுத்துவிட்டு, தன் மார்போடு அணைத்துக் கொண்டார். அது ஏதோ அவருடைய பேரக்குழந்தை என்பதுபோல அதை வாஞ்சையுடன் நோக்கினார். பின் அவர் தன் மூக்குக்கண்ணாடியை எடுத்து அணிந்து கொண்டு, அந்தப் புத்தகத்தின் முதல் பக்கத்தைப் புரட்டினார்.

“என்னை மன்னித்துக் கொள்ளுங்கள். இதைப் பகிர்ந்து கொள்கின்ற வாய்ப்புக் கிடைக்கின்ற ஒவ்வொரு முறையும் நான் இப்படித்தான் பரவசமடைந்துவிடுகிறேன். இது எனக்கு மிகவும் பிரியமான ஒன்று. இதை நான் சொல்வதற்கு முன்பு, நீங்கள் உங்களைப் பற்றிக் கூறுங்கள்.”

அந்நியர்களிடம் எடுத்த எடுப்பில் சகஜமாகப் பழகுகின்ற இயல்பு கொண்டவன் அல்லன் டேவிட். அவன் பொதுவாக, தன்னுடைய பதவி, தான் வேலை பார்த்துக் கொண்டிருந்த நிறுவனம் ஆகியவற்றைப் பற்றிப் பேசுவதிலிருந்து தொடங்குவான். சில நேரங்களில், தான் படித்தக் கல்லூரியைப் பற்றி அவன்

குறிப்பிடுவான். ஆனால், இந்த முதியவரின் முன்னால் அமர்ந்திருந்தபோது, அவை எல்லாம் ஏனோ அவனுக்கு அற்பமாகப் பட்டன. அதனால், அவன் வித்தியாசமான ஓரிடத்திலிருந்து தொடங்கினான். அவன் தான் பிறந்த இடத்தைப் பற்றியும், தான் வளர்ந்த விதத்தைப் பற்றியும், தன் உடன் பிறந்தோரைப் பற்றியும், தன் பெற்றோரைப் பற்றியும், தன் கனவுகளைப் பற்றியும், தன் நம்பிக்கைகளைப் பற்றியும் அவரிடம் கூறினான். அந்த முதியவர் அவனுடைய பேச்சை உன்னிப்பாகக் கேட்டுக் கொண்டிருந்தார். மேலும் தெரிந்து கொள்வதற்காக, பொருத்தமான இடங்களில் அவர் அவனிடம் கேள்விகள் கேட்டார்.

ஒரு கட்டத்தில் அவர் ஏதோ ஒன்றை உணர்ந்தவர்போல அவனிடம் இவ்வாறு கேட்டார்: "நான் உங்களிடம் ஒன்று கேட்க வேண்டும். நீங்கள் எது குறித்து இந்த அளவுக்குப் பயப்படுகிறீர்கள்?"

ஒரு குத்துச் சண்டைப் போட்டியில் எதிராளியைத் தரையில் சாய்ப்பதற்கு விடப்பட்டக் குத்தைத் தான் வாங்கியதுபோல இருந்தது டேவிட்டுக்கு. அவனுக்குத் தொண்டை அடைத்தது. அவன் பேச முயற்சித்தபோது, அவனுக்கு வார்த்தைகளே வரவில்லை. சிறிது நீர் அருந்திவிட்டு அவன் தன்னை ஒருவாறு தேற்றிக் கொண்டான். அவன் நேர்மையாக இருக்க மிகவும் முயன்றான். அதே நேரத்தில், விஷயங்கள் தனக்குச் சாதகமாக அமையவும் அவன் ஆசைப்பட்டான். அதனால், அந்த முதியவரின் நன்மதிப்பைப் பெற அவன் வெகுவாக முயன்றான். அதே நேரத்தில், அவன் உள்ளுக்குள் குமைந்து கொண்டிருந்தான். தன் வாழ்க்கையில் உண்மையில் நிகழ்ந்து கொண்டிருந்த விஷயங்களை அவரிடம் பகிர்ந்து கொள்ள அவன் விரும்பவில்லை.

நிமிடங்கள் உருண்டோடிக் கொண்டு இருந்ததைப்போல இருந்தது. ஆனால், அந்த முதியவர் எதுவும் பேசவில்லை. அவர்களுக்கு இடையே இப்போது முகிழ்த்திருந்த மௌனம் அவரைச் சற்றும் சட்டை செய்யவில்லை. டேவிட் சரியான

வார்த்தைகளைத் தேடிக் கொண்டிருந்தான் என்பதை அவர் உணர்ந்திருந்ததைப்போல இருந்தது அது.

இறுதியில் டேவிட் தன் வறட்டுப் பிடிவாதத்தைக் கைவிட முடிவு செய்தான். ஆனால், அதற்குள், நடுவர் அவன் தோற்றுவிட்டதாக அறிவித்து அவனை ஆட்டத்திலிருந்து வெளியேற்றிவிட்டிருந்ததைப்போல அவன் உணர்ந்தான். தன் கதையை அவரிடம் பகிர்ந்து கொள்ள அவன் முடிவு செய்தான். தொடக்கத்தில் அது அவனுக்குக் கடினமாக இருந்தது. ஆனால், அதற்குப் பிறகு அவன் மடை திறந்த வெள்ளமாக தன் மனத்திலிருந்த ஆழமான எண்ணங்களை அப்படியே கொட்டிவிட்டான். அவனுடைய அம்மாவின் உடல்நலப் பிரச்சனைகள், அவனைக் குறித்து அவனுடைய குடும்பத்தாரின் எதிர்பார்ப்பு, நியாயமற்ற விதத்தில் நடந்து கொண்ட அவனுடைய மேலாளர், அவர் விடுத்த எச்சரிக்கை, அதிகரித்துக் கொண்டிருந்த கடன் சுமை, பிறருடைய எதிர்பார்ப்புகளைப் பூர்த்தி செய்ய வேண்டும் என்று தனக்குத் தானே உருவாக்கியிருந்த மன அழுத்தம் போன்ற அனைத்தும் வெளிவந்துவிட்டன.

தன மனத்திலிருந்து அவற்றை வெளியே கொட்டிய பிறகு அவன் இலகுவாக உணர்ந்தான். நல்லதற்கோ, கெட்டதற்கோ, அவன் தொடர்ந்து பேசிக் கொண்டிருந்தான்.

அந்த முதியவர் அவன் கூறியவற்றை உன்னிப்பாகக் கேட்டுக் கொண்டிருந்தார். அவர் ஒரு சில கேள்விகளைக் கேட்டார். அவன் கூறிய எதுவும் அவரை ஆச்சரியப்படுத்தவில்லை. பின் அவர் அவனிடம், “நீங்கள் எங்கே இருக்கிறீர்கள் என்பது எனக்குப் புரிகிறது. நீங்கள் நடந்து கொண்டிருக்கின்ற அப்பாதையில் நானும் பயணப்பட்டிருக்கிறேன்,” என்று கூறினார். அவர் தன் தலையை ஆட்டியவாறு அவனிடம் பேசினார். அவருடைய கண்கள் ஒரு கணம் அவனைவிட்டு விலகி வேறு எங்கோ பார்த்தன. “சரி, மேலே சொல்லுங்கள்,” என்று அவர் அவனை ஊக்குவித்தார். டேவிட் தன் கதையைக் கூறினான்.

தன் கதையைக் கூறிக் கொண்டிருந்த சுவாரசியத்தில்,

தான் சாப்பிட்டு முடித்திருந்ததையும், பரிமாறுபவர் தாங்கள் சாப்பிட்டிருந்த தட்டுகளை எடுத்துச் சென்றுவிட்டிருந்ததையும், அந்த முதியவர் பில்லுக்கான பணத்தைக் கொடுத்துவிட்டிருந்ததையும் அவன் தாமதமாகத்தான் கவனித்தான். வருங்காலம் குறித்துத் தான் கொண்டிருந்த நம்பிக்கைகளையும் அவரிடம் அவன் பகிர்ந்து கொண்டான். அவனுடைய தனிப்பட்ட வாழ்க்கையும் தொழில் வாழ்க்கையும் வருங்காலத்தில் எங்கே இருக்க வேண்டும் என்பது குறித்து அவனிடம் தெளிவு இருந்தபோதிலும், அவரிடம் பேசப் பேச, தெள்ளத் தெளிவாக அது எப்படி மலர வேண்டும் என்பது முக்கியமற்றது என்பது அவனுக்குப் புரிந்துவிட்டது. அவன் உண்மையில் விரும்பியதெல்லாம், வருங்காலம் தன் கட்டுப்பாட்டில் இருக்க வேண்டும், தான் தன் நோக்கத்தை அடைய வேண்டும், தன் வாழ்க்கையின் மூலம் உலகில் ஒரு வித்தியாசத்தை ஏற்படுத்த வேண்டும் ஆகியவற்றை மட்டும்தான்.

அந்த முதியவர் தன் இருக்கையில் பின்னால் சாய்ந்து அமர்ந்தார். ஆழமாக ஒரு முறை சுவாசித்துவிட்டு, அந்த மொத்தச் சிற்றுண்டியகமே பிரகாசம் அடைவதுபோல அவர் புன்னகைத்தார். அவருடைய கண்களை ஒட்டியிருந்த தோல் இலேசாகச் சுருங்கியது. பின் அவர் அவனிடம், "நீங்கள் தயாராகவிட்டதாக நீங்கள் உணர்கிறீர்களா?" என்று கேட்டார்.

"ஆமாம். ஒருவேளை எனக்கு ஒரு குறிப்பேடு தேவைப்படலாம்."

"நான் அந்த அர்த்தத்தில் கேட்கவில்லை. தொடக்கம் என்பது ஒருவரிடம் பதில்களைவிடக் கேள்விகள் அதிகமாக இருக்கின்ற நிலை. தயார் நிலை என்பது, ஒருவருடைய கவனச்சிதறல்களைவிட விருப்பம் வலுவாக இருக்கின்ற நிலை."

டேவிட் புன்னகைத்தவாறே பதிலளித்தான்: "நீங்கள் சொல்வது அனைத்தும் உண்மையா என்பது எனக்குத் தெரியாது. ஆனால், நான் இப்போது முழுக் கவனக்குவிப்புடன் இருக்கிறேன்."

இன்னும் தீவிரமான குரலில் அந்த முதியவர்

தொடர்ந்தார்: "இந்தப் பாடங்களைக் கற்றுக் கொள்வதற்கான சரியான மனநிலையில் நீங்கள் இருக்கிறீர்கள் என்று நான் நம்புகிறேன். நீங்கள் இந்தச் செயல்முறைக்கு உங்களை உண்மையிலேயே அர்ப்பணித்துக் கொண்டால், அது உங்களுடைய சிந்தனை முறையையும் உங்களுடைய வாழ்க்கையையும் பரிபூரணமாக மாற்றிவிடும். நீங்கள் என்ன சொல்கிறீர்கள்?"

அதற்கு என்ன பதில் சொல்வதென்று டேவிட்டுக்குத் தெரியவில்லை. இது எங்கே சென்று கொண்டிருந்தது என்பதை அவனால் புரிந்து கொள்ள முடியவில்லை. தான் இங்கு என்ன செய்து கொண்டிருந்தோம், தன்னுடைய தனிப்பட்ட வாழ்க்கையைப் பற்றித் தான் ஏன் இவரிடம் பகிர்ந்து கொண்டோம் என்று அவன் யோசிக்கத் தொடங்கினான்.

"நான் கேட்டதற்குச் 'சரி' என்று கூறுங்கள் அல்லது 'முடியாது' என்று கூறுங்கள். ஆனால், நீங்கள் 'சரி' என்று கூற வேண்டும் என்று நான் விரும்புகிறேன்."

"நான் எதற்கு ஒப்புக் கொள்கிறேன்?" என்று டேவிட் கேட்டான்.

"ஒன்பது தவறுகளைக் கற்றுக் கொள்வதற்கு," என்று அந்த முதியவர் திகைப்புடன் பதிலளித்தார். அவருடைய குரலில் ஒரு இலேசான இடித்துரைக்கின்ற தொனி இழையோடியது. டேவிட்டுக்கு மறை கழன்றுவிட்டதோ என்று அவர் நினைத்தாற்போல இருந்தது. "உங்களுக்கு வேண்டும் என்று நீங்கள் கூறியவற்றை நீங்கள் பெற விரும்பினால், நீங்கள் இந்த ஒன்பது தவறுகளைப் பற்றிக் கற்றுக் கொள்ள வேண்டும். உங்களுடைய தற்போதைய சூழலிலிருந்து நீங்கள் கரையேற விரும்பினால், உங்களுக்கு வேறு வழி இருப்பதாக எனக்குத் தெரியவில்லை," என்று அந்த முதியவர் கூறினார்.

"நான் உங்களுடன் செலவழித்த இந்த நேரத்தை மிகவும் இரசித்து அனுபவித்துள்ளேன். என் பிரச்சனைகளைப் பற்றி நான் புலம்பியதையும், என் நம்பிக்கைகளைப் பற்றி நான் எடுத்துரைத்ததையும் நீங்கள் பொறுமையாகக் கேட்டதற்கு நான் உங்களுக்கு

நன்றி கூறக் கடமைப்பட்டுள்ளேன். ஆனால், இங்கு நீங்கள் என்னை எதிர்பார்த்திருந்ததாகக் கூறியது மட்டும் எனக்குக் குழப்பத்தை ஏற்படுத்தியுள்ளது. இது ஒரு கனவோ என்றுதான் எனக்குத் தோன்றுகிறது. அந்த ஒன்பது தவறுகளைப் பற்றி அறிந்து கொள்ள நான் ஆர்வமாக இருக்கிறேன் என்பது உண்மைதான். இன்னும் சொல்லப் போனால், அவற்றை நான் தெரிந்து கொண்டே ஆக வேண்டும் என்று எனக்குத் தோன்றுகிறது. அவை என்ன?”

அதைக் கேட்டு அந்த முதியவர் சிரித்தார். அது ஒரு சாதாரணமான சிரிப்பல்ல. அவர் அடிவயிற்றிலிருந்து சிரித்தார். அது அந்தச் சிற்றுண்டியகம் நெடுகிலும் எதிரொலித்தது. அவருடைய சிரிப்பு இதமானதாகவும், உண்மையானதாகவும், பிறரைத் தொற்றிக் கொள்ளக்கூடியதாகவும் இருந்தது. என்ன நடந்து கொண்டிருந்தது என்று டேவிட் சுதாரித்துக் கொள்வதற்குள், அவரும் தன்னுடன் சேர்ந்து சிரித்துக் கொண்டிருந்ததை அவன் உணர்ந்தான். அது அவனுக்கு நல்லவிதமான ஓர் உணர்வைக் கொடுத்தது.

ஒருவழியாகத் தன்னைக் கட்டுப்படுத்திக் கொண்ட டேவிட், அவரிடம், “ஆமாம், நாம் எதற்காகச் சிரித்துக் கொண்டிருக்கிறோம்?” என்று கேட்டான்.

“அவற்றை நான் உங்களிடம் அப்படியே கொடுத்துவிட முடியும் என்று நீங்கள் நினைக்கிறீர்களா? சற்று யோசித்தால், அது முடியும் என்றுதான் தோன்றுகிறது.” அந்த முதியவர் தன் கையிலிருந்த அந்தப் புத்தகத்தை ஒரு முறை வாஞ்சையுடன் தடவிக் கொடுத்தார். “ஆனால், அதில் சக்தி இருக்காது. அது வேலை செய்யுமா என்பதுகூட எனக்குத் தெரியாது.” பின் அவருடைய பார்வை அந்தப் புத்தகத்தின்மீது படிந்தது. சிறிது நேரம் அவருடைய சிந்தனை எங்கோ தொலைதூரத்திற்குச் சென்றதுபோலத் தோன்றியது. “இது வேடிக்கையாக இருக்கிறது. நூற்றுக்கணக்கான ஆண்டுகளாக மக்கள் இந்தப் புத்தகத்தைத் திருடுவதற்கு முயன்று கொண்டிருந்தனர். இந்தப் புத்தகத்தை வைத்திருப்பதே தங்களுக்கு

சக்தியளிக்கும் என்று அவர்கள் நினைத்திருக்கலாம். அல்லது, இரகசியங்கள் இந்தப் புத்தகத்திலுள்ள வார்த்தைகளில் ஒளிந்திருக்கக்கூடும் என்று அவர்கள் நினைத்திருக்கலாம். ஆனால், அது உண்மையல்ல. இன்றும் மக்கள் எதையாவது படைப்பதைவிடப் பிறரை விமர்சிப்பதில்தான் தங்களுடைய ஆற்றலைச் செலவழித்துக் கொண்டிருக்கின்றனர். எங்கெல்லாம் நேர்மறை ஆற்றல் இருக்கிறதோ, அங்கெல்லாம், விஷயங்கள் சாத்தியமில்லை என்று கூறுபவர்களும், பிறருடைய கனவுகளின் குரல்வளையை நெரிப்பவர்களும் இருக்கத்தான் செய்வார்கள். அதனால், ஒவ்வொரு தலைமுறையும், இந்த ஞானத்தையும் நம்முடைய இதயத்திற்குள் இருக்கின்ற கனவுகளையும் பாதுகாப்பாக வைத்திருப்பதற்கு ஒரு வழியைக் கண்டுபிடித்தாக வேண்டும்."

பரிமாறுபவர் மீண்டும் அவர்கள் அருகே வந்தார். அவர் அர்த்தமுள்ள ஓர் அரைப் புன்னகையைத் தன் முகத்தில் படரவிட்டவாறு, கடைசி முறையாக அந்த முதியவரின் காபி கோப்பையில் காபியை ஊற்றத் தொடங்கினார். அந்த முதியவர் தன் கோப்பையைப் பார்த்தார். அது கிட்டத்தட்ட நிரம்பி வழிந்து கொண்டிருந்தது.

"இந்தக் கோப்பை எப்படி நிறைந்திருக்கிறதோ அதைப்போலத்தான் நீங்களும் இருக்கிறீர்கள். இந்தப் பாடங்களைக் கற்றுக் கொள்வதற்கு உங்கள் கோப்பையில் இடம் இருக்க வேண்டும்," என்று கூறிய அந்த முதியவர், தன் கோப்பையிலிருந்து சிறிது காபியைக் குடித்தார். "அப்போதுதான் உங்களால் நான் கூறுவதை உள்வாங்கிக் கொள்ள முடியும்."

டேவிட் தன் மனத்தில் இருந்ததையெல்லாம் அவரிடம் கொட்டிக் கொண்டிருந்தபோது, அவர் அதிகமாகப் பேசாமல் இருந்தார். இப்போது அவர் பேசத் தயாராக இருந்ததைப்போலத் தோன்றியது. "அறிவு பெரும் ஓசையுடன் வரும். ஆனால், ஞானம் மௌனத்தின் மூலமாகத்தான் பேசும். பழையன ஒதுங்கி வழிவிட்டால்தான் புதியன அங்குப் புக முடியும்.

தேவையற்றவற்றை நீங்கள் களையவில்லை என்றால், அர்த்தமுள்ளவற்றுக்கு அங்கு இடமிருக்காது."

தனக்குத் தானே பேசிக் கொள்வதுபோல அவர் ஓர் ஆழ்ந்த யோசனையுடன் தன் தலையை ஆட்டினார். "கற்றுக் கொள்வதற்கு நீங்கள் உங்களை அர்ப்பணித்துக் கொள்ளத் தயாராக இருந்தால், நாங்கள் உங்களுக்கு அவற்றைக் கற்றுத் தருகிறோம்."

"நாங்களா?"

"ஆமாம். அவற்றைக் கற்றுக் கொடுப்பதற்கு ஏற்ற நபர் நான் அல்லன்."

"எப்போது நாம் தொடங்கலாம்?" என்று டேவிட் கேட்டான். அதே நேரத்தில், அவனுடைய உட்குரல், 'உனக்குப் பைத்தியம் பிடித்திருக்கிறதா? நீ என்ன செய்து கொண்டிருக்கிறாய் என்பதை நீ அறிந்திருக்கிறாயா? இதை நீ மற்றவர்களுக்கு எப்படிப் புரிய வைக்கப் போகிறாய்?' என்று கேட்டது.

"பெரும்பாலான நேரங்களில், நம்முடைய வெளிமனம் புரிந்து கொள்வதற்கு முன்பாகவே நாம் ஒரு பாதையில் அடியெடுத்து வைத்திருப்போம். நாம் ஏற்கனவே தொடங்கிவிட்டோம்," என்று கூறிய அந்த முதியவர், தன் கோட்டை அணிந்தவாறு அங்கிருந்து நகரத் தொடங்கினார்.

அவரைப் பின்தொடர்ந்து சென்ற டேவிட், "ஒரு நிமிடம் நில்லுங்கள்! உங்களிடம் என் தொலைபேசி எண்கூட இல்லையே?" என்று அவரிடம் கேட்டான்.

"நீங்கள் எடுத்து வைக்கவிருக்கின்ற பயணம் குறித்து உங்களுக்கு எந்த யோசனையும் இல்லை. இப்போது இது தொடங்கிவிட்டதால், இதைக் கிட்டத்தட்ட எதுவொன்றாலும் தடுக்க முடியாது. இன்னும் சொல்லப் போனால், ஆசான்கள் சரியான நேரத்தில், அசாதாரணமான, முற்றிலும் எதிர்பார்க்கப்பட்டிராத இடங்களில்தான் தோன்றுவர். விரைவில் அவர்களில் ஒருவரை நீங்கள் சந்திப்பீர்கள்."

அதைச் சொல்லி முடித்தவுடன் அந்த முதியவர் அங்கிருந்து வேகமாகப் போய்விட்டார். டேவிட் திகைப்புடன் வாசலுக்கு அருகில் நின்று

கொண்டிருந்தான். அவன் தன் கோட்டை அணிந்து கொண்டு அத்தெருவைப் பார்த்தபோது, அந்த முதியவரை அவனால் எங்குமே பார்க்க முடியவில்லை.

அவனுடைய கையில் ஒரு பழைய காகிதம் இருந்தது. டேவிட்டின் கையில் எப்படியோ அந்த முதியவர் அந்தக் காகிதத்தைத் திணித்திருக்க வேண்டும். அதைப் படித்துப் பார்த்துவிட்டு, அவன் கவனமாக அதைத் தன் பையில் வைத்துக் கொண்டான்.

தொடக்கம்

தொடக்கம் என்பது ஒருவரிடம் பதில்களைவிடக் கேள்விகள் அதிகமாக இருக்கின்ற நிலை.

தயார் நிலை என்பது ஒருவருடைய கவனச்சிதறல்களைவிட விருப்பம் வலுவாக இருக்கின்ற நிலை.

அறிவு பெரும் ஓசையுடன் வரும், ஆனால் ஞானம் மௌனத்தின் மூலமாகத்தான் பேசும்.

பழையன ஒதுங்கி வழிவிட்டால்தான் புதியன அங்குப் புக முடியும்.

தேவையற்றவற்றை நீங்கள் களையவில்லை என்றால், அர்த்தமுள்ளவற்றுக்கு அங்கு இடமிருக்காது.

பெரும்பாலான நேரங்களில், நம்முடைய வெளிமனம் புரிந்து கொள்வதற்கு முன்பாகவே நாம் ஒரு பாதையில் அடியெடுத்து வைத்திருப்போம்.

ஆரியா

⌘⌘⌘

அமெரிக்கக் காலனிகள், 1771

அவளுடைய உடலின் ஒவ்வொரு தசையும் எதிர்பார்ப்பின் காரணமாக முறுக்கேறியிருந்தது. அவளுடைய நெற்றியில் துளிர்த்த வியர்வை அவளுடைய முகத்தின் ஓரமாக மெதுவாக வழிந்தோடியது. அந்த இடத்திலிருந்த காற்று எதிர்பார்ப்பினால் மின்னேற்றம் பெற்றிருந்தது. தன்னுடைய மாமா ரேமன்டின் நூலகத்தில் ஒரு மர ஏணியில் நின்று கொண்டிருந்த ஆரியா, ஒரு கையில் அந்த ஏணியையும் மறு கையில் ஒரு பெரிய மெழுகுவர்த்தியையும் பிடித்திருந்தாள். சற்றுத் தொலைவில் கேட்டக் குதிரைக் குளம்பொலிகள் அந்த வீட்டின் வாசலில் வந்து நின்றன. அதிக நேரம் இல்லை.

இங்கேதான் இருக்கும் என்று அவளுடைய மாமா கூறியிருந்தார். ஆனால், அது அவளால் எட்ட முடியாத தூரத்தில் இருந்தது.

அவள் சில புத்தகங்களை நகர்த்தி வைத்துவிட்டு, கையிலிருந்த மெழுகுவர்த்தியை அங்கு வைத்தாள். பின் தன் பாவாடையை இலேசாக உயர்த்திப் பிடித்தப்படி, ஏணியில் அடுத்தப் படிக்கு ஏறினாள். கீழே விழுந்துவிடாதிருக்க, அந்த அலமாரியின் முனையை ஒரு கையால் பிடித்தவாறு, மறு கையால் அங்கிருந்த ஒரு கருப்புப் பெட்டியை எடுக்க அவள் தன் கையை

நீட்டினாள். இலேசாக ஆடிய ஏணியைச் சரி செய்து கொண்டு அவள் ஆழமாக மூச்சிழுத்தாள். பின் அவள் தன் காதைத் தீட்டிக் கொண்டு கவனித்தாள்.

அந்தப் பெட்டி ஒருவழியாக அவளுடைய பிடிக்குள் மாட்டிக் கொண்டது. அதை எடுத்துத் தன் கக்கத்தில் இடுக்கிக் கொண்டு, ஒரு கையில் மெழுகுவர்த்தியையும், மறு கையில் ஏணியையும் பிடித்தவாறு அவள் மெதுவாகக் கீழே இறங்கி வந்தாள். அன்று இரவுக்கு மேல் அவளுடைய மாமா தாக்குப்பிடிக்க மாட்டார் என்பதை அவள் அறிந்திருந்தாள். தன் கதி என்னவாகப் போகிறதோ என்று அவள் யோசித்தாள்.

அவள் அந்தக் கருப்புப் பெட்டியை இலேசாகத் திறந்து பார்த்தாள். அதற்குள் பழுப்பு நிறத்தில் சில காகிதங்கள் இருந்தன. அந்தப் புத்தகம் இப்போது அவளுடைய வாழ்க்கையோடு விளையாடிக் கொண்டிருந்தது. அது அவளுடைய அமைதியான வாழ்க்கையிலிருந்து அவளை விலக்கி, மடத்தனமானதாகத் தோன்றிய ஒரு சாகசத்திற்குள் வாரிச் சுருட்டி ஒரு பெரும் ஆபத்திற்குள் அவளைத் தள்ளியிருந்தது.

கடமையுணர்வு அவளை முழுமையாக ஆட்கொண்டிருந்தது. அந்தப் புத்தகம் தவறான கைகளில் விழுந்துவிட்டால் அவளால் தன்னை மன்னிக்கவே முடியாது. அதைத் தேடிச் சில மனிதர்கள் வருவார்கள் என்று அவளுடைய மாமா அவளை எச்சரித்திருந்தார். அது ஏதோ ஒரு மாயாஜாலமான பொருள் என்பது போலவும், அந்தப் புத்தகம் தங்களுக்குக் கிடைத்துவிட்டால் தங்களுக்கு மாபெரும் சக்தி கிடைத்துவிடும் என்பது போலவும் நினைத்துக் கொண்டிருந்த முதல் நபர்கள் அல்லர் அவர்கள். அவர்கள் எண்ணம் எந்த அளவுக்குத் தவறானது என்பதை நினைத்தபோது, அச்சூழலையும் மீறி அவளுடைய உதடுகளில் ஒரு புன்னகை படர்ந்தது. ஆனாலும், அந்தப் புத்தகத்தில் இடம்பெற்றிருந்த ஞானத்தைத் தீய செயல்களுக்குப் பயன்படுத்திக் கொள்ள முடியும். அப்புத்தகத்தை சுவீகாரமாகப் பெறுவதற்குப் பதிலாக அதைத் திருடுபவர்களால் அதைக் கண்டிப்பாகத் தீய

காரியங்களுக்குப் பயன்படுத்த முடியும். அவளுடைய மாமா அவளைத் தத்தெடுத்துக் கொள்வதற்கு வெகு காலத்திற்கு முன்பே அந்தப் புத்தகத்தைப் பற்றிய விஷயத்தை இரகசியமாக வைத்திருந்தார். அவர் தன் இறுதி மூச்சை விடுகின்றவரை, அவருக்காகத் தன் கடமையை ஆற்ற அவள் ஆர்வமாக இருந்தாள். அதற்குப் பின்னாலிருந்த காரணம் உட்படப் பல புதிர்கள் அவளுக்குப் புரிபடாமல் இருந்தபோதிலும், தனக்கு இடப்பட்டிருந்த கட்டளையை நிறைவேற்றுவதில் அவள் குறியாக இருந்தாள்.

அவள் அந்த நூலகத்திலிருந்து வெளியே வந்தபோது, அவளுடைய இதயம் படபடவெனத் துடித்துக் கொண்டிருந்தது. இப்போது அவர்கள் அவளைப் பிடித்தால் எல்லாம் முடிந்துவிடும்.

அவளுடைய மாமாவின் வார்த்தைகள் அவளை முடுக்கிவிட்டுக் கொண்டிருந்தன. தன்னிடம் ஒப்படைக்கப்பட்டிருந்த காரியம் எந்த அளவு முக்கியத்துவம் வாய்ந்தது என்பதை அவள் அறிந்திருந்தாள்.

அவள் திடீரென்று தன் நடையை நிறுத்தினாள். ஏதோ ஒன்று அவளுடைய கவனத்தை ஈர்த்திருந்தது. அவள் தன் கையில் வைத்திருந்த மெழுகுவர்த்தியை ஊதி அணைத்தாள். காற்றில் சன்னல் கதவுகள் ஆடிக் கொண்டிருந்த சத்தம் அவளுக்குக் கேட்டது. குரல்கள் எதுவும் கேட்கவில்லை. அந்த அமைதி சந்தேகத்திற்கு இடமானதாக இருந்தது.

அவர்கள் வீட்டுக்குள் நுழைந்துவிட்டார்களா?

ஒரு மானைப்போல அவள் மென்மையாகவும் அமைதியாகவும் நூலகத்தை அடுத்திருந்த கூடத்தைக் கடந்து சென்று வீட்டின் பின்பகுதியை நோக்கிச் சென்றாள். சன்னல்களின் வழியாக நிலா வெளிச்சம் வீட்டுக்குள் விழுந்து கொண்டிருந்தது. கணப்படுப்பு அணைந்திருந்தபோதிலும் அதற்குள்ளிருந்து அவ்வப்போது தீப்பொறிகள் கிளம்பிக் கொண்டிருந்தன.

ஆமாம். அவர்கள் வீட்டுக்குள்தான் இருந்தார்கள். யாரோ அங்கு இருந்ததை அவள் உணர்ந்தாள். அல்லது

ஏதோ ஒன்றின் இருப்பை அவள் உணர்ந்தாள். அவள் அதுவரை அறிந்திருந்த அனைத்தையும்விடக் கனமான ஒன்றை அவள் உணர்ந்தாள்.

அப்போது ஏதோ கீழே விழுந்த சத்தமும், வலியில் துடித்த ஒரு குரலும் அவளுடைய சந்தேகத்தை உறுதிப்படுத்தின. அருகேயிருந்த இருண்ட அறை ஒன்றில் யாரோ தடுக்கி விழுந்திருந்தார்கள். நல்ல வேளையாக அவளுடைய மாமாவின் வீடு அந்தப் பகுதியிலேயே பெரியது. அவள் அந்தக் கூடத்தின் மறு கோடியிலிருந்த கதவைப் பார்த்தாள். பின் அந்தக் கணப்படுப்பைப் பார்த்தாள். அவளுடைய கண்களுக்கு எவரும் தென்படவில்லை.

ஆரியா ஆழமாக சுவாசித்துத் தன்னை ஆசுவாசப்படுத்திக் கொண்டு அந்தக் கூடத்தின் கதவை நோக்கினாள். அவளுடைய உணர்ச்சிகள் கூர்மை அடைந்திருந்தன. பல மாதங்களாக இல்லாத அளவுக்கு இப்போது அவள் அதிக ஆற்றலுடன் இருந்ததாக உணர்ந்தாள். அவள் கவனமாக அந்தக் கருப்புப் பெட்டியைத் திறந்து அதற்கு உள்ளே இருந்த காகிதங்கள் அனைத்தும் சரியாக இருந்தனவா என்று ஆய்வு செய்துவிட்டு அவற்றை மீண்டும் அந்தப் பெட்டிக்குள் பாதுகாப்பாக வைத்தாள்.

திடீரென்று தன் வயதைப் பற்றிய யோசனை அவளுக்குள் தோன்றியது. அவளுடைய பதினெட்டாவது பிறந்தநாள் விரைவில் வரவிருந்தது. அந்த நூற்றாண்டு முடிகின்றபோது தனக்கு எத்தனை வயதாகியிருக்கும் என்று கடந்த வாரம்தான் அவள் யோசித்துக் கொண்டிருந்தாள். 1800 எங்கோ வெகு தொலைவில் இருந்ததைப்போலத் தோன்றியது. ஆனால், இப்போது தன்னுடைய பிறந்தநாள்வரைகூடத் தன்னால் தாக்குப்பிடிக்க முடியுமா என்ற சந்தேகம் அவளுக்கு ஏற்பட்டது.

அவள் சன்னல் வழியாக எட்டிப் பார்த்தாள். மேலும் அதிகமான நபர்கள் வந்திருந்தனர்.

அவள் அது பற்றி யோசிப்பதை வலுக்கட்டாயமாக நிறுத்திவிட்டு, செய்யப்பட வேண்டியவற்றின்மீது

அவள் தன் கவனத்தைக் குவித்தாள். என்ன தீர்மானம் எடுப்பது என்று அவள் யோசித்தாள். யோசிப்பதற்கு இன்னும் அதிகமான நேரம் தனக்குக் கிடைத்திருந்தால் நன்றாக இருந்திருக்கும் என்று அவள் நினைத்துக் கொண்டாள். அவள் தோற்றுவிட்டால், அது அவளுடைய மாமாவுக்குத் தெரிய வேண்டியதில்லை. அவள் வெற்றி பெற்றுவிட்டாள் என்ற நினைப்போடு அவர் இறக்கலாம்.

இல்லை, இல்லை. என்ன செய்யப்பட வேண்டும் என்பதை அவள் அறிவாள். அதனால், அவள் தன் மனத்தில் தோன்றியிருந்த சந்தேகங்களைத் தூக்கி எறிந்துவிட்டு, தன் நோக்கத்தை நிறைவேற்றுவதில் கவனம் செலுத்தினாள்.

அவள் அந்தக் கணப்படுப்பின் அருகே தவழ்ந்து சென்றாள். அவள் ஒரு துணியை எடுத்துத் தன் இடது கையை மூன்று முறை சுற்றினாள். பின் அவள் அதைத் தன் கையோடு சேர்த்துக் கட்டினாள். அவள் அந்தக் கூடத்தைச் சுற்றிலும் ஒரு முறை தன் பார்வையை ஓடவிட்டாள். திடீரென்று அவளுடைய கண்களில் துளிர்த்த நீர் அவளுடைய பார்வையை மறைத்தது. அவளுடைய வாழ்க்கையில் நிகழ்ந்திருந்த கொண்டாட்டமான பல நிகழ்வுகள் இந்த அறையில்தான் நிகழ்ந்திருந்தன. அவளால் தன் கண்ணீரைத் துடைத்துக் கொள்ள முடிந்தாலும், அது கிளப்பிவிட்டிருந்த உணர்ச்சிகளைத் தணித்துக் கொள்ள முடியவில்லை. கடந்தகாலத்தையும் வருங்காலத்தையும் பிணைத்திருந்த கோடு அவளைச் சீண்டியதுபோல இருந்தது. இப்போது அவள் தெரிந்த ஒன்றின் பாதுகாப்பை உதறிவிட்டு, தெரியாத ஒன்றுக்குள் அடியெடுத்து வைக்கவிருந்தாள்.

அவள் அந்தக் கணப்படுப்பின் அருகேயிருந்த ஒரு துடைப்பத்தை எடுத்து, அதை அந்தக் கணப்படுப்பின் உள்ளே நீட்டினாள். உடனே நெருப்பு அதை ஆக்ரோஷமாகப் பற்றிக் கொண்டது. உடனே ஆரியா அதை எடுத்து அந்தக் கூடத்தின் திரைச்சீலைகளைப் பற்ற வைத்தாள். பின் அடுத்த அறைக்குள் ஓடிச் சென்று அந்தத் துடைப்பத்தை அவளுடைய மாமாவிற்கு மிகவும்

பிடித்தமாக இருந்த நாற்காலியின்மீது எறிந்தாள். முன்பு, அந்த நாற்காலியில் அவள் தன் மாமாவின் மடிமீது அமர்ந்து கொண்டு அவரிடமிருந்து தூர தேசக் கதைகள் பலவற்றைக் கேட்டிருந்தாள். அவர் அக்கதைகளைத் தன்னுடைய விருந்தாளிகளுக்கு ஆர்வத்துடனும் சுவாரசியத்துடனும் விவரிப்பார். அதைக் கேட்பதற்காக அந்த வீட்டிலிருந்த வேலைக்காரர்கள்கூட அந்த அறையைச் சுற்றி வளைய வந்து கொண்டிருப்பர்.

நல்லவேளையாக அவள் இப்போது செய்து கொண்டிருந்த காரியத்தைப் பார்ப்பதற்கு அந்த வேலைக்காரர்கள் அங்கு இல்லை. அவர்களால் அவளுடைய செயலைப் புரிந்து கொண்டிருக்க முடியாது.

இப்போது நெருப்பு கொழுந்துவிட்டு எரியத் தொடங்கியது. வெளியேயிருந்து கத்தல் சத்தம் கேட்டது. ஒரு சில நிமிடங்களுக்குள் பலர் வீட்டுக்கு உள்ளே வந்துவிடுவர். நெருப்பையும் வெளிச்சத்தையும் நோக்கி வருபவர்களால் அவளையும் பார்த்துவிட முடியும்.

அவள் அந்தக் கருப்புப் பெட்டியைத் தூக்கிக் கொண்டு மீண்டும் கூடத்திற்கு வந்தாள். அங்கு எவரும் இல்லை. ஆனால், ஏதோ ஒரு சத்தம் கேட்டதும் அவள் அசையாமல் நின்றாள். அடுத்தக் கணம் அவள் கதவருகே இருந்த திரைச்சீலைக்குப் பின்னால் சென்று மறைந்து கொண்டாள். ஆனால், இங்குத் தன்னால் நீண்ட நேரம் தாமதிக்க முடியாது என்பதை அவள் அறிந்திருந்தாள். இல்லையெனில் அவளால் உயிருடன் அந்த இடத்திலிருந்து வெளியேற முடியாது. அந்த அறையைச் சூழத் தொடங்கியிருந்த புகை ஏற்படுத்த முயன்ற இருமலை அவள் அடக்கிக் கொண்டாள். அவளால் எதையும் பார்க்க முடியவில்லை. அவள் மூச்சுவிட்டுக் கொண்டிருந்தாளா என்பதே தெரியாத அளவுக்கு அவள் அசையாமல் நின்று கொண்டிருந்தாள். உள்ளே புகுந்தவர்களின் சத்தம் ஏதாவது கேட்டதா என்று அவள் தன் காதைத் தீட்டிக் கொண்டு கேட்டாள்.

தான் கேட்டச் சத்தம் அந்த வீட்டினுடையது என்பதை அவள் புரிந்து கொண்டாள். அது உயிருடன்

இருந்த ஒரு ஜீவனைப்போல, தன் இருத்தல் ஆபத்திற்கு உட்படுத்தப்பட்டிருந்ததை அறிந்திருந்ததைப்போல முனகிக் கொண்டிருந்தது. அதற்குத் தான்தான் காரணம் என்ற குற்றவுணர்வு அவளை வாட்டியது.

அவள் துணிந்து இலேசாக எட்டிப் பார்த்தபோது, நொண்டிக் கொண்டே ஒருவன் கணப்படுப்பை நோக்கி வந்து கொண்டிருந்ததை அவள் கண்டாள். தனக்கு அதிக நேரமில்லை என்பதை உணர்ந்த ஆரியா, திரைச்சீலைக்குப் பின்னாலிருந்து வெளியே வந்து, அந்த மனிதன் நின்று கொண்டிருந்த இடத்திற்கு நேர் எதிர்த் திசையில் நடந்தாள். பிறகு, அவள் பின்வாசற்கதவு வழியாக வெளியே சென்றாள். அப்போது திடீரென்று தன்னை யாரோ இழுத்ததைப்போல அவளுக்குத் தோன்றியது. அவள் திரும்பிப் பார்த்தபோது, கதவிலிருந்த ஓர் ஆணியில் தன்னுடைய ஆடை மாட்டிக் கொண்டிருந்ததை அவள் கண்ணுற்றாள். அவள் தொடங்கியிருந்த செயலை நிறுத்திக் கொள்ளுமாறு அந்த வீடு கடைசியாக மேற்கொண்ட ஒரு முயற்சியாக அது அவளுக்குப் பட்டது. அதிலிருந்து தன்னை விடுவித்துக் கொண்டு அவள் வெளியே வந்தாள். கும்மிருட்டு அவளைச் சூழ்ந்து கொண்டது. அங்கு வீசிய குளிர்காற்று அவளுடைய நெஞ்சுக்கு ஆறுதலாக இருந்தது. இப்போது அவள் இலகுவாக நடந்தாள். அவள் அங்கேதான் வளர்ந்திருந்தாள் என்பதால் அதன் ஒவ்வோர் அங்குலத்தையும் அவள் அறிவாள். அந்த வீட்டைச் சுற்றியிருந்த ஒரு சிறு குன்றின் உச்சிக்குச் சென்று, அங்கிருந்த ஒரு பெரிய பாறையின் பின்னால் அவள் மறைந்து கொண்டாள். யாருக்கும் தெரியாமல் புத்தகம் படிக்க அங்கு அவள் அடிக்கடி வருவாள்.

அந்த வீட்டில் நெருப்பு மேலும் பரவத் தொடங்கியது. அதன் வெளிச்சத்தில், அந்த வீட்டிற்குள்ளிருந்து வேகமாக வெளியே ஓடி வந்து கொண்டிருந்த சிலரின் நிழல்களை அவளால் பார்க்க முடிந்தது. அவளுக்குத் தெரிந்தவரை, அவர்கள் எவருக்கும் அவள் அங்கு இருந்தது தெரியாது. அவளை எவரும் தேடிக் கொண்டும் இருக்கவில்லை. அவள் ஆழமாக ஒரு முறை சுவாசித்துவிட்டு, தனக்குள்

தேக்கி வைத்திருந்த அனைத்து அழுத்தங்களையும் விடுவித்தாள்.

அவள் எப்படிக் கண்டுபிடிக்கப்படாமல் இருந்தாள் என்பது ஒரு புதிர். ஒரு பிரார்த்தனையின் விடை அது. அவள் அங்கிருந்து கிளம்புவதற்காகத் திரும்பினாள். அப்போது கீழேயிருந்து கிளம்பிய ஒரு மெல்லிய ஒலி அவளுடைய காதில் விழுந்தது.

அந்தக் குரல்!

ஆரியா உடனே அப்படியே நின்றாள். பின் அவள் அந்த வீட்டை நோக்கி வேகமாக ஓடத் தொடங்கினாள். அவளால் நம்பவே முடியவில்லை. நடப்பதற்குச் சாத்தியமற்ற அதைப் புரிந்து கொள்ள, அதன் அர்த்தத்தைப் புரிந்து கொள்ள, அந்த இரவில் அதன் இருத்தலை விவரிக்க அவளுடைய மனம் போராடியது.

அது சாத்தியமே இல்லை.

அவள் தன் கண்களை இடுக்கிக் கொண்டு பார்த்தாள். தன்னுடைய கண்கள் தனக்குப் போக்குக் காட்டிக் கொண்டிருந்ததாக அவள் நினைத்துக் கொண்டாள். ஆனால், இப்போது அவளுக்கு அது உறுதியாயிற்று. அது அவர்தான். அலெக்சாண்டர். அவர் தன்னைவிட மூத்த ஒருவரிடம் பேசிக் கொண்டிருந்தார். நரைத்தத் தலைமுடியுடனும், ஒட்டிய கன்னங்களுடனும், ஒரு கோணல் வாயுடனும், பல வடுக்களால் கோரமாகக் காட்சியளித்த உடலுடனும் இருந்த அந்த நபரின் முகம் கோபத்தை வெளிப்படுத்திக் கொண்டிருந்தது. அந்த நபருக்கும் அலெக்சாண்டருக்கும் இடையே பயங்கர வேறுபாடு இருந்தது.

அலெக்சாண்டர் இங்கே என்ன செய்து கொண்டிருந்தார்?

தூரத்தில் நின்று கொண்டு ஆரியா அவரை அவதானித்தாள். அவள் அந்த வீட்டிலிருந்து சற்று மேல்பகுதியில் இருந்ததால் கீழே உள்ளவர்களால் தன்னைப் பார்க்க முடியாது என்பதை அவள் அறிந்திருந்தாள். அவர்கள் என்ன பேசிக் கொண்டிருந்தனர் என்பதைக் கேட்க அவள் முயன்றாள். ஆனால், எதுவும் அவளுடைய காதில் விழவில்லை.

அவளுடைய கண்கள் அலெக்சாண்டரின் மேல் நிலைத்திருந்தபோதிலும், அவளுடைய மனம் அவள் சென்றடைய வேண்டியிருந்த இடத்தை அடைந்திருந்தது. அங்குப் படுக்கையில் படுத்திருக்கும் அவளுடைய மாமா அவளைப் பற்றி விசாரிக்கிறார். 'அவர் இன்னும் உயிருடன் இருப்பார் என்று நான் நம்புகிறேன்,' என்று அவள் நினைத்துக் கொண்டாள். அவளுடைய மாமா அவருடைய நண்பர் ராபர்ட்டின் வீட்டில் இருந்தபோது நோய்வாய்ப்பட்டார். அவரை வீட்டுக்கு அழைத்துச் செல்வதாக அவள் கூறியதை எவரும் காதில் போட்டுக் கொள்ளவில்லை. அவர்கள் உடனே அவருக்காக ஓர் அறையைத் தயார் செய்துவிட்டு, மருத்துவரை அழைத்து வர ஆளனுப்பினர். அங்கு வந்த மருத்துவர், அன்று இரவு அவர் அங்கேயே தங்கியிருப்பது நல்லது என்று கூறினார். ஆனால், மறுநாளிலிருந்து அவருடைய நிலைமை நாளுக்கு நாள் மோசமாகும் என்று எவருமே எதிர்பார்த்திருக்கவில்லை. அவர் மீண்டெழுவார் என்ற நம்பிக்கை தினந்தோறும் குறைந்து கொண்டே இருந்தது. அவருடைய மாமா யாருடன் பழகினாலும் அவர்களுக்கு அவரைப் பிடித்துவிடும் என்பதால், அவரைப் பார்க்கப் பலர் வந்தனர். ஆனால், ராபர்ட்டின் மனைவி, அனைவரையும் திருப்பி அனுப்பிவிட்டார்.

அலெக்சாண்டர் ஒரு பக்கமும் அவருடன் இருந்த நபர் வேறு ஒரு பக்கமும் சென்றதைக் கண்டவுடன், ஆரியா இந்த உலகிற்குத் திரும்பி வந்தாள். பின் கதவருகே சென்ற அலெக்சாண்டரின் கைகள் அங்கு எதையோ துழாவின. ஆரியா தன் உடையின் கைப்பகுதியைப் பார்த்தாள். அது கிழிந்து தொங்கிக் கொண்டிருந்தது. அந்த ஆணியில் அவளுடைய ஆடையின் நூல் பகுதி சிக்கியிருந்திருக்கும் என்பதையும், அதைத்தான் அலெக்சாண்டர் பார்த்துக் கொண்டிருந்தார் என்பதையும் அவள் சட்டென்று புரிந்து கொண்டாள். அவர் இருந்த இடத்திலிருந்து தான் இங்கிருப்பதை அவரால் பார்க்க முடியாது என்பதை ஆரியா அறிந்திருந்தாள். ஆனாலும், அவள் மேலும் குனிந்து கொண்டாள். அலெக்சாண்டரின் கண்கள் வீட்டின் பின்பகுதியை நோட்டம் விட்டன. பின்

அவருடைய பார்வை அவள் அமர்ந்திருந்த இடத்தை நோக்கி மேலே திரும்பியது. அவள் மூச்சை இழுத்துப் பிடித்துக் கொண்டாள். அப்போது அந்த வீட்டின் உச்சியிலிருந்து ஒரு சிறு பகுதி வெடித்துச் சிதறி, அந்த இருட்டைப் பகலாக்கியது. ஒரு பெரும் சத்தம் கேட்டது. இப்போது நெருப்பு வீட்டின் வெளிச்சுவர்களைச் சுவைத்துக் கொண்டிருந்தது. அடுத்து மொத்த வீடும் எரியத் தொடங்கியது. அவள் கீழே பார்த்தபோது, அலெக்சாண்டர் அந்த வீட்டின் பக்கவாட்டில் சென்று மறைந்ததை அவள் கண்டாள்.

படபடத்துக்கொண்டிருந்த தன் இதயத்தின்மீது தான் கை வைத்திருந்ததைக் கவனித்த ஆரியா, உடனே தன் கையை விலக்கிக் கொண்டு தன்னை ஆசுவாசப்படுத்திக் கொண்டாள். மறு கையில் அவள் அந்தக் கருப்புப் பெட்டியை இறுக்கமாகப் பிடித்துக் கொண்டாள். அந்தப் புத்தகம் நெருப்புக்கு இரையாகிவிட்டதாக அவர்கள் கருதியிருப்பார்கள் என்று ஆரியா நினைத்துக் கொண்டாள். அலெக்சாண்டருக்கு இவர்களுடன் என்ன வேலை? அந்தப் புத்தகத்தைத் திருட மேற்கொள்ளப்பட்டச் சதியில் இவருக்கும் பங்குண்டா? இதைத் தவிர வேறு எப்படி அதை விளக்க முடியும்?

அவள் மிகவும் நேசித்த அந்த வீட்டை அவள் கடைசி முறையாகப் பார்த்துவிட்டுத் திரும்பியபோது, பொழுது புலர்வதற்கான அறிகுறி தென்பட்டது. அடுத்தடுத்தப் பல ஞாபகங்கள் வந்து அவளைச் சூழ்ந்து கொண்டன. ஒரு விபத்து அவளுடைய பெற்றோர் இருவரையும் காவு வாங்கியபோது, அவளுடைய மாமா அவளுக்குப் பொறுப்பேற்றுக் கொண்டார். அன்றிலிருந்து அவர்கள் இணைபிரியாமலேயே வாழ்ந்து வந்தனர். அவளுக்குத் தெரிந்த ஒரே வீடு இது மட்டும்தான்.

அவள் தன் எண்ணங்களைத் தன் மனத்திலிருந்து விரட்டினாள். இப்போது நிகழ்காலம் மட்டுமே முக்கியம். அவள் அங்கிருந்து கிளம்புவது நல்லது.

அவள் தன் கைகளில் கட்டியிருந்த துணியை அவிழ்த்துவிட்டு, கண்களைத் துடைத்துவிட்டு, அங்கிருந்த வளைந்து வளைந்து சென்ற பாதையில்

நடக்கத் தொடங்கினாள். இந்தப் பாதையில் சென்றால், அவளுடைய மாமா ஓய்வெடுத்துக் கொண்டிருந்த இடத்தை ஒரு மணி நேரத்தில் அடைந்துவிடலாம். அவர் குணமடைவதற்காக அவள் ஒரு பிரார்த்தனையை முணுமுணுத்தாள். அவரை மீண்டும் உயிரோடு சந்திக்கும் வாய்ப்பு தனக்குக் கிட்டும் என்று நம்பிக் கொண்டே அவள் நடந்தாள்.

⌘⌘⌘

முதலாவது தவறு

பல நாட்களுக்கு அந்த முதியவரிடமிருந்து எந்தத் தகவலும் வரவில்லை. அவன் வேலைக்குச் சென்று கொண்டிருந்தபோது, தான் வழக்கத்தைவிட மெதுவாக நடந்து கொண்டிருந்ததைக் கண்டான். அதோடு, சுற்றியிருந்தவற்றைத் தான் இன்னும் கூர்ந்து அவதானிக்கத் தொடங்கியிருந்ததையும் அவன் தெரிந்து கொண்டான். அந்தப் பூங்காவைக் கடக்கின்றபோதெல்லாம், இவை அனைத்தையும் தொடங்கி வைத்திருந்த அந்தப் பெண் தென்படுவாளா என்று அவன் பார்த்தான். ஒருவேளை தான் அந்த முதியவரைச் சந்திக்கக்கூடும் என்ற நப்பாசையில், அவன் சில முறை அந்தக் காபிக் கடைக்குக்கூடச் சென்றான்.

அந்த முதியவரைச் சந்தித்ததிலிருந்து அவனுடைய அனைத்துக் கவலைகளும் முக்கியத்துவம் இழந்திருந்தன. அவன் அந்த ஒன்பது தவறுகளைத் தெரிந்து கொள்ள விரும்பினான். அவை என்னவாக இருக்கும், எங்கிருந்து வந்திருக்கும், அவை ஏன் முக்கியமானவை என்று அவன் யோசித்தான். மறுபுறம், அவை அனைத்தையும் தன் மனத்திலிருந்து விரட்டிவிடவும் அவன் முயன்றான். அவன் தன் வேலையில் கவனம் செலுத்த முயன்றான். தன் மேலாளர் தன்னை விரும்புகின்றபடி செய்ய வேண்டும் அல்லது குறைந்தபட்சம் தன்னைத் தொந்தரவு செய்யாமல் இருக்கும்படியாவது பார்த்துக் கொள்ள வேண்டும் என்ற யோசனையும் அவனுடைய மூளைக்குள் ஓடிக் கொண்டிருந்தது.

ஆனாலும், அந்த முதியவரின் வார்த்தைகள் அவனோடு ஒட்டிக் கொண்டுவிட்டதைப்போலத் தோன்றியது.

தன்னைச் சுற்றி எவரும் இல்லை என்பதை உறுதிப்படுத்திக் கொண்ட டேவிட், "ஒன்றுமில்லாத விஷயங்கள் குறித்து அதீத அக்கறை கொள்வதுதான் முதல் தவறாக இருக்க வேண்டும்!" என்று சத்தமாகவே கூறினான். பின் ஒரு முறை ஆழமாக சுவாசித்துவிட்டு, "அல்லது அந்தத் தவறுகளைப் பற்றித் தெரிந்து கொண்ட பிறகு, பைத்தியம் பிடித்தாற்போல அதைக் குறித்தே எண்ணிக் கொண்டிருப்பதாக இருக்கலாம்," என்று அவன் கூறினான்.

ஒரு நாள், அவன் மதிய உணவு உண்டுவிட்டுத் தன் அலுவலகத்திற்குத் திரும்பிக் கொண்டிருந்தான். தான் செல்ல வேண்டிய மாடிக்கான பொத்தானை அழுத்திவிட்டு அவன் மின்தூக்கிக்காகக் காத்துக் கொண்டிருந்தபோது, அதன் கதவுகளில் பிரதிபலித்தத் தன் உருவத்தை ஓரக்கண்ணால் பார்த்தான். தன்னுடைய தோள்கள் துவண்டு போயிருந்ததைக் கண்ட அவன், உடனே தன் தோள்களை நிமிர்த்திக் கொண்டான். உடல் தோரணை குறித்த அவனுடைய அம்மாவின் அறிவுரைகள் அவனுடைய காதுகளில் விழுந்தன. 'இந்த வேலையில் எனக்கு முழு ஈடுபாடு இல்லை. அதனால்தான் நான் துவண்டு போயிருக்கிறேன்,' என்ற யோசனை அவனுக்குள் ஓடியது. உடனே அவனுடைய அப்பா, ஒரு பெரிய நிறுவனத்தில் வேலை பார்ப்பதிலுள்ள அனுகூலங்களைப் பற்றியும், அது வழங்கக்கூடிய ஓய்வூதியத்தைப் பற்றியும் பல முறை கூறியிருந்த வார்த்தைகள் அவனுடைய காதில் ஒலிக்கத் தொடங்கின. 'ஆனால், இது ஏன் எனக்குப் பொருத்தமாக இருப்பதுபோலப் படவில்லை?' என்று அவன் தன்னைத் தானே கேட்டுக் கொண்டான்.

மின்தூக்கி வந்ததும் அவன் உள்ளே நுழைந்து, மற்றவர்களுக்கு இடம்விட்டு ஓர் ஓரமாக நின்று கொண்டான். அவன் தன் வேலையைப் பற்றி நினைத்தான். விநோதமாக, தன் வேலை நாளுக்கு

நாள் சுவாரசியமாக ஆகிக் கொண்டிருந்ததாக அவன் உணர்ந்தான். இப்போதும் அவனுடைய வேலை அவனைப் பரவசப்படுத்தவில்லை. வேலைக்குச் செல்ல வேண்டும் என்ற ஆசையில் காலையில் படுக்கையிலிருந்து துள்ளி எழ வைக்கவில்லைதான். ஆனால், விஷயங்கள் பொறுத்துக் கொள்ளக்கூடிய அளவுக்கு மேம்பட்டிருந்தன. ஒரு நாள் மதியம் அவனுடைய மேலாளர் அவனைப் பற்றி ஓரிரு நல்ல வார்த்தைகளைக் கூறிப் பாராட்டக்கூடச் செய்திருந்தார். அல்லது அவர் சாதாரணமாகக் கூறிய வார்த்தைகளுக்கு அவன் அப்படி விளக்கம் அளித்துக் கொண்டிருந்தான். தலைமைத்துவத் திறன் அவனிடம் இல்லை என்று கூறப்பட்டதை அவன் ஒதுக்கித் தள்ளினான். டேவிட் தன் குழுவிற்காகத் தன்னை அர்ப்பணித்துக் கொண்டான். அவன் எப்படி உணர்ந்து கொண்டிருந்தாலும், தன் குழுவினர் அவர்களுடைய இலக்குகளைச் சாதிப்பதற்கு அவன் அவர்களுக்கு முழு மனத்துடன் உதவினான். ஒருவேளை தான் தன் வேலையை இழக்கக்கூடும் என்ற அச்சம் அவன் மனத்தை அரித்துக் கொண்டிருந்திருக்கக்கூடும். அவனுக்குக் கொடுக்கப்பட்டிருந்த எச்சரிக்கை அவனுடைய தனிப்பட்டக் கோப்பில் இன்னும் அப்படியே இருந்து கொண்டிருந்ததை அவன் அறிவான். ஆனாலும் அவன் தன்னால் முடிந்த அளவு மிகக் கடினமாக உழைத்தான். எந்தவொரு பெற்றோரும் பெருமைப்படுகின்ற அளவுக்குக் கடின உழைப்பு அவனுடைய இயல்பில் ஊறிப் போயிருந்தது.

மதிய உணவுக்குப் பிறகு அவன் கலந்து கொள்ள வேண்டியிருந்த அலுவலகக் கூட்டம் அவன் ஆவலுடன் எதிர்பார்த்துக் கொண்டிருந்த ஒன்று. அவன் இரசித்துச் செயல்பட்டுக் கொண்டிருந்த ஒரு வேலைத்திட்டம் அது. அதில் பங்கெடுத்துக் கொண்டிருந்த அலுவலக சகாவை அவனால் ஒரு நண்பர் என்று வர்ணிக்க முடியும். அவர்கள் இருவரும் ஆழமான கலந்துரையாடலில் ஈடுபட்டனர். அவர்கள் தங்களுடைய யோசனைகளை ஒரு வெள்ளைப் பலகையில் எழுதினர். டேவிட் உற்சாகம் அடைந்திருந்தான். அவர்கள் பேசிக்

கொண்டிருந்தபோது, டேவிட் சன்னல் வழியாக வெளியே பார்த்தபோது, தெருவில் நின்று கொண்டிருந்த ஒரு பெண்மணி அவனுடைய பார்வையில் பட்டார். அந்தப் பெண்மணிக்கு சுமார் எழுபது வயதிருக்கலாம். அவர் அவனையே வெறித்துப் பார்த்துக் கொண்டிருந்ததைப்போல அவனுக்குத் தோன்றியது. அவன் தன் சகாவிடம் பேசிவிட்டு மீண்டும் சன்னல் பக்கம் பார்த்தபோது, அப்பெண்மணி அங்கிருக்கவில்லை.

அன்று அவன் அலுவலகத்திலிருந்து வெளியேறியபோது, அந்தப் பெண்மணி நின்று கொண்டிருந்த இடத்தை உற்று நோக்குவதை அவனால் தவிர்க்க முடியவில்லை. பின் அவன் அந்த நினைப்பை உதறித் தள்ளிவிட்டு, தெருவைக் கடந்து, தான் வழக்கமாகப் பயணிக்கின்ற பாதையின் வழியே தன் வீட்டை நோக்கி நடக்கத் தொடங்கினான். அத்தெருவின் முனையில் பழைய நாடக அரங்கம் ஒன்று இருந்தது. அதனருகே அந்தப் பெண்மணி நின்று கொண்டிருந்தார். அவனைப் பார்த்ததும், தன்னருகே வரும்படி அவர் அவனை அழைத்தார். டேவிட் உடனே, அவர் அந்த முதியவருடன் தொடர்புடைய பெண்மணியாக இருக்குமோ என்று யோசித்தான். அவர் மூலமாகத் தன்னுடைய பல கேள்விகளுக்கு பதில் கிடைக்கக்கூடுமோ என்றும் அவன் யோசித்தான்.

முதலில் அசையாமல் நின்ற அப்பெண்மணி, பின் அங்கேயிருந்த சில படிகள் வழியாக இறங்கிச் சென்றார். டேவிட் அங்கே வேகமாக ஓடிச் சென்று பார்த்தபோது, ஒரு கட்டடத்தின் கீழ்த்தளத்தில் ஒரு கதவின் வழியாக அவர் நுழைந்து கொண்டிருந்ததை அவன் பார்த்தான். அந்தக் கதவு பாதி திறந்திருந்தது. அதன் வழியாக வெளிச்சமும் இசையும் வெளியே வந்து கொண்டிருந்தன. "நானா இப்படிச் செய்து கொண்டிருக்கிறேன்!" என்று டேவிட் தனக்குத் தானே வியந்து கொண்டான். பின் அவன் அந்தப் படிகளில் இறங்கி, அந்தக் கதவைத் தள்ளித் திறந்து உள்ளே நுழைந்தான்.

"தயவு செய்து அந்தக் கதவை மூடிவிட்டு, அந்த

சோபாவில் அமர்ந்து கொள்ளுங்கள்," என்றொரு குரல் அந்த அறையின் மறுமுனையிலிருந்து வந்தது.

டேவிட் அங்கிருந்த சௌகரியமான ஒரு சோபாவில் உட்கார்ந்து கொண்டான். அதன் ஒரு மூலையில் ஒரு கணப்படுப்பு எரிந்து கொண்டிருந்தது. அதிலிருந்து வந்த வெளிச்சம் அந்த அறையில் பரவியிருந்தது. அவனுக்கு அருகேயிருந்த சுவரையொட்டி ஒரு புத்தக அலமாரி இருந்தது. அவனுடைய கண்கள் அந்தப் புத்தகங்களின் தலைப்புகளை நோக்கின. அவற்றில் எதுவுமே அவனுக்குப் பரிச்சயமானதாக இருக்கவில்லை.

"இங்கு நான் என்ன செய்து கொண்டிருக்கிறேன்? என் செய்கை எனக்கே முட்டாள்தனமாகப் படுகிறதே!" என்று டேவிட் யோசித்தான். சில வாரங்களுக்கு முன்பு அவன் இதுபோன்ற ஒரு சூழலை எதிர்கொண்டிருந்தால், இந்த அறைக்கு இட்டு வந்திருந்த படிக்கட்டுகளில் அவன் ஒருக்காலும் இறங்கியிருந்திருக்க மாட்டான், இங்கு இப்படி உட்கார்ந்து கொண்டிருந்திருக்க மாட்டான். இன்னும் சொல்லப் போனால், அவனுடைய அலுவலகத்தின் சன்னலிலிருந்து அந்தப் பெண்மணியைக் கவனித்திருந்திருக்கக்கூட மாட்டான். அவனுடைய ஆர்வம் நாளுக்கு நாள் கூடிக் கொண்டே போனதைப்போல இருந்தது. அந்தக் கேள்விகள் அவனுடைய மனத்தில் மீண்டும் மீண்டும் தோன்றிக் கொண்டே இருந்தன. அவன் அந்த முதியவருடன் நிகழ்த்தியிருந்த உரையாடல் ஒரு திரைப்படம்போல அவனுடைய மனத்தில் மீண்டும் மீண்டும் ஓடிக் கொண்டிருந்தது.

அந்தப் பெண்மணி அந்த அறைக்குள் ஒயிலாக நுழைந்த இலாவகம் அவருடைய வயதைக் குறைத்து மதிப்பிடச் செய்தது. அவருடைய வலது கையில் ஒரு டிரே இருந்தது. அதில் ஆவி பறக்கின்ற தேநீர்க் கோப்பைகள் இருந்தன. டேவிட் அவருக்கு உதவ முனைவதற்குள், அவர் அந்த டிரேயை அருகிலிருந்த ஒரு மேசையின்மீது வைத்துவிட்டு, அவனிடம் ஒரு தேநீர்க் கோப்பையை எடுத்துக் கொடுத்தார். அதோடு, தேநீரில் கலப்பதற்குப் பால் மற்றும் சர்க்கரை வேண்டுமா என்றும் அவர்

அவனிடம் கேட்டார். பின் அவனுக்கு எதிரே இருந்த ஒரு நாற்காலியில் அவர் அமர்ந்தார்.

"முதலில் என்னை நான் அறிமுகப்படுத்திக் கொள்கிறேன்," என்று கூறி அவர் தன்னைப் பற்றிய விளக்கங்களுக்குள் சென்றார். அவர் மிகவும் இயல்பாக நடந்து கொண்டிருந்தததைப் பார்த்தால், அனைத்தும் அவர் எதிர்பார்த்திருந்தபடி நடந்து கொண்டிருந்ததுபோலவும், இப்படி அந்நியர்களை வரவேற்று உபசரித்துப் பேசுவது அவருடைய அன்றாட நிகழ்ச்சி என்பதுபோலவும் இருந்தது. "இப்போது நாம் இந்தக் கட்டடத்தின் மூலச் சொந்தக்காரர்கள் பயன்படுத்தியிருந்த வீட்டில் அமர்ந்து பேசிக் கொண்டிருக்கிறோம். இதற்கு நேர் மேலே, இந்த நகரிலேயே மிகவும் பழைய நாடக அரங்கு இருக்கிறது. அது உங்களுக்குத் தெரிந்திருக்கலாம்."

"இல்லை. எனக்குத் தெரியாது. நான் இங்கு என்ன செய்து கொண்டிருக்கிறேன் என்பதும், இது எதைப் பற்றியது என்பதும்கூட எனக்குத் தெரியாது. நீங்கள் ஒரு நடிகையா?"

அவர் இயல்பாகச் சிரித்துவிட்டு பதிலளித்தபோது, அவர் அவனுடைய கேள்வியின் ஒரு பகுதிக்கு பதிலளிக்காமல் விட்டுவிட்டார். "ஆமாம். என் வாழ்க்கையின் ஒரு கட்டத்தில் நான் ஒரு நடிகையாக இருந்தது உண்மைதான். ஆனால், அதற்குப் பிறகு, நான் நாடகங்கள் எழுதுவதில்தான் கவனம் செலுத்தி வந்தேன். பலதரப்பட்ட நாடகங்களை நான் உருவாக்கியிருக்கிறேன். அவற்றில் சிலவற்றைப் பற்றி உங்களுக்குத் தெரிந்திருக்கலாம். என் நாடகங்களில் பல இந்த அரங்கத்தில் அரங்கேறியுள்ளன. என்னுடைய சில நாடகங்கள் திரைப்படங்களாகவும் தயாரிக்கப்பட்டுள்ளன."

இப்போதுதான் அது அவனுடைய நினைவுக்கு வந்தது. அவர் ஒரு நாடக ஆசிரியை. இந்த நகரம் அவரைக் கொண்டாடியது. அவருடைய நாடகங்களில் சிலவற்றை அவன் பார்த்திருந்தான். அவன் ஒரு திரைப்படத்தையும் கண்டு இரசித்திருந்தான்.

அவனுடைய மனத்தில் பல எண்ணங்கள் தோன்றின. 'இவர் மக்கள் கொண்டாடுகின்ற ஒரு பிரபலம். நான் இங்கு அவருடன் உரையாடிக் கொண்டிருக்கிறேன். இவருக்கும் அந்த ஒன்பது தவறுகளுக்கும் ஏதாவது தொடர்பு இருக்க வேண்டும். இப்போது ஏன் இச்சந்திப்பு நிகழ்கிறது? அது ஏன் இங்கு நிகழ்கிறது?'

அந்த நாடக ஆசிரியை தன் தேநீரைக் குடித்துக் கொண்டிருந்தார். அவர் தன் கோப்பையை, அது ஏதோ அவருக்கு ஜீவனளித்ததுபோலத் தன் இரு கரங்களாலும் பிடித்திருந்தார். சில கணங்களுக்கு அவர்கள் இருவருமே வெறுமனே தேநீரைக் குடித்துக் கொண்டு மௌனமாக அமர்ந்திருந்தனர். பொதுவாக, டேவிட்டுக்கு ஒன்றும் பேசாமல் அமர்ந்திருப்பது பிடிக்காது. ஆனால், அவரிடமிருந்த ஏதோ ஒன்று அவனை அமைதிப்படுத்திக் கொண்டிருந்தது. அவருடன் இருந்தது அவனுக்கு ஒரு நல்ல உணர்வைக் கொடுத்தது.

ஆயிரம் கேள்விகள் அவனுடைய மனத்திற்குள் ஓடிக் கொண்டிருந்தன. எங்கிருந்து துவக்குவது என்று தெரியாமல் அவன் குழம்பினான். அவர்களுக்கு இடையே நிலவிய மௌனத்தைத் தன்னுடைய கேள்வி ஒன்றால் உடைக்க அவன் எத்தனித்த அதே தருணத்தில், அப்பெண், அதிகாரமிக்க ஒரு தொனியில், "இது சரியான வேளை. நாம் தொடங்கலாம்," என்று கூறினார்.

எந்தவிதமான ஜோடனைகளுமின்றி, அந்த முதியவரைப் பற்றியோ, பூங்காவில் அவன் சந்தித்திருந்த பெண்ணைப் பற்றியோ எதையும் கூறாமல், அந்தப் பெண்மணி நேரடியாக விஷயத்திற்கு வந்தார். தாங்கள் முதல் தவற்றைப் பற்றி விவாதிக்கவிருந்ததாக அவர் அறிவித்தார். "இது எண்ணற்ற மக்கள் செய்கின்ற ஒரு தவறு. அதோடு, பெரும்பாலானவர்களால் இதைக் கடந்து செல்லவும் முடிவதில்லை. அதன் பிடி ஆண்டுக்கு ஆண்டு இறுகவும் செய்கிறது."

பின் அவர் ஆழமாக ஒரு முறை சுவாசித்தார். அவர் தன் கோட்டை இலேசாக நீவிவிட்டுக் கொண்டார். பின் அவர் டேவிட்டை உற்றுப் பார்த்தார். "நானும் இத்தவற்றை மிக மிக நீண்டகாலம் செய்திருக்கிறேன்.

இப்போது நான் அறிந்துள்ளவற்றை அப்போதே நான் அறிந்திருந்தால் எவ்வளவு நன்றாக இருந்திருக்கும் என்று நான் எண்ணுகிறேன். யாரோ ஒருவர் இதை என்னிடம் கூற முயன்றார். நான்தான் அதைக் காது கொடுத்துக் கேட்கவில்லை. அல்லது அதை என்னால் கேட்க முடியவில்லையோ என்னவோ, எனக்குத் தெரியவில்லை."

பின் அவர் சிறிது நேரம் தன் கடந்தகால நினைவுகளில் மூழ்கினார். "ஆனால், உங்களுக்கு இந்த இளம் வயதிலேயே இப்படிப்பட்டதோர் அருமையான வாய்ப்புக் கிட்டியுள்ளது!" அவருடைய குரல் இப்போது சிறிது சத்தமாக ஒலித்தது. அவர் பேசிக் கொண்டிருந்த விஷயம் குறித்து அவருக்கு இருந்த ஆர்வம் வெளிப்படையாகத் தெரிந்தது.

தான் மூச்சுவிட மறந்து உட்கார்ந்திருந்ததை டேவிட் உணர்ந்தான். முதல் தவற்றைப் பற்றி அறிந்து கொள்ள அவன் கொண்டிருந்த எதிர்பார்ப்பு, அவன் நினைத்திருந்ததைக் காட்டிலும் தீவிரமாக இருந்ததுபோலும்.

அவர் தொடர்ந்தார். "முதல் தவறு எவரொருவரும் மிகவும் எளிதாகச் செய்யக்கூடிய ஒன்று. அது விரைவாக நடைபெற்றுவிடுகிறது. அது மிகவும் நுட்பமாக நிகழ்வதால், பெரும்பாலானவர்கள் அதைக் கவனிப்பதுகூட இல்லை." பின் அவர் ஒரு சிறிய புத்தகத்தைக் கையில் எடுத்தார்.

டேவிட்டின் கண்கள் பிரகாசமடைந்தன. நார்த் கஃபேயில் அந்த முதியவர் தன் கையில் வைத்திருந்த அதே புத்தகம்தான் இது. அது அவனுக்கு உறுதியாகத் தெரிந்தது. குறைந்தபட்சம் பார்ப்பதற்கு அதைப்போலவே இருந்தது. டேவிட் தான் இருந்த இடத்திலிருந்து அது என்ன புத்தகம் என்பதைத் தெரிந்து கொள்ள முயன்றான். ஆனால், அது அவனுக்குச் சரியாகப் புலப்படவில்லை.

"நீங்கள் ஊகித்தது சரிதான். நான் ஒரு காலத்தில் ஒரு நடிகையாகவும் இருந்தேன். அதில் நான் சிறந்து விளங்கினேன் என்று பலர் கூறினர்.

"எனக்கு முப்பது வயது ஆகின்றவரை, என் வாழ்க்கையில் எனக்கு என்ன நிகழ்ந்து கொண்டிருந்தது

என்பதை நான் உணரவில்லை. என் பாத்திரங்கள் வேறு யாரோ ஒருவரால் எழுதப்பட்டன. நான் வெறுமனே அதில் நடித்துக் கொண்டிருந்தேன். நான் நடித்துக் கொண்டிருந்ததால், அதைப் புரிந்து கொள்வது சிரமமாக இல்லை, சரிதானே?"

ஆனால், அதற்கு அவர் என்னிடமிருந்து பதில் எதையும் எதிர்பார்த்திருக்கவில்லை போலும். அவரே தொடர்ந்து பேசினார். "ஒரு நடிகைக்கு வேண்டுமானால் அது வெளிப்படையாகத் தெரியலாம். ஆனால், மற்றவர்களுக்கு அப்படித் தெரிய வாய்ப்பில்லை. நாம் அனைவருமே ஒரு பாத்திரத்தை ஏற்று நடித்துக் கொண்டிருக்கிறோம். வேறு யாரோ நமக்காக உருவாக்குகின்ற ஒரு பாத்திரத்தில் நாம் நடிக்கிறோம். அது குறித்து நமக்கு எதுவும் தெரியாது. அதை நாம் கவனிப்பதுகூட இல்லை."

தன் குரல் உயர்ந்து கொண்டே போனதை உணர்ந்த அவர், ஒரு புன்முறுவலுடன், "வாருங்கள், மேலே போகலாம்," என்று கூறினார்.

அவனுடைய பதிலுக்குக் காத்திருக்காமல் அவர் தன் இருக்கையைவிட்டு எழுந்து அங்கிருந்து கிளம்பத் தயாரானார். டேவிட் தன் தேநீர்க் கோப்பையைக் கீழே வைத்துவிட்டு அவரைப் பின்தொடர்ந்தான். மாடிப்படி தொடங்குகின்ற இடத்தில், சட்டமிடப்பட்டுப் பல படங்கள் தொங்கிக் கொண்டிருந்தன. அவை அனைத்திலும் அந்தப் பெண்மணியின் பெயர் இடம்பெற்றிருந்தது. தன்னிடம் கூறியிருந்ததைவிட அவர் சாதனைமிக்க ஒரு நடிகையாக இருந்திருக்க வேண்டும் என்பதை டேவிட் புரிந்து கொண்டான்.

படிக்கட்டுகளின் உச்சியில் அவர் இடது புறமாகத் திரும்பினார். அவரைப் பின்தொடர்ந்து சென்ற டேவிட், தாங்கள் அந்த நாடக அரங்கின் மேடைக்குப் பின்புறம் இருந்ததை உணர்ந்து கொண்டான். இந்தச் சந்திப்பு குறித்துக் கேள்வி மேல் கேள்வி கேட்டுக் கொண்டிருந்த அவனுடைய உட்குரலை அமைதிப்படுத்த அவன் முனைந்தான். அந்தக் குரலை வலுக்கட்டாயமாக அடக்கிவிட்டு, மேடையில் நடைபெற்றுக் கொண்டிருந்த

காட்சிகளில் அவன் தன் கவனத்தைச் செலுத்த முயன்றான். பலத்தக் குரல்கள் அந்த அரங்கம் முழுவதும் எதிரொலித்தன. நாடக ஒத்திகை முழுவீச்சில் நடைபெற்றுக் கொண்டிருந்தது. அதைக் கச்சிதமாக அவதானிப்பதற்கு ஏற்ற ஒரு வசதியான இடத்தில் அவர்கள் நின்று கொண்டிருந்தனர். அந்த ஒத்திகையைச் சில நிமிடங்கள் பார்த்துக் கொண்டிருந்துவிட்டு, அந்தப் பெண்மணி டேவிட்டின் பக்கம் திரும்பி ஒரு கிசுகிசுப்பான குரலில் இவ்வாறு கூறினார்:

"அது என் வாழ்க்கையில் மிகவும் கடினமானதொரு தீர்மானம். நடிப்பதை நான் நிறுத்திக் கொள்ள வேண்டுமா என்ற தீர்மானம்தான் அது. என்னால் இரண்டையும் செய்ய முடியாது என்பதால், இறுதியில் நான் நடிப்பதை நிறுத்தினேன். நான் என்னுடைய முதல் தவற்றை அறிந்து கொண்டவுடன், நடிப்பதை நிறுத்திவிட்டு, ஒரு நாடக ஆசிரியையாக ஆனேன். இங்கு நீங்கள் என்னைத் தவறாகப் புரிந்து கொள்ளக்கூடாது. நடிப்பதில் எந்தவிதமான பிரச்சனையும் இல்லை. அது ஓர் அருமையான தொழில். ஆனால், நான் என்ன சொல்கிறேன் என்பதை நீங்கள் கவனமாகக் கேட்க வேண்டும்." அவர் சற்று நிறுத்திவிட்டுச் சரியான வார்த்தைகளைத் தேடினார். பின்னர் அவர் தொடர்ந்து பேசினார். "நீங்கள் நடிக்கின்றபோது, நீங்கள் உங்களை ஒரு கதைக்குள் பொருத்திக் கொள்கிறீர்கள். நீங்கள் எழுதுகின்றபோது, நீங்கள் உங்களுடைய சொந்தக் கதையை உருவாக்குகிறீர்கள்."

அவர் நிமிர்ந்து டேவிட்டின் கண்களுக்குள் ஆழமாகப் பார்த்தார். அவருடைய கண்கள் பனித்திருந்தன.

"பிறருடைய கனவுக்கு ஏற்பச் செயல்பட்டுக் கொண்டிருப்பதுதான் முதல் தவறு."

அடுத்து அங்கு ஒரு நீண்ட மௌனம் நிலவியது. அங்கு அப்படிப்பட்டதோர் உரையாடல் நடந்து கொண்டிருந்ததை அறிந்திராதிருந்த ஒத்திகையும் சில கணங்களுக்கு அமைதி காத்தது. "நம்மில் பெரும்பாலானோர் பிறருடைய நாடகத்தில் ஒரு பாத்திரத்தை ஏற்று நடித்துக் கொண்டிருக்கிறோம்.

நாம் நம்முடைய வசனங்களையும் முகபாவங்களையும் கீழ்ப்படிதலுடன் கற்றுக் கொள்கிறோம். பிறரால் வடிவமைக்கப்பட்டு இயக்கப்படுகின்ற ஒரு வாழ்க்கையை நீங்கள் வாழ்ந்து கொண்டிருந்தால், உங்களால் உங்களுடைய உன்னதமான திறனை வெளிப்படுத்த முடியாது.

“தினமும் வேலைக்குச் செல்வதைப் பற்றி யோசித்துப் பாருங்கள். நீங்கள் வேறு ஒருவருக்காக வேலை பார்த்துக் கொண்டிருக்கிறீர்கள். அவர்கள் விரும்புவதை நீங்கள் செய்து கொடுக்கிறீர்கள். அதை நீங்கள் செய்யாவிட்டால், நீங்கள் வீட்டுக்கு அனுப்பப்படுவீர்கள். உங்களுடைய சொந்தத் தொழிலைத் துவக்குவது உங்களுடைய பிறவி நோக்கமாக இல்லையென்றால், அதை நீங்கள் செய்ய வேண்டியதில்லை. நீங்கள் சொந்தமாக அதைத் தீர்மானிக்கிறீர்கள் என்பதுதான் இங்கு முக்கியமான விஷயம். அது உங்களுடைய திட்டவட்டமான தீர்மானம். நீங்கள் வேறு வழியில்லாமல் வேலை செய்வதற்குள் குதித்து, வேறு யாரோ ஒருவருடைய நாடகத்தில் ஒரு துணைப் பாத்திரமாக நடித்துக் கொண்டிருக்கவில்லை என்பதுதான் முக்கியம்.”

அந்தப் பெண்மணி இந்த வார்த்தைகளை ஆழ்விருப்பத்துடனும் புரிந்துணர்வுடனும் கூறிக் கொண்டிருந்தார். அவர் ஒரு சிறந்த பேச்சாளர் என்பது டேவிட்டின் கண்களிலிருந்து தப்பவில்லை. அவருடைய வார்த்தைகளின் உணர்வுபூர்வமான தாக்கத்தை அவனால் அவனுக்குள் ஆழமாக உணர முடிந்தது. வேலையிலிருந்து தூக்கியெறியப்படுதலைப் பற்றிக் குறிப்பிட்டது, தான் தன்னுடைய வேலையிலிருந்து தூக்கியெறியப்படுகின்ற சாத்தியக்கூறு குறித்த எண்ணம் அவனிடம் எப்போதுமே நீருபூத்த நெருப்பாக இருந்து வந்ததால், அது டேவிட்டுக்குக் கிளறிவிடப்பட்டது.

“இந்த பூமியில் உங்களுடைய பிறவி நோக்கம் தனித்துவமானது. இந்த உலகில் உங்களைப் போன்ற வேறொருவர் இல்லை. உங்களுடைய பிறவி நோக்கம்தான் உங்களுக்கு உத்வேகமளிக்கிறது. உங்களுடைய பிறவி நோக்கத்தைப் பூர்த்தி செய்கின்ற

விதத்தில் உங்களுடைய வாழ்க்கையை வடிவமைத்துக் கொள்ளுங்கள். உங்களுடைய நோக்கம் எந்த அளவுக்குத் தெளிவாக இருக்கிறதோ, அந்த அளவுக்கு அது விரைவாக அடையப்படும். ஒரு தெளிவான பிறவி நோக்கம், அதன் நிறைவேற்றத்திற்கு உதவுகின்ற நபர்கள், யோசனைகள், வளங்கள் போன்றவற்றை உங்களிடம் கவர்ந்திழுக்கும்."

அவர் சிறிது நிறுத்தினார். அவர் கூறியதை டேவிட் இலேசாக முன்னால் சாய்ந்தவாறு உன்னிப்பாகக் கவனித்துக் கொண்டிருந்தான். அவனுடைய கவனக்குவிப்பு குறித்து அவர் திருப்தி அடைந்திருந்தது வெளிப்படையாகத் தெரிந்தது.

"வேறு யாரோ ஒருவர் அவர்களுடைய திட்டத்தில் உங்களை ஒரு பங்கேற்பாளராகச் சேர்த்துக் கொள்ள ஒருபோதும் அனுமதிக்காதீர்கள். உங்களுடைய சொந்தத் திட்டத்தை வகுத்துக் கொள்ளுங்கள். உங்களுடைய வருங்காலக் கதையை நீங்களே எழுதுங்கள். வேறு ஒருவருடைய கதையில் ஒரு குட்டிக் கதாபாத்திரமாக இருக்காதீர்கள், உங்களுடைய கதையின் நாயகனாகத் திகழுங்கள். நீங்கள் என்ன செய்ய விரும்புகிறீர்கள் என்பதைத் தீர்மானிக்காமல், நீங்கள் யாராக ஆக விரும்புகிறீர்கள் என்பதைத் தீர்மானிப்பதற்குப் போதுமான நேரத்தை எடுத்துக் கொள்வது மிகவும் இன்றியமையாதது."

டேவிட்டின் பார்வை அவருடைய கைகளில் இருந்த புத்தகத்தின் பக்கம் சென்றது. அதை அவர் வாஞ்சையுடன் தடவிக் கொடுத்துக் கொண்டிருந்தார். ஒத்திகை மீண்டும் தொடங்கியபோது, அப்பெண்மணியின் கண்கள் அங்குச் சென்றன. டேவிட்டின் பார்வையும் அவருடையதைத் தொடர்ந்தது. பொதுவாக, நாடக உலகைச் சாராதவர்களுக்குக் கிடைக்காத இந்த அரிய கோணம் தனக்குக் கிடைத்திருந்ததை டேவிட் எண்ணி வியந்து கொண்டிருந்தான்.

அவன் மீண்டும் தன் பார்வையைத் திருப்பியபோது, அப்பெண்மணியைக் காணவில்லை. அவர் அங்கிருந்து கிளம்பிப் போயிருந்ததை அவன் கவனித்திருக்கவில்லை. அவர் சற்று நேரத்தில் திரும்பி வந்துவிடுவார் என்று

நினைத்து டேவிட் காத்திருந்தான். ஆனால், ஒத்திகை முடிந்த பிறகும் அவரைக் காணவில்லை. அதனால், அவன் வந்த வழியே மீண்டும் படியிறங்கி அவர்கள் அமர்ந்திருந்த அறைக்குத் திரும்பி வந்தான். அங்கிருந்த கணப்படுப்பு கிட்டத்தட்ட அணைந்து போயிருந்தது. ஆனால், அப்பெண்மணியைக் காணவில்லை. அவன் தன் கோட்டை எடுத்து அணிந்து கொண்டு, அங்கிருந்து வெளியே வந்து படியேறி மீண்டும் தெருவுக்கு வந்தான். பின் அந்தப் பூங்காவின் வழியாக அவன் தன் வீட்டை நோக்கி நடக்கத் தொடங்கினான்.

விநோதம், படுவிநோதம், என்று அவன் தனக்குத் தானே கூறிக் கொண்டான். அந்தப் பெண்மணி அங்கிருந்து மாயமாக மறைந்துவிட்டிருந்தபோதிலும், அவருடைய வார்த்தைகள் அவனுக்குள் தங்கிவிட்டன. வேறு யாரோ ஒருவருடைய கனவு? தன்னுடைய குடும்பத் தொழிலில் ஈடுபட்டிருந்த அவனுடைய நண்பன் ஒருவனின் ஞாபகம் டேவிட்டுக்கு வந்தது. ஏனெனில், அதுதான் அவனிடமிருந்து எதிர்பார்க்கப்பட்டது. தன்னுடன் படித்த மற்றொரு பெண்ணைக் குறித்து அவன் நினைத்துக் கொண்டான். அவள் கல்லூரியில் படித்துக் கொண்டிருந்தபோது, வேறு ஒரு பாடத்தை எடுத்துப் படிக்க விரும்பினாள். ஆனால், அவளுடைய அம்மாவின் விருப்பத்தை மீறி அவளால் அதைச் செய்ய முடியவில்லை. ‘நம்மில் பெரும்பாலானோர் எந்தக் கட்டத்தில் பிறருடைய கனவுகளின்படி நடக்கத் தொடங்குகிறோம்?’ என்று டேவிட் யோசித்தான். அப்போது அவன் கடந்து கொண்டிருந்த ஒரு கடையின் கண்ணாடியில் தெரிந்த தன் முகம் மிகவும் தீவிரத்தோடு இருந்ததைக் கண்டு தனக்குத் தானே புன்னகைத்துக் கொண்டான். ‘நான் இந்த விஷயங்களைத் தீவிரமாக எடுத்துக் கொண்டிருப்பதைக் கண்டால் அந்த முதியவர் கண்டிப்பாகத் திருப்தி கொள்வார்,’ என்று அவன் நினைத்துக் கொண்டான்.

அவன் வீட்டுக்குள் நுழைந்து தன் கோட்டைக் கழற்றியபோது, அதன் பாக்கெட்டுக்குள் ஒரு காகிதம் செருகப்பட்டிருந்ததைக் கவனித்து அவன் வியந்தான்.

முதலாவது தவறு:

பிறருடைய கனவுக்கு ஏற்பச் செயல்பட்டுக் கொண்டிருப்பது

பிறருடைய நாடகத்தில் ஒரு பாத்திரத்தை ஏற்று நடித்துக் கொண்டிருக்காதீர்கள். உங்களுடைய பிறவி நோக்கத்தைப் பூர்த்தி செய்கின்ற பாத்திரத்தை உங்களுக்கு நீங்களே உருவாக்கிக் கொள்ளுங்கள்.

பிறரால் வடிவமைக்கப்பட்டு இயக்கப்படுகின்ற ஒரு வாழ்க்கையை நீங்கள் வாழ்ந்து கொண்டிருந்தால், உங்களால் உங்களுடைய உன்னதமான திறனை வெளிப்படுத்த முடியாது.

இந்த பூமியில் உங்களுடைய பிறவி நோக்கம் தனித்துவமானது.

உங்களுடைய பிறவி நோக்கத்தைப் பூர்த்தி செய்கின்ற விதத்தில் உங்களுடைய வாழ்க்கையை வடிவமைத்துக் கொள்ளுங்கள்.

ஒரு தெளிவான பிறவி நோக்கம், அதன் நிறைவேற்றத்திற்கு உதவுகின்ற நபர்கள், யோசனைகள், வளங்கள் போன்றவற்றை உங்களிடம் கவர்ந்திழுக்கும்.

வேறு யாரோ ஒருவர் அவர்களுடைய திட்டத்தில் உங்களை ஒரு பங்கேற்பாளராகச் சேர்த்துக் கொள்ள ஒருபோதும் அனுமதிக்காதீர்கள்.

வேறு ஒருவருடைய கதையில் ஒரு குட்டிக் கதாபாத்திரமாக இருக்காதீர்கள், உங்களுடைய கதையின் நாயகனாகத் திகழுங்கள்.

நீங்கள் என்ன செய்ய விரும்புகிறீர்கள் என்பதைத் தீர்மானிக்காமல், நீங்கள் யாராக ஆக விரும்புகிறீர்கள் என்பதைத் தீர்மானிப்பதற்குப் போதுமான நேரத்தை எடுத்துக் கொள்ளுங்கள்.

இரண்டாவது தவறு

தன் மனத்தில் ஏகப்பட்ட எண்ணங்கள் சுழன்றடித்துக் கொண்டிருந்ததால், அன்று இரவு தன்னால் நிம்மதியாகத் தூங்க முடியாது என்று டேவிட் நினைத்தான். அவன் அந்த முதியவரைப் பற்றியும், அந்த நாடக ஆசிரியையைப் பற்றியும், அலுவலக வேலைத் திட்டம் ஒன்றைப் பற்றியும் யோசித்துக் கொண்டிருந்தான். ஆனால், படுக்கையில் படுத்த அடுத்தக் கணம் அவன் தூங்கிவிட்டான்.

அடுத்து அவன் அறிந்த விஷயம், அறைச் சன்னல் தடுப்பானின் வழியே வெளிச்சம் உள்ளே பரவிக் கொண்டிருந்ததைத்தான். அவன் நன்றாக ஓய்வெடுத்திருந்ததைப்போல உணர்ந்தான், அமைதியாகவும் இருந்தான். காற்று வீசிக்கொண்டிருக்காத அந்த அறையில் நிலவிய அசாதாரணமான மௌனத்தை அவன் சுகமாக அனுபவித்துக் கொண்டிருந்தான். மௌனத்தைப் பற்றி அந்த முதியவர் என்ன சொன்னார்? "ஞானம் மௌனத்தின் மூலமாகத்தான் பேசும்!" அவன் தனக்குத் தானே புன்னகைத்துக் கொண்டு, முதல் தவற்றை நினைவுபடுத்திக் கொண்டான்.

"நான் வேறு யாராவது ஒருவருடைய கனவுக்கு ஏற்பச் செயல்பட்டுக் கொண்டிருக்கிறேனா? என்னுடைய சொந்தக் கனவு எது? என்னுடைய பிறவி நோக்கம் என்ன?"

அவன் தன் வேலையைப் பற்றி யோசித்தான். தான் பெரிதும் இரசிக்காத ஒன்றைப் பற்றி அவன் ஏன் இந்த அளவுக்குக் கவலைப்பட்டுக் கொண்டிருந்தான்?

ஒரு சில ஆண்டுகளுக்கு முன்பு அவன் அனுபவித்துக் கொண்டிருந்த உற்சாகத்தையும் பரவசத்தையும் எப்படி மீட்டெடுப்பது?

அவனுக்குள்ளிருந்து அடுத்தடுத்துக் கேள்விகள் தோன்றிக் கொண்டேயிருந்தன. அவன் எழுந்து சோம்பல் முறித்துக் கொண்டிருந்தபோதும், பல் துலக்கிக் கொண்டிருந்தபோதும், தன்னுடைய காலைநேர மெதுவோட்டத்திற்கு ஏற்ற உடையை அணிந்து கொண்டு கிளம்பியபோதும், அவன் அக்கேள்விகளைப் பற்றியே யோசித்துக் கொண்டிருந்தான்.

அன்று வெளியே காற்று வழக்கத்தைவிடக் குளிராக இருந்தது. ஒரு நல்ல ஓட்டம் தன் மனத்தைத் தெளிவாக்கும் என்று நினைத்துக் கொண்டு ஓடத் தொடங்கிய அவன், தன் மனத்தில் தன் கடன்களைப் பற்றிய எண்ணங்கள் வட்டமிடத் தொடங்கியதைக் கண்டு வியந்தான். அவன் தன் மேலாளரைப் பற்றியும், தன் அலுவலக சகாக்களைப் பற்றியும், தன் வாழ்க்கையைப் பற்றியும் யோசித்தான். தன் அப்பாவின் நடுத்தர வயது நெருக்கடியும், அது அவர் ஒரு ஸ்போர்ட்ஸ் காரை வாங்கி விரைவிலேயே விற்றுவிட்டதில் வெளிப்பட்டிருந்ததும் அவனுக்கு ஏனோ நினைவுக்கு வந்தன. அதைப் பற்றி அவன் தன் அப்பாவுடன் விவாதித்திருந்தான். ஆனால், அது ஒரு பெரிய விஷயம் அல்ல என்பதுபோல அவர் அதை அலட்சியமாக ஒதுக்கித் தள்ளிவிட்டார். ஆனால், அவனுடைய அப்பா கேட்டுக் கொண்ட அதே கேள்விகளை டேவிட் வயது குறைவாக இருந்தபோதே கேட்கத் தொடங்கிவிட்டான்.

அவன் வீடு திரும்பியபோது, ஓடியதில் ஏற்பட்டச் சோர்வோடு சேர்ந்து, அந்த ஓட்டத்தினால் சுரந்த ஊக்க ஹார்மோன்கள் அளித்த உற்சாகமும் அவனை ஆட்கொண்டிருந்தது. குளிர் இப்போது அவனைச் சட்டை செய்யவுமில்லை, எல்லாவற்றையும் குறித்து அவனுடைய மனத்தில் பீறிட்டுக் கிளம்பிய கேள்விகளின் வேகத்தை மட்டுப்படுத்தவும் இல்லை.

அவன் அந்த முதியவரைக் கண்டுபிடிக்க விரும்பினான். அவரிடமிருந்து அனைத்தையும் கறந்துவிட

அவன் ஆசைப்பட்டான். அவர் கையில் வைத்திருந்த அந்தப் புத்தகத்தைத் தான் புரட்டிப் பார்ப்பது போலவும், அதைப் படித்து அதில் இடம்பெற்றுள்ள அனைத்து ஞானத்தையும் தான் பருகிவிடுவதைப்போலவும் அவன் கற்பனை செய்தான்.

டேவிட் குளித்து முடித்து உடையணிந்து தன்னுடைய ஆளுயரக் கண்ணாடி முன் வந்து நின்றான். பின் அந்த உடையைக் களைந்துவிட்டு வேறு ஓர் உடையை அணிந்தான். பொதுவாக அவன் உடை விஷயத்தில் பெரிதாக அலட்டிக் கொள்வதில்லை. ஆனால், இன்றைய தினம் அவன் திட்டமிட்டிருந்த சந்திப்பின்போது அவன் நேர்த்தியாகக் காட்சியளிக்க விரும்பினான். அவன் வங்கியில் கடன் கேட்கத் திட்டமிட்டிருந்தான். வங்கியின் நினைப்பு வந்தவுடனேயே அவனுடைய வயிற்றுக்குள் அமிலம் சுரக்கத் தொடங்கிவிட்டது. பொருளாதாரரீதியாக அவன் தடுமாறிக் கொண்டிருந்ததைத்தான் அது வெளிப்படுத்தியது. இறுதியில், தன் தோற்றம் குறித்து அவனுக்குத் திருப்தி ஏற்பட்டதும் அவன் தன் படுக்கையறையைவிட்டு வெளியேறினான்.

அந்த வீட்டின் சிறிய வரவேற்பறையில் சூரிய வெளிச்சம் புகுந்து அதைப் பொன்னிறமாக ஆக்கியிருந்தது. அவன் ஒரு கோப்பையும், அந்த நிறுவனத்தில் அவன் சேர்ந்தபோது அவனுக்குக் கொடுக்கப்பட்டிருந்த தோல் பையையும் எடுத்துக் கொண்டு வீட்டைவிட்டுக் கிளம்பினான்.

வீட்டைவிட்டு வெளியே வந்ததும், நடைபாதையில் அரக்கப்பறக்கச் சென்று கொண்டிருந்த அந்நியர்களின்மீது மோதிவிடாமல் சமாளித்து அவன் நடந்தான். தன் இடுப்பில் ஒரு குழந்தையை வைத்திருந்த ஒரு பெண், தன்னுடைய இன்னொரு குழந்தையை அதற்கான தள்ளுவண்டியில் உட்கார வைத்துத் தள்ளிக் கொண்டு சென்றார். பளபளவென்றிருந்த ஒரு கைத்தடியை ஊன்றியவாறு, தொப்பி அணிந்திருந்த ஒரு பெரியவர் அவனைக் கடந்து சென்றார். டேவிட் அந்த முதியவரைச் சந்தித்திருந்த சிற்றுண்டியகத்தை

நெருங்கியபோது, இம்முறை அதற்குள் எட்டிப் பார்க்காமல் இருக்க வேண்டும் என்று தனக்குத் தானே வலியுறுத்திக் கொண்டான். இன்று அவன் அந்த முதியவரைச் சந்திக்க விரும்பவில்லை. அவன் அனைத்து உண்மைகளையும் அறிந்து கொள்ள மிகவும் ஆர்வமாக இருந்ததால், தன்னால் தன்னைக் கட்டுப்படுத்திக் கொள்ள முடியுமா என்று அவன் யோசித்தான். ஆனால், அந்தச் சிற்றுண்டியகத்தின் அருகே சென்றபோது அவன் அதற்குள் எட்டிப் பார்க்கத்தான் செய்தான். நல்ல வேளையாக, அதன் கண்ணாடியில் சூரிய ஒளி பட்டுப் பிரதிபலித்ததால், அவனால் உள்ளே எதையும் பார்க்க முடியவில்லை.

டேவிட் அடுத்தத் தெருமுனையைத் திரும்பியதும், அந்த வங்கி அவன் கண்களில் பட்டது. அதன் வாசலை அடைந்தவுடன் அவன் சற்றுத் தயங்கினான். பதற்றம் அடைவதற்கு அவசியமில்லை. இது அவனுடைய வங்கி. சில கடன் தவணைகளை அவன் கட்டாமல் இருந்தான் என்பது உண்மைதான் என்றாலும், அவன் பெரிய பிரச்சனைகளில் சிக்கிக் கொண்டிருக்கவில்லை. ஆனாலும், பேசாமல் அந்த வங்கியை மறந்துவிட்டு, நேராகத் தன் அலுவலகத்திற்குச் சென்றுவிடலாமா என்று அவன் யோசித்தான்.

அவன் அந்த வங்கியின் கதவைச் சிறிது நேரம் வெறித்துப் பார்த்திருந்தான்போலும். நேர்த்தியாக உடையணிந்திருந்த, நடுத்தர வயதுப் பெண்மணி ஒருவர் அந்த வங்கியின் கதவை விரியத் திறந்தார். நயமான, தொழில்முறைரீதியான ஒரு குரலில் அவர் அவனை உள்ளே வருமாறு அழைத்தார். தான் எவ்வளவு நேரம் அந்தக் கதவையே பார்த்துக் கொண்டு, தன் கையில் வைத்திருந்த கோப்பை முறுக்கிக் கொண்டு நின்று கொண்டிருந்தோமோ என்று நினைத்து அவன் தன்னைத் தானே நொந்து கொண்டான்.

“இங்கே உள்ளே கதகதப்பாக இருக்கிறது. இங்குள்ள எங்களுடைய கலைப் படைப்புகளை நீங்கள் பார்க்க விரும்பினால், தாராளமாக நீங்கள் பார்க்கலாம்,” என்று அந்தப் பெண்மணி கூறினார்.

அதைக் கேட்டுக் குழப்பமடைந்த டேவிட், அந்த வங்கியின் பிரம்மாண்டமான வரவேற்பறைக்குள் நுழைந்தான். அதற்குள் அந்தப் பெண் வேகமாக நடக்கத் தொடங்கியிருந்தார். அங்கிருந்த ஒரு பெரிய ஓவியத்தை அவர் சுட்டிக்காட்டினார். தான் வெளியேயிருந்து அந்த ஓவியத்தைப் பார்த்து இரசித்துக் கொண்டிருந்ததாக அவர் தவறாக நினைத்திருந்ததைப் புரிந்து கொள்ள டேவிட்டுக்குச் சில கணங்கள் ஆயின.

"இது அருமையாக இருக்கிறது, இல்லையா? இதைப் பார்த்து நான் வியக்காத நாளே இல்லை."

டேவிட் தன் முன் இருந்த ஓவியத்தை ஏறிட்டுப் பார்த்தான். அவன் ஒரு கலை வல்லுநர் அல்லன் என்றாலும், பள்ளியில் கலை வரலாற்றை ஒரு பாடமாக எடுத்து அவன் படித்திருந்தான். விளையாட்டு அளவுக்கு அவனுக்குக் கலையைப் பற்றிய ஆழமான அறிவு கிடையாது என்றாலும், கலையைப் பற்றி ஒருவருடன் உரையாடக்கூடிய அளவு அதில் அவனுக்குப் பரிச்சயம் இருந்தது.

"அது உண்மைதான். நான் வெளியேயிருந்து இதை இரசித்துக் கொண்டிருந்தேன். வெளிச்சத்தில் அதன் வண்ணங்கள் தூக்கலாகத் தெரிந்தன," என்று கூறிய பிறகுதான், வெளியேயிருந்து வெளிச்சம் அதற்குள் விழுந்ததா என்ற சந்தேகமே அவனுக்கு வந்தது.

அதிர்ஷ்டவசமாக, அந்தப் பெண்மணி அவனுடன் அது குறித்து விவாதிக்கவில்லை. மாறாக, அவர் அவனிடம் திரும்பி, "இதை வரைந்த பெண்மணி இந்த நகரிலேயே மிகச் சிறந்த ஓவியர். இதை அவர் எங்களுக்காகப் பிரத்தியேகமாக வரைந்து கொடுத்தார். இந்த நகரம் உருவாக்கப்பட்டபோது இப்படித்தான் இருந்தது. ஆமாம், உங்களுக்கு எங்களுடைய வங்கியில் கணக்கு இருக்கிறதா?" என்று கேட்டார்.

"ஆமாம், இருக்கிறது," என்று கூறிவிட்டு டேவிட் தன்னை அவரிடம் அறிமுகப்படுத்திக் கொண்டான். பிறகு அவன் அவரிடம், "இப்போது நான் இங்கு வந்துள்ளதால், என்னுடைய நிதித் தேவைகளைப் பற்றிப் பேசலாம் என்று நான் நினைக்கிறேன்," என்று

கூறினான்.

அந்தப் பெண்மணியின் முகம் பிரகாசமடைந்தது. “தேவைகளும் விதைகளும் – அவைதாம் நாங்கள் இங்குச் செய்து கொண்டிருக்கின்ற விஷயங்கள்.”

டேவிட் தான் சற்றுக் குழப்பம் அடைந்திருந்ததை உணர்த்துகின்ற விதமாகத் தன்னுடைய இடது புருவத்தை இலேசாக உயர்த்தினான்.

அந்தப் பெண் கலகலவென்று சிரித்துக் கொண்டே இவ்வாறு கூறினார்: “மன்னித்துக் கொள்ளுங்கள். என் தாத்தா அப்படித்தான் சொல்வார். இங்குச் சில பேர் தேவைகளின் நிமித்தம் வருவர். அவர்களுக்குக் கடன் அல்லது வேறு உதவிகள் தேவைப்படும். வேறு சிலர் விதைகளுடன் வருவர். அதாவது, அவர்கள் தங்கள் பணத்தை வங்கியில் போட வருவர் அல்லது வேறு முதலீடுகளில் ஈடுபட விரும்புவர். அதனால்தான், நான் ‘தேவைகளும் விதைகளும்’ என்று கூறினேன். நீங்கள் ‘தேவை’ என்று கூறியது என்னிடம் என் தாத்தாவைப் பற்றிய பழைய ஞாபகத்தைத் தூண்டிவிட்டுவிட்டது. வாருங்கள், என்னுடைய அலுவலக அறைக்குச் செல்லலாம்.”

டேவிட் அவரைப் பின்தொடர்ந்து சென்றான். அந்தப் பெண்மணி தான் எதிர்பார்த்திருந்ததைப்போல இருக்கவில்லை என்று அவன் நினைத்துக் கொண்டான். ஆனால், உண்மையில் தான் என்ன எதிர்பார்த்திருந்தோம் என்ற குழப்பம் அவனிடம் நிலவியதையும் மறுக்க முடியாது.

அவர்கள் அந்த வரவேற்பறையைத் தாண்டி, ஒரு பெரிய அலுவலகத்திற்குள் நுழைந்தனர். அவர் அவனை ஒரு நாற்காலியில் அமருமாறு கூறிவிட்டு, அவனுக்குக் குடிக்க ஏதாவது தரட்டுமா என்று கேட்டார். தனக்கு எதுவும் வேண்டாம் என்று மறுத்துவிட்டு, அந்தப் பெண்மணியின் தாத்தாவைப் பற்றிய உரையாடலுக்குள் அவன் சென்றான்.

கடன் கேட்பதற்கு முன் அந்தப் பெண்மணியுடன் ஒரு சுமூகமான உறவை வளர்த்துக் கொள்ள அது உதவும் என்று அவன் நினைத்தான். அதனால், அவன்

அவரிடம், “உங்களுடைய தாத்தா ஒரு சுவாரசியமான நபராகத் தெரிகிறார்,” என்று கூறினான்.

“ஆமாம், ஆமாம்!” என்று கூறியபோது அந்தப் பெண்மணியின் முகம் பிரகாசமடைந்தது. “அவர் தனித்துவமானவர். அவர் அறிவுரைகளை அள்ளி வழங்கவும் செய்வார். அவர் தன் வாடிக்கையாளர்களுடன் பகிர்ந்து கொள்கின்ற ஒன்றை இப்போது நான் உங்களுக்குக் காட்டுகிறேன்.”

அந்த அறையின் ஒரு பக்கச் சுவர் முழுவதையும் அடைத்தவாறு நின்று கொண்டிருந்த, பல அடுக்குகளைக் கொண்ட ஓர் அலமாரியை நோக்கி அவர் சென்றார். அந்த அலமாரியில் பலவிதமான பொருட்கள் இருந்தன. புத்தகங்கள், படங்கள் மற்றும் சிறு பொருட்கள். “நான் எங்கே வைத்தேன்? . . . ஓ!... இங்கே இருக்கிறது!” பின் அவர் தன் குதிகாலில் நின்று, சற்று உயரத்திலிருந்த பழைய ஜாடி ஒன்றை எடுத்தார்.

“இது என்னுடைய தாத்தாவின் ஜாடி. சரியாகச் சொல்ல வேண்டுமென்றால், பல தலைமுறைகளைக் கடந்து அவரிடம் வந்து சேர்ந்த ஒன்று இது. முதலில் இது தயிர் கடையப் பயன்படுத்தப்பட்டு வந்த ஒரு ஜாடி. அதில் என் தாத்தா நிறைய நாணயங்களைச் சேகரித்து வந்தார். அந்த நாணயங்கள் அந்த ஜாடி அளவுக்குப் பழமையானவையாக இருந்தால் நன்றாக இருந்திருக்கும். இந்த ஜாடி, இந்த நாடு உதயமான காலத்தைச் சேர்ந்ததாக இருக்க வேண்டும் என்று கலைப் பொருட்களை வாங்கி விற்கின்ற ஒருவர் என்னிடம் கூறினார். இதற்கு இப்போது நான் கொடுத்துக் கொண்டிருக்கின்ற மதிப்பைவிடக் கூடுதல் மதிப்பை நான் கொடுக்க வேண்டும் என்று எனக்குத் தெரிகிறது. ஆனால் இது எப்போதுமே இங்கேதான் இருந்து வந்துள்ளது.”

டேவிட் தன் இருக்கையில் நெளிந்தான். இது எங்கே போய் முடியப் போகிறதோ என்று யோசித்தவாறு, தன் கடனட்டையில் தான் பாக்கி வைத்திருந்த தொகைகளை ஒன்றாக்கி, அதை ஓர் ஒற்றைக் கடனாக மாற்ற வேண்டும் என்ற கோரிக்கையை அந்தப் பெண்மணியிடம் எப்படிச் சொல்லலாம் என்று அவன் தன் மனத்திற்குள் ஒத்திகை

பார்த்துக் கொண்டிருந்தான்.

அந்தப் பெண்மணி அந்த ஜாடிக்குள்ளிருந்த பல நாணயங்களை வெளியே எடுத்துத் தன் மேசையின்மீது பரப்பி வைத்தார். "இதை நீங்கள் விரும்புவீர்கள்," என்று கூறிய அவர், எந்தவிதமான முன்னறிவிப்புமின்றி இரண்டு நாணயங்களை டேவிட்டை நோக்கி எறிந்தார். "இவற்றை நீங்கள் பிடித்துக் கொண்டால், இவை உங்களுடையவை."

டேவிட் அந்த நாணயங்களைத் திறமையாகவும் உள்ளுணர்வுரீதியாக உந்தப்பட்ட விதத்திலும் இலாவகமாக எட்டிப் பிடித்துவிட்டான்.

"இந்தப் பென்னி நாணயங்கள் குறித்த அற்புதமான விஷயம் என்ன தெரியுமா? இவற்றின் நாணய மதிப்பைவிட, அவற்றை உருவாக்குவதற்கு அதிகம் செலவிடப்படுகிறது. இது பைத்தியக்காரத்தனமாக இருக்கிறது, இல்லையா?"

"உண்மையாகவா?" என்று கேட்ட டேவிட், தொடர்ந்து, "அப்படியானால், அவர்கள் ஏன் அதைத் தயாரிக்கின்றனர்?" என்று வினவினான்.

அவர் அக்கேள்வியைப் புறந்தள்ளிவிட்டு நேரடியாகப் படிப்பினைக்குள் நுழைந்தார். "அந்தப் பென்னியில் இடம்பெற்றிருக்கின்ற எண் அதன் மதிப்பைப் பறை சாற்ற வேண்டும். ஆனால், அதன் உண்மையான மதிப்பு அதன் எண்ணில் இல்லை."

பின் அந்தப் பெண்மணி ஒருவிதமான எதிர்பார்ப்புடன் டேவிட்டை நோக்கினார். ஆனால், டேவிட் குழப்பத்துடன் அந்தப் பெண்மணியை உற்றுப் பார்த்துக் கொண்டிருந்தான்.

"சரி. இந்தப் பென்னி நாணயம், ஒரு பென்னியைவிட அதிக மதிப்பு வாய்ந்தது. நிக்கல் நாணயமும் அப்படித்தான். நான் சமீபத்தில் சோதித்தபோது, அதன் உண்மையான மதிப்பு இரண்டு மடங்காகும். ஆனால், அதன் மதிப்பு எவ்வளவு என்று ஓர் எண்ணால் அதன்மீது முத்திரை குத்தப்பட்டுள்ளதால், அதை நாம் அப்படியே ஏற்றுக் கொள்கிறோம், அவ்வளவுதான்."

இப்போது அவர் மிகவும் உற்சாகமாகிவிட்டார்.

"வாழ்க்கையிலும் அப்படித்தான். உங்கள் மதிப்பு இதுதான் என்று மற்றவர்கள் உங்கள்மீது முத்திரை குத்திவிடுகிறார்கள். இவனால் பிறரை நிர்வகிக்க முடியாது! விளையாட்டு இவனுக்குச் சுட்டுப்போட்டால்கூட வராது! இவன் ஒரு சிறந்த பேச்சாளன் அல்லன். இவன் ஒரு நல்ல எழுத்தாளன் அல்லன். இவன் மக்களைக் கையாளத் தெரியாதவன். இவன் இப்படிப்பட்டவன் அல்லன், இவன் அப்படிப்பட்டவன் அல்லன். ஆனால், இதில் ஒரு சிக்கல் இருக்கிறது. நம்முடைய மனம் ஒரு ஸ்பாஞ்சைப் போன்றது. அதனால், அது அந்தத் தவறான முத்திரையை அப்படியே ஏற்றுக் கொள்கிறது."

அவர் கூறியதை ஆமோதிக்கும் விதமாக டேவிட் தலையாட்டினான். அவர் கூறிக் கொண்டிருந்தது அவனுக்கு மெதுவாகப் புரியத் தொடங்கியிருந்தது.

"ஒரு பென்னியின் மதிப்பு அதில் முத்திரை குத்தப்பட்டுள்ளதைவிட அதிகம் என்று ஒரு வங்கியாளரே கூறுவது உங்களுக்கு வியப்பாக இருக்கிறது, இல்லையா? ஆனால், நீங்கள் ஒரு மூட்டை பென்னி நாணயங்களை எங்களிடம் எடுத்து வந்தால், அவற்றில் என்ன மதிப்பு முத்திரையிடப்பட்டுள்ளதோ அந்த மதிப்பைத்தான் நாங்கள் உங்களுக்குக் கொடுப்போம்," என்று கூறிவிட்டு அவர் சிரித்தார். பின் அவர் தன் சிரிப்பைத் திடீரென்று நிறுத்திவிட்டு, "அடக் கடவுளே! நான் உங்களிடம் என்னை அறிமுகம் செய்து கொள்ளவே இல்லையே. மன்னித்துக் கொள்ளுங்கள். நீங்கள் ஒரு வாடிக்கையாளர் என்று சொன்னீர்கள். உங்களுடைய பெயர் . . ." என்று இழுத்தார்.

"என் பெயர் டேவிட்," என்று அவன் ஒரு புன்னகையுடன் கூறினான். அவன் கனவில்கூட நினைத்திராத அளவுக்கு அவன் சௌகரியமாக உணர்ந்தான். அவன் தன்னுடைய வங்கிக் கணக்கு எண், தன் வேலை, தன் பின்புலம் ஆகியவற்றைப் பற்றி அவரிடம் சுருக்கமாகக் கூறினான்.

அந்தப் பெண் பேச்சைத் தொடர்ந்தார். "இப்போது நான் யாரென்பதை நீங்கள் புரிந்து கொண்டிருப்பீர்கள் என்று நான் நினைக்கிறேன்," என்று கூறிவிட்டு அவர்

அவனிடம் மேலும் ஒரு நாணயத்தைக் கொடுத்தார். “அப்புறம் . . .” என்று கூறியவர், அந்த வாக்கியத்தை முடிக்காமல் எழுந்து அதே அலமாரிக்குச் சென்று, அவனுக்கு இப்போது பழக்கமாகிப் போய்விட்டிருந்த அந்தப் புத்தகத்தை எடுத்தார். “நீங்கள் என்னைச் சந்திப்பது திட்டத்தின் ஒரு பகுதி,” என்று அவர் கூறினார்.

என்ன நடந்து கொண்டிருந்தது என்பதை அறிந்து கொண்டவுடன் டேவிட்டின் கண்கள் அகல விரிந்தன. தவறுகளைப் பற்றித் தான் தெரிந்து கொள்வோம் என்று அவன் எதிர்பார்த்திருந்தான். ஆனால், இது கற்பனைக்கு அப்பாற்பட்ட விதத்தில் புதிரானதாக இருந்தது. “இது எப்படிச் சாத்தியம்? நான் இங்கு வருவேன் என்பதை உங்களால் எப்படி அறிந்திருக்க முடியும்?”

“இது எப்படி வேலை செய்கிறது என்பதை அறிய முடிந்தால் நன்றாகத்தான் இருக்கும்,” என்று அந்த வங்கியாளர் கூறினார். “இத்திட்டம் தொடங்கிவிட்டால் மொத்தப் பிரபஞ்சமும் உங்களுடைய நலனுக்காக இயங்கத் தொடங்கிவிடும்,” என்று கூறிய அவர், தன் கையால் தன் நெற்றிப்பொட்டை இலேசாகத் தேய்த்துவிட்டுக் கொண்டார். பின்னர், அவர் அவனிடம், “நீங்கள் அதைப் பற்றிப் பின்னர் படித்துக் கொள்ளலாம். இப்போது நீங்கள் இந்தத் தவற்றைப் பற்றி அறிந்து கொள்ள வேண்டும் என்று நான் விரும்புகிறேன்,” என்று கண் சிமிட்டியவாறு கூறினார்.

டேவிட்டால் தன் தலையை ஆட்டி அதை ஆமோதிக்க மட்டுமே முடிந்தது. பின் அவன் தன் தலையை ஒரு சிலுப்பு சிலுப்பிக் கொண்டு தன்னை நிகழ்கணத்திற்குக் கொண்டு வந்தான்.

“உங்களுடைய மதிப்பை வேறு யாரோ ஒருவர் நிர்ணயிக்க நீங்கள் அவரை அனுமதிப்பதுதான் இரண்டாவது தவறு.”

டேவிட் அவரையே உற்றுப் பார்த்துக் கொண்டிருந்தான். அங்கு நடந்து கொண்டிருந்த விஷயங்கள் அவனிடம் ஏற்படுத்தியிருந்த அதிர்ச்சியிலிருந்து அவன் இன்னும் மீண்டிருக்கவில்லை.

அவனுடைய பிரமிப்பைப் பொருட்படுத்தாமல் அவர் தொடர்ந்து பேசினார்.

“மீண்டும் நாம் நாணயத்திற்குத் திரும்பலாம். அந்த நாணயத்தின் உண்மையான மதிப்பை அதன்மீது முத்திரை குத்தப்பட்டுள்ள எண் பிரதிபலிப்பதில்லை. ஆனாலும், நாம் அந்த முத்திரை துல்லியமானது என்று அனுமானிக்கிறோம். வாழ்க்கையிலும் இது இப்படித்தான் நடக்கிறது. பின்னர் நம்மீது குத்தப்படுகின்ற முத்திரையை அப்படியே நம்புகின்ற தவற்றை நாம் செய்துவிடுகிறோம். பிறர் நம்மைப் பற்றிக் கூறுவதை நாம் அப்படியே நம்பிவிடுவதால், நம்முடைய திறன் அநியாயத்திற்கு வீணாக்கப்படுகிறது. பின் அது மேலும் சீர்கேடு அடையத் தொடங்குகிறது. பின் அதை நாம் நம்முடைய சொந்த முத்திரையாக ஆக்கிக் கொள்கிறோம். நம்மால் ஒரு நெடுந்தூரப் போட்டியில் ஓட முடியாது என்பதை நாம் ஏற்றுக் கொள்கிறோம்; நம்மால் நம் உடல் எடையைக் குறைக்க முடியாது, நம்முடைய சொந்தத் தொழிலைத் தொடங்க முடியாது, பதவி உயர்வுகளைப் பெற முடியாது, இந்த உலகில் ஒரு பெரிய வித்தியாசத்தை ஏற்படுத்த முடியாது, நம்முடைய இலக்குகளை அடைய முடியாது, ஒரு செல்வந்தராக ஆக முடியாது, நம்மால் முடியாது, நம்மால் முடியாது, நம்மால் முடியாது! ஒரு குறிப்பிட்ட விதமான வாழ்க்கைதான் நமக்கு விதிக்கப்பட்டுள்ளது என்று நாம் நம்பத் தொடங்கிவிடுகிறோம்.”

இந்த வங்கியாளரின் பேச்சு படிப்படியாக ஒருவிதமான தீவிரத்தன்மையை அடையத் தொடங்கியது. அவர் டேவிட்டை நேராகப் பார்த்தபடி பேசத் தொடங்கினார். “நீங்கள் இளமையாக இருக்கின்றபோதே இவற்றைக் கற்றுக் கொள்கிறீர்கள் என்பது ஒரு நல்ல விஷயம். நான் மிகவும் தாமதமாகத்தான் இதைக் கற்றுக் கொண்டேன். ஆனால், நாம் இந்தத் தவறுகளைக் கற்றுக் கொண்டவுடன், நம்மால் எல்லாவற்றையும் மாற்றிவிட முடியும். நான் என்னுடைய வாழ்க்கையின் பெரும் பகுதியைப் பிறருடைய எதிர்பார்ப்புகளுக்கு ஏற்பவும், அவர்கள் குத்தியிருந்த முத்திரையின்படியும்

வாழ்ந்து வந்திருந்தது குறித்து எனக்குப் பின்வருத்தங்கள் உண்டு. நான் வளர்ந்து வந்த காலத்தில் பெண்களுக்கும் எண்களுக்கும் காத தூரம் என்ற கருத்து நிலவி வந்தது. கணிதம்தான் எனக்கு மிகவும் பிடித்தமான பாடமாக இருந்தபோதிலும், நான் அதை நம்பினேன். என்னால் தாக்குப்பிடிக்க முடியாது என்று என்னிடம் கூறப்பட்டதால், நான் கூடுதல் கணிதத்தை எடுத்துப் படிக்காமல் விட்டுவிட்டேன். கல்லூரியிலும் நான் படிக்க விரும்பிய பாடங்களை நான் படிக்காமல் போனேன். ஏனெனில், அவற்றில் நான் தோற்றுவிடுவேன் என்று நான் நம்பினேன். அவர்களுடைய கூற்று தவறானது என்பதைக் கண்டுபிடிப்பதற்கு எனக்கு மிக நீண்டகாலம் ஆகிவிட்டது. அதனால், நான் மிகவும் விரும்பிய நிதித் துறைக்குள் நுழைவது மிகவும் கடினமாகிவிட்டது. ஆனாலும் எப்படியோ அதற்குள் நான் நுழைந்துவிட்டேன். இப்போது நான் இருக்கின்ற இடத்தில் நான் மிகவும் மகிழ்ச்சியாக இருக்கிறேன். நான் இளமையாக இருந்தபோதே நான் நானாக இருப்பதற்கான துணிச்சல் எனக்கு இருந்திருந்தால் நன்றாக இருந்திருக்கும். ஆனால், அப்படி நிகழவில்லை. உங்களுக்குப் போதுமான நேரம் இருக்கின்றபோதே இதை உணர்ந்து கொள்வது அத்தியாவசியமானது. நம்முடைய இதயம் கூறுவதற்கு நேர் எதிரான நடவடிக்கையில் இறங்குவது பின்வருத்தத்தில்தான் போய் முடியும்."

அவர் கூறிய வார்த்தைகளை நான் முழுமையாக உள்வாங்கிக் கொள்வதற்காக அவர் சற்று நேரம் மௌனமாக இருந்தார். அந்த நாடக ஆசிரியையைப்போலவே இவரும் அவசரப்படவில்லை. மாறாக, அவர் டேவிட்டையே உற்றுப் பார்த்துக் கொண்டிருந்தார். தான் கூறியிருந்தது அவனுடைய மண்டையில் ஏறிவிட்டதா என்பதை அவர் கவனமாக அவதானித்துக் கொண்டிருந்ததைப்போல இருந்தது இது. எல்லாவற்றையும் உள்வாங்கிக் கொண்டு டேவிட் மௌனமாக உட்கார்ந்திருந்தான்.

சில நிமிடங்களுக்குப் பிறகு அவர் தொடர்ந்தார். "நம்மை வரையறை செய்வதற்குப் பிறர் அவசரம்

காட்டுகின்றனர். அவர்கள் தங்களுடைய எதிர்பார்ப்புகளை நம்மீது திணிக்கின்றனர். நாம் மாறியிருக்கிறோம் என்பதை அவர்கள் உணர்வதில்லை. நம்மிடம் இருக்கின்ற ஆற்றலை அவர்கள் பார்ப்பதில்லை. நம்முடைய பெற்றோர், நம்முடைய உடன்பிறந்தோர், நம்முடைய நண்பர்கள் ஆகியோர் நம்மைக் காலச் சிறைக்குள் பூட்டி வைக்க முயல்கின்றனர். நாம் யாராக இருக்கிறோம், என்னவாக ஆகியிருக்கிறோம் என்பதைப் பார்க்க மறுத்து, அவர்களுடைய கண்ணோட்டத்தில் மட்டுமே அவர்கள் நம்மைப் பார்க்கின்றனர். அவ்வளவு ஏன்! இயேசு கிறிஸ்து அற்புதங்களை நிகழ்த்திவிட்டு வீட்டுக்குத் திரும்பியபோது, 'நம்முடைய ஜோசப்புக்கும் மேரிக்கும் பிறந்தவன்தானே இவன்? என்ன இப்படியெல்லாம் செய்து கொண்டிருக்கிறான்?' என்று மக்கள் யோசித்தனர்."

அவர் வாய்விட்டுச் சிரித்தார். தன் கதை சொல்கின்ற ஆற்றல் குறித்து அவர் உண்மையிலேயே மகிழ்ச்சி கொண்டிருந்தார்.

"வழமையான கதை இப்படிச் சொல்லப்பட்டிருக்கவில்லை என்பது உண்மைதான். ஆனால், நான் என்ன சொல்ல வருகிறேன் என்பது உங்களுக்குப் புரிந்திருக்கும் என்று நான் நினைக்கிறேன். நீங்கள் யாராக இருக்கிறீர்களோ அதற்கு உண்மையானவராக வாழ்கின்ற வாழ்க்கைதான் நன்றாக வாழப்பட்டதொரு வாழ்க்கை. நீங்கள் யார் என்று பிறர் கூறுகின்ற 'உங்களைப்' பற்றியது அல்ல இது. இது உண்மையான உங்களைப் பற்றியது."

டேவிட் தன் வேலையில் தனக்கு இடப்பட்டிருந்த எச்சரிக்கை குறித்தும், அது உருவாக்கியிருந்த எதிர்மறை முத்திரை எப்படித் தன் மனத்தில் பதிந்து போயிருந்தது என்பதைப் பற்றியும் யோசித்தான்.

"இது உங்களுக்கு நிகழாமல் பார்த்துக் கொள்வீர்கள் என்று எனக்கு வாக்களியுங்கள்," என்று அந்த வங்கியாளர் அவனிடம் கேட்டுக் கொண்டார்.

"உங்களுக்கு நேர்மையாக இருங்கள். உங்களுக்கும் உங்களுடைய பிறவி நோக்கத்திற்கும் இடையே எதுவும்

குறுக்கே வந்துவிடாமல் பார்த்துக் கொள்ளுங்கள். பிறர் உங்கள்மீது வலிந்து திணிக்கின்ற வரம்பெல்லைகளை ஏற்றுக் கொள்ளாதீர்கள். உங்களுடைய சொந்த மதிப்பை அறிந்திடுங்கள்."

அப்போது ஒருவர் அந்த வங்கியாளரின் அறைக்குள் எட்டிப் பார்த்து, திறந்திருந்த அந்தக் கதவின்மீது இரண்டு முறை தட்டினார். "உங்களிடம் அந்த அறிக்கை இருக்கிறதா? அவர்கள் கேட்கிறார்கள்."

அந்த வங்கியாளர் டேவிட்டிடம், "ஓ! என்னை மன்னித்துக் கொள்ளுங்கள். உடனே வந்து விடுகிறேன்," என்று கூறிவிட்டு, தன் மேசையிலிருந்த சில ஆவணங்களை எடுத்துக் கொண்டு அங்கிருந்து அகன்றார். டேவிட் சிந்தனையில் ஆழ்ந்தான்.

அந்தப் பெண்மணி தன்னிடம் கொடுத்திருந்த நாணயங்களை அவன் கவனமாக உற்றுப் பார்த்தான். அவன் அதுவரை அதை அப்படி ஒருபோதும் பார்த்திருக்கவில்லை. அந்த நாணயத்தின் உண்மையான மதிப்பு, அதில் முத்திரை குத்தப்பட்டிருந்த மதிப்பு, தான் கற்றுக் கொண்டிருந்த ஆற்றல்மிக்கப் பாடம் ஆகியவற்றை அவன் அசை போட்டான். தான் இவற்றை ஒருபோதும் மறக்காதிருக்க வேண்டும் என்று அவன் நினைத்துக் கொண்டான். தான் இந்த வங்கிக்குத் தேவையின் பொருட்டு வராமல், விதையின் பொருட்டு வர வேண்டும் என்று அவன் சிந்தித்தான். அது அபத்தமாக இருந்ததைக் கண்டு அவன் தனக்குள் சிரித்துக் கொண்டான்.

அப்பெண்மணி ஒரு சில நிமிடங்களுக்குள் திரும்பி வந்தார். அவர் அவனைத் தனியாக விட்டுச் செல்ல நேர்ந்ததற்காக அவனிடம் மன்னிப்புக் கேட்டுக் கொண்டார்.

"இப்போது நாம் உங்களுடைய நிதித் தேவைகள் குறித்துப் பேசலாம்."

"இந்த வங்கியில் ஒரு முதலீட்டாளராக இருக்க வேண்டும் என்பதே என்னுடைய நீண்டகால இலக்கு. ஆனால், தற்போதைக்கு, நான் என்னுடைய கடனட்டை தொடர்பாக உங்களிடமிருந்து சில ஆலோசனைகளைப்

பெற விரும்புகிறேன்.”

அவனுடைய கடன் சுமையைக் குறைத்து அவனுடைய நிதி நிலைமையை மேம்படுத்துவதற்கு என்ன செய்யலாம் என்று இருவரும் விவாதித்தனர். அந்தப் பெண்மணி அவனுக்கு உதவுவதற்குப் பெருந்தன்மையுடன் உதவிகரமான பல யோசனைகளை வழங்கினார். வரவு செலவுகளை நிர்ணயிப்பது தொடர்பான இரண்டு புத்தகங்களை அவர் பரிந்துரைத்தார். அவை உள்ளூர் நூலகத்தில் கிடைக்கும் என்ற தகவலையும் அவர் தெரிவித்தார். அவனுடைய கடனட்டை தொடர்பான சில ஆவணங்களை அவனுக்குக் கொடுத்து அவற்றையும் படித்துப் பார்க்குமாறு அவர் அவனிடம் கேட்டுக் கொண்டார்.

பிறகு அவர் வரவேற்பறைவரை வந்து அவனை வழியனுப்பி வைத்தார். விடைபெற்றுக் கொள்வதற்கு முன்பு அவர் அவனிடம் ஒரு புன்னகையுடன் இவ்வாறு கூறினார்: “டேவிட், இப்போது நிலைமை இருட்டாக இருப்பதுபோலத் தோன்றலாம். ஆனால் சற்றுக் காத்திருங்கள். உங்களுக்கு நீங்களே உண்மையாக இருப்பது என்று உறுதி பூணுகின்றபோது, அளப்பரிய ஆற்றல் உங்கள் வசப்படும்.”

அன்று இரவு அவன் தன் வீட்டு சோபாவில் சௌகரியமாக அமர்ந்து கொண்டு, அந்த வங்கியாளர் அவனிடம் கொடுத்திருந்த சில ஆவணங்களைப் படிக்கத் தொடங்கினான். அதன் கடைசிப் பக்கத்தைப் படிக்கத்தான் அவன் ஆவலுடன் காத்திருந்தான். அதை அவன் பல முறை படித்தான்.

<u>இரண்டாவது தவறு:</u>

உங்களுடைய மதிப்பைப் பிறர் நிர்ணயிக்க அனுமதித்தல்

நீங்கள் யாராக இருக்கிறீர்களோ அதற்கு உண்மையான நபராக வாழ்கின்ற வாழ்க்கைதான் நன்றாக வாழப்பட்டதொரு வாழ்க்கை.

உங்களுக்கும் உங்களுடைய பிறவி நோக்கத்திற்கும் இடையே எதுவும் குறுக்கே வந்துவிடாமல் பார்த்துக் கொள்ளுங்கள்.

பிறர் உங்கள்மீது வலிந்து திணிக்கின்ற வரம்பெல்லைகளை ஏற்றுக் கொள்ளாதீர்கள்.

நம்முடைய இதயம் கூறுவதற்கு நேர் எதிரான நடவடிக்கையில் இறங்குவது பின்வருத்தத்தில்தான் போய் முடியும்.

உங்களுடைய உள்ளார்ந்த மதிப்பை உணர்ந்திடுங்கள்.

உங்களுக்கு நீங்களே உண்மையாக இருப்பது என்று உறுதி பூணுகின்றபோது, அளப்பரிய ஆற்றல் உங்கள் வசப்படும்.

⌘⌘⌘

ஆரியா முந்தைய இரவு தன் பயணத்தைத் தொடங்கியதிலிருந்து ஏராளமான விஷயங்கள் நடந்தேறியிருந்தன. அவள் தன் உணர்ச்சிகளைக் கட்டுக்குள் வைத்துக் கொள்ள முயற்சித்தாள். அவளுடைய மாமாவைக் குறித்தக் கவலை, அவளுடைய வீட்டில் அந்த நேரத்தில் அலெக்சாண்டர் தோன்றியிருந்தது குறித்தக் குழப்பம், அவளுடைய தோள்கள்மீது சுமத்தப்பட்டிருந்த ஒரு மாபெரும் பாரம் ஏற்படுத்தியிருந்த மன அழுத்தம் ஆகியவை அவளை அலைக்கழித்துக் கொண்டிருந்தன. மனத்திற்குள் பிரார்த்தித்தவாறே ஆரியா ராபர்ட்டின் வீட்டின் கதவைத் தட்டினாள்.

ராபர்ட் கதவைத் திறந்தார்.

"இந்த நேரத்தில் நீ உன் வீட்டில் தூங்கிக் கொண்டிருப்பாய் என்றுதான் நான் நினைத்தேன்," என்று அவர் கூறினார். அவர் நேரடியாக அவளைக் கேள்வி கேட்கவில்லை என்றாலும், இந்த நேரத்தில் அவள் இங்கு என்ன செய்து கொண்டிருந்தாள் என்ற கேள்வி அவருடைய பார்வையில் தொக்கி நின்றது.

"ஓ! நான் அதிகாலையிலேயே எழுந்துவிட்டேன். காலாற நடக்கலாம் என்று நான் கிளம்பினேன்," என்று ஆரியா கூறினாள். எப்போதுமே உண்மையைச் சொல்கின்ற பழக்கத்தைக் கொண்டிருந்த அவள், இப்போது தன் மாமாவின் விருப்பத்தை அறியாமல் தேவைக்கு அதிகமான தகவல்களை ராபர்ட்டுடன் பகிர்ந்து கொள்ள விரும்பவில்லை.

ஆரியாவின் கக்கத்தில் இருந்த கருப்புப் பெட்டியின் பக்கம் அவருடைய பார்வை சென்றபோதும், அவள் கூறியதைத் தான் ஏற்றுக் கொண்டதைப்போல அவர் நடந்து கொண்டார். அல்லது, அவளை அந்த நேரத்தில் மேலும் குடைந்து கேள்வி கேட்க அவர் விரும்பாதிருந்திருக்கலாம். “சரி, உள்ளே வா. உன் மாமா உன்னைப் பற்றித்தான் கேட்டுக் கொண்டே இருக்கிறார். உன்னை மீண்டும் ஒரு முறை பார்க்கின்றவரை தான் கண்மூடப் போவதில்லை என்று அவர் கூறிக் கொண்டிருக்கிறார்,” என்று அவர் விரக்தி தொனித்த ஒரு குரலில் கூறினார். ஆரியா அவருக்கு நன்றி தெரிவித்தாள். ஆனால், அவளுடைய மனம் பாதிதான் இங்கே இருந்தது. இன்னொரு பாதி, வீட்டைப் பற்றிக் கொண்டிருந்த நெருப்பைச் சுற்றியே வட்டமிட்டுக் கொண்டிருந்தது. அவளுடைய வீட்டைப் பற்றிய செய்தி எப்படியும் இங்கு விரைவில் வந்து சேர்ந்துவிடும் என்பதை அவள் அறிந்திருந்தாள். ஆனால், இப்போதைக்கு அவள் எதுவும் கூறவில்லை. அடுத்து அவள் தன் மாமா படுத்திருந்த அறையை நோக்கிச் சென்றாள்.

அவள் அந்த அறையை அடைவதற்கு முன்பாகவே, அவளுடைய மாமா கஷ்டப்பட்டு மூச்சுவிட்டுக் கொண்டிருந்த சத்தம் அவளுக்குக் கேட்டது. குறைந்தபட்சம் அவர் நேற்றைய இரவை எப்படியோ கடந்துவிட்டிருந்தது குறித்து ஆரியா நிம்மதியடைந்தாள்.

ஆரியா அந்த அறையின் கதவைத் தள்ளித் திறந்தாள். அது கிறீச்சென்று ஒலி எழுப்பி அவளுடைய வருகையை அறிவித்தது.

அவளுடைய மாமாவின் கண்கள் அவளைத் துளைத்துவிடுவதைப்போலப் பார்த்தன. அவரை இழந்துவிடுவோமோ என்ற பயத்தில் அவள் அவரைப் பார்க்காமல் தலைகுனிந்து நின்றாள்.

“நீ அதை எடுத்துக் கொண்டு வந்துவிட்டாயா?” என்று அவர் கேட்டார். அவருடைய குரலில் வழக்கமான கரகரப்பு இல்லையெனினும், அவள் எதிர்பார்த்திருந்ததைவிட அவருடைய குரல் பலமாகவே ஒலித்தது.

அவள் தன் தலையை ஆட்டினாள். “நீங்கள் எப்படி இருக்கிறீர்கள்?”

அவர் தன் கையை உயர்த்தி அவளை அடக்கினார். “என்னிடம் மிச்சமிருக்கின்ற ஆற்றலையும் நேரத்தையும் நாம் விரயம் செய்ய வேண்டாம்,” என்று கூறிய அவர், அவளுடைய கைகளில் இருந்த பெட்டியைப் பார்த்தவாறு, “இதை நீ இங்கு எடுத்து வந்தது குறித்து நான் மிகவும் மகிழ்ச்சி அடைகிறேன்,” என்று தெரிவித்தார்.

ஆரியா அவரை ஏறிட்டுப் பார்த்தாள். அவளுக்கு அனைத்தையும் கற்றுக் கொடுத்திருந்த அந்த நபரை நோக்கி அவளிடமிருந்து அன்பு பெருக்கெடுத்தது. அவள் தன்னை ஒருவாறு தேற்றிக் கொண்டாள்.

“இப்புத்தகம் பாதுகாக்கப்பட்டாக வேண்டும். இது பெரும் ஆற்றலைத் தன்னகத்தே கொண்டிருக்கிறது. நான் இன்னும் . . .”

அவருடைய பேச்சைப் பலமான ஓர் இருமல் குறுக்கிட்டது. அது சில நிமிடங்களுக்குத் தொடர்ந்தது. அவரிடம் அவள் பார்த்திருந்த பலம் இப்போது அவரிடமிருந்து மெதுவாக விடைபெற்றுக் கொண்டிருந்ததைப்போலத் தோன்றியது. அவர் மூச்சுவிட மிகவும் சிரமப்பட்டார். பின் அவர் தன் கண்களை மூடிக் கொண்டார்.

ஆரியா அவருடைய படுக்கைக்கு அருகே சென்று, தளர்ந்து போயிருந்த அவருடைய முகத்தை வருடிக் கொடுத்தாள். இதைப் பற்றிய கவலையிலேயே அவர் முந்தைய இரவைக் கழித்திருந்திருக்க வேண்டும் என்று அவள் நினைத்தாள். அடுத்து அவர் ஆழ்ந்த உறக்கத்தில் மூழ்கிவிட்டார். இன்னும் எவ்வளவு நேரம் அவர் உயிரோடு இருப்பார் என்பது அவளுக்குத் தெரியவில்லை. தான் என்ன செய்ய வேண்டும், எங்குச் செல்ல வேண்டும், அந்த ‘ஒன்பது’ பேரை எச்சரிக்க வேண்டுமா, அப்படியென்றால் அதை எவ்வாறு செய்ய வேண்டும் ஆகியவற்றை அவரிடம் கேட்டுத் தெரிந்து கொள்ள அவள் விரும்பினாள்.

அவள் அவருடைய படுக்கைக்கு அருகிலிருந்த ஒரு நாற்காலியில் தொப்பென்று விழுந்தாள். பிறகு

அங்கிருந்த ஒரு சிறிய போர்வையை எடுத்துத் தன் உடலைப் போர்த்திக் கொண்டு, அவரையே பார்த்துக் கொண்டு அமர்ந்திருந்தாள். அவளுடைய மாமாவின் அருகாமையும், சுருதியோடு கேட்டுக் கொண்டிருந்த அவருடைய குறட்டை ஒலியும் அவளுக்கு இதமளித்தன. கடுமையாகக் களைத்துப் போயிருந்த அவள் அப்படியே தூங்கிப் போனாள்.

அவளுடைய கனவில், அலெக்சாண்டரை அவள் முதன்முதலாகச் சந்தித்தக் காட்சி ஓடியது. அலெக்சாண்டர் அவளுடைய வாழ்க்கையில் பெரும் ஆற்றலுடன் நுழைந்திருந்தார். அவர் உயரமாகவும் கட்டுடலுடனும் இருந்தார். அவருடைய புன்னகை பிரகாசமாக இருந்தாலும் அது சற்றுக் கோணலாக இருந்தது. ஒரு முன்னாள் இராணுவ வீரரான அவர் அந்நகருக்குச் சமீபத்தில்தான் வந்திருந்தார். அவர் பெரும் புகழோடு இராணுவத்தில் பணியாற்றி இருந்தபோதிலும், தன் வீரப்பிரதாபங்களைப் பற்றிக் குறைவாகவே பேசினார். இப்போது அவர் ஒருவரிடம் உதவியாளராகச் சேர்ந்து ஒரு புதிய தொழிலைக் கற்றுக் கொண்டிருந்தார். அவருடைய இடது கையும் தோளும் அவருக்குச் சிறிது பிரச்சனையைக் கொடுத்துக் கொண்டிருந்தன. ஆனால், போரின் விளைவாக ஏற்பட்டிருந்த இந்தக் குறைபாட்டை அவர் பெரிதாகச் சட்டை செய்யவில்லை. அவர்களுடைய முதல் பார்வைப் பரிமாற்றம் சிறிது நேரம் நீடித்தது. தன்னுடைய தலைவிதி அவருடையதோடு பிணைக்கப்பட்டிருந்ததைப் போன்ற ஓர் உணர்வு அவளுக்கு ஏற்பட்டது.

அவளுடைய மாமாவும் அவர்களுடைய காதலை வரவேற்றார். கடந்த சில வாரங்களை அவள் நினைவுபடுத்திக் கொண்டபோது, அவளுக்குச் சிரிப்பைத் தவிர வேறு எதுவும் நினைவுக்கு வரவில்லை. அலெக்சாண்டர் ஓர் அருமையான கதைசொல்லி. தன்னுடைய பரந்துபட்டப் பயணக் கதைகளை அவர் அவளிடம் பகிர்ந்து கொண்டார். இப்போது திரும்பிப் பார்த்தால், அனைத்துமே சந்தேகத்திற்கு இடமளிப்பவையாக இருந்தன. கடந்த சில வாரங்களில்

நடந்திருந்த அனைத்துமே, தன்னை நெருங்கி வந்து தன் மாமாவின் புத்தகத்தைத் திருடுவதற்காக மேற்கொள்ளப்பட்டச் சதித்திட்டமோ என்று அவள் யோசித்தாள். இல்லையெனில், நடு இரவில் தன் வீட்டுக்கு அவர் வர வேண்டிய அவசியம் என்ன? அவளுடைய பிடிக்குள் அகப்பட மறுத்த அவளுடைய கேள்விக்கான பதில்களை அவளுடைய ஆழ்மனம் தேடிக் கொண்டிருந்தது.

அவளுடைய கனவில் அலெக்சாண்டர் மறைந்தார். அந்த மற்றொரு நபர் அங்குத் தோன்றினார். அந்த நபரின் உடலில் ஏற்பட்டிருந்த வடுக்களையும், எண்ணெய் வழிந்து கொண்டிருந்த அவருடைய தலையையும் அவளால் பார்க்க முடிந்தது. அவர் அவளுக்கு முன்னால் நின்று கொண்டிருந்ததுபோல, அவருடைய மூச்சுக் காற்றின் வெப்பத்தைக்கூட அவளால் உணர முடிந்தது. அவருக்குள் குடிகொண்டிருந்த தீமையை மறைக்க முயன்று கொண்டிருந்த அவருடைய ஏளனப் புன்னகையைக் கண்டு அவளுடைய உடல் நடுங்கியது.

யார் இந்த மனிதர்?

அவள் திடுக்கிட்டுக் கண்விழித்தாள். தான் எங்கிருந்தோம் என்பது ஒரு கணம் அவளுக்குப் புரியவில்லை. பின் அவளுடைய பார்வை படிப்படியாக மீண்டது.

அவள் அவளுடைய மாமாவின் படுக்கையை ஏறிட்டுப் பார்த்தபோது அவளுக்குத் தூக்கி வாரிப் போட்டது. அவளுடைய மாமாவை அங்குக் காணவில்லை. அந்தக் கருப்புப் பெட்டியையும் காணவில்லை.

அவளுடைய கற்பனை தறிகெட்டு ஓடத் தொடங்கியது. அந்தக் கட்டிலில் இருந்த தலையணையை அவள் தொட்டுப் பார்த்தாள். அது இன்னும் சூடாகத்தான் இருந்தது.

அப்போது அந்த அறையின் கதவு கிறீச்சிட்டுத் திறந்தது. அவள் உடனே அதை நோக்கி வேகமாகத் திரும்பினாள்.

அவள் வாயைத் திறந்தாள். ஆனால், அவளுடைய

வாயிலிருந்து வார்த்தை எதுவும் வரவில்லை.

உள்ளே நுழைந்து கொண்டிருந்த ரேமன்ட், கண்களில் மினுமினுப்புடன் அவளுக்கு அருகே வந்து, அவளுடைய முகத்தில் வந்து விழுந்திருந்த முடியை ஒழுங்குபடுத்தினார். ஆரியா உடனே அவருடைய கையை இறுகப் பற்றிக் கொண்டாள். அவள் பார்த்துக் கொண்டிருந்தது உண்மையில் ஓர் அதிசயமா, அல்லது அது ஓர் ஆவி உருவமா என்று அவள் குழம்பினாள்.

இறுதியில் ஒருவழியாக வார்த்தைகளைக் கோர்த்து, "நீங்கள் போய்விட்டீர்கள் என்று நான் பயந்துவிட்டேன்," என்று அவள் கூறினாள்.

அவளுடைய மாமாவின் முகத்தில் அவருடைய வழக்கமான புன்னகை மலர்ந்தது. அதைத் தான் மீண்டும் ஒருபோதும் பார்க்கப் போவதில்லை என்றே அவள் முடிவு கட்டியிருந்தாள். ஒரு கணத்திற்குத் தான் இன்னும் தன் கனவில்தான் உலா வந்து கொண்டிருந்தோம் என்றுகூட அவள் நினைத்துவிட்டாள்.

அவருடைய வார்த்தைகள் அவளுக்கு ஆறுதலளித்தன. "ஆரியா, நோய் என்னை விழுங்க எத்தனித்தது. ஆனால், உனக்குத்தான் உன் மாமாவைப் பற்றித் தெரியுமே. நான் என் வேலையைச் செவ்வனே நிறைவேற்றி முடிக்கும்வரை எங்கும் செல்லப் போவதில்லை." பல நாட்களுக்குப் பிறகு அவருடைய குரலும் அதைத் தொடர்ந்து அவரிடமிருந்து வந்த சிரிப்பொலியும் வலுவாக இருந்ததை ஆரியா கவனித்தாள். "நான் வெகுகாலம் உயிரோடு இருக்க மாட்டேன் என்பதை நான் அறிவேன். ஆனால், நான் உடனே இந்த உலகைவிட்டு விடைபெறப் போவதில்லை. நான் செய்து முடிக்க வேண்டிய காரியங்கள் பல இருக்கின்றன. அவற்றை எனக்காகச் செய்து முடிக்க, அழகான, துணிச்சலான என்னுடைய மருமகளைவிடப் பொருத்தமான வேறு ஒருவர் இருக்க முடியாது."

ஆரியா வெட்கத்தால் முகம் சிவந்தாள். அவள் தன் நெற்றியில் வந்து விழுந்த முடிக்கற்றைகளை ஒதுக்கியவாறு, அவரிடம், "மாமா, நான் எல்லா சமயங்களிலும் துணிச்சலாக இருக்க முயற்சிக்கிறேன்.

இது விரைவாக முடிய வேண்டும் என்று நான் விரும்புகிறேன். உங்களை ஏமாற்றத்திற்கு ஆளாக்க நான் விரும்பவில்லை," என்று கூறினாள்.

அவளுடைய மாமாவின் கண்களில் அவள் புரிதலைக் கண்டாள். அவர் தன் தலையை இலேசாக ஆட்டினார். "தற்போதைக்கு இதைப் பாதுகாக்க வேண்டியது நம் கடமை. அதிகாரத்தின் சமநிலையை இப்புத்தகத்தால் சீர்குலைக்க முடியும்."

"மாமா, நேற்று இரவு நம் வீட்டிற்குள் பலர் புகுந்தனர். உங்களுக்கு அது எப்படி முன்கூட்டியே தெரியும் என்பது எனக்குத் தெரியாது. மயிரிழையில் நான் தப்பிவிட்டேன்." பின் ஆரியா தன் தொண்டையில் சிக்கியிருந்த எச்சிலை முழுங்கினாள். தன் மாமாவிற்கு நம்பிக்கைத் துரோகம் இழைக்கப்பட்டிருக்கலாம் என்ற தன் பயத்தை அவள் அவரிடம் வெளிப்படுத்தினாள். "இதில் அலெக்சாண்டருக்கு ஏதோ தொடர்பு இருக்கிறது. நேற்று நள்ளிரவில் அவரும் நம் வீட்டிற்கு வந்திருந்தார்."

இதைக் கேட்டதும் ரேமன்டின் கண்கள் அகல விரிந்தன. அவர் அச்செய்தியை எடைபோட்டார். "ஆரியா, நாம் ஒரு நேரத்தில் ஒரு வேலையை மட்டும் செய்யலாம்." இந்தப் புதிய தகவல் ஒரு மோசமான செய்தியாக இருந்தபோதிலும், அதை அவர் அக்கணத்தில் கையாள விரும்பவில்லை. "நான் செய்ய வேண்டிய காரியங்கள் நிறைய இருக்கின்றன."

அவருடைய பார்வை அவளிடமிருந்து விலகி, சன்னலின் வழியாக அந்த வீட்டின் நுழைவு வாயிலை நோக்கிச் சென்றது. "நான் அந்த 'ஒன்பது' பேருக்குத் தகவல் அனுப்பிவிட்டேன். அவர்கள் வந்து சேர்வதற்குள் நான் சில விஷயங்களைச் செய்து முடித்தாக வேண்டும். நாம் இப்போது 'பாதுகாப்பாளரின் மூன்று விதிகளை' மீட்டெடுக்க வேண்டும்."

"பாதுகாப்பாளரின் மூன்று விதிகளா? அது என்ன?"

"அந்த ஒன்பது நபர்களைப் பாதுகாக்கின்ற தலைவர் அவர். அந்த மூன்று விதிகளும் உலகளாவிய உண்மைகள்."

"மாமா, எனக்கு உங்களை மிகவும் பிடிக்கும்.

நீங்கள் என்ன சொன்னாலும் அதை நான் செய்வேன். ஆனால், இவற்றை என்னால் புரிந்து கொள்ளவே முடியவில்லை. அனைத்தும் படுவேகமாக நடந்து கொண்டிருக்கின்றன. நீங்கள் இன்னும் முழுமையாக குணமடைந்திருக்கவில்லை. நீங்கள் ஓய்வெடுக்க வேண்டும்."

"கால வெள்ளத்தில் நாம் படுவேகமாக அடித்துச் செல்லப்பட்டுக் கொண்டிருக்கிறோம். நாம் என்னதான் விரும்பினாலும், நம்மால் அதன் வேகத்தைக் குறைக்கவோ அல்லது அதைத் தடுத்து நிறுத்தவோ முடியாது. இப்போதைக்கு என்னுடைய உடல்நிலையைப் பற்றி நாம் வாதிட வேண்டாம். நம் வீட்டில் பற்றிக் கொண்டிருந்த நெருப்பைப் பற்றி நம்மிடம் கூற மக்கள் வருவார்கள். அவர்கள் வரும்போது, நான் இன்னும் படுத்தப் படுக்கையாக இருப்பதைப்போலக் காட்டிக் கொள்ளப் போகிறேன். அவர்களை என் நண்பர்களால் திறம்படக் கையாள முடியும் என்று நான் நம்புகிறேன்." பின் அவர் சன்னல் வழியாக வெளியே தெரிந்த காட்சியை அவளுக்குச் சுட்டிக்காட்டினார். அங்குச் சிலர் அவர்களுடைய வீட்டை நோக்கி வந்து கொண்டிருந்தனர். அவளுடைய இதயம் பலமாகத் துடிக்கத் தொடங்கியது.

வெளியே எட்டிப் பார்த்த ஆரியா, "நேற்று நம் வீட்டுக்கு வந்திருந்தவர்களில் ஒருவரும் இக்கூட்டத்தில் இருக்கிறார்," என்று கூறினாள். அவளுடைய உடல் படபடவென நடுங்கியது. அவள் அந்த நபரை அவரிடம் சுட்டிக்காட்டி, "நேற்று இவர்தான் அலெக்சாண்டருடன் பேசிக் கொண்டிருந்தார்," என்று கூறினாள்.

அவள் யாரைச் சுட்டிக்காட்டினாள் என்று ரேமன்ட் பார்த்தார். பிறகு, சிறிதும் உணர்ச்சிவசப்படாமல், "அவன் பெயர் உல்ரிக்," என்று அவர் கூறினார். "இது எனக்கு வியப்பு ஏற்படுத்தவில்லை. இவனைப் போன்றோருடன் அலெக்சாண்டர் தொடர்பு வைத்துக் கொள்ளாமல் இருந்தால் நன்றாக இருக்கும். உல்ரிக் அந்தப் புத்தகத்தைக் கைவசப்படுத்துவதற்குப் பல ஆண்டுகளாக முயற்சித்துக் கொண்டிருக்கிறான்."

“ஓ! ஐயோ! அங்கே பாருங்கள்! அலெக்சாண்டரும் அந்தக் கூட்டத்தில் இருக்கிறார்,” என்று கிசுகிசுத்த ஆரியாவின் குரலில் வருத்தம் இழையோடியது.

அக்கணத்தில் அந்த வீட்டின் வாசற்கதவு பலமாகத் தட்டப்பட்டது. அதில் அவசரத்தன்மையும் அதிகாரத் தோரணையும் இருந்தன. ரேமன்ட் ஆரியாவிடம் அமைதியாக இருக்கும்படி சைகை செய்துவிட்டு, அந்த வீட்டின் மறுகோடியிலிருந்த ஓர் அறையைச் சுட்டிக்காட்டினார். ஆரியா அதை உடனடியாகப் புரிந்து கொண்டாள். அவள் சிறுமியாக இருந்தபோதிலிருந்தே, அவர்கள் இருவரும், அந்த வீட்டிலிருந்து வெளியேறுவதற்கான வழிகள், தப்பித்துச் செல்வதற்கான பாதைகள், சைகை மொழிகள் போன்றவற்றைப் பயிற்சி செய்து வந்திருந்தனர். ரேமன்ட் எந்தவொரு புது இடத்திற்குச் சென்றாலும், அங்கிருந்து யார் கண்களிலும் படாமல் தப்பித்துச் செல்வதற்கான வழிகளை முதலில் அலசி ஆராய்ந்துவிடுவார். இவை அனைத்தும் அவளுடைய விளையாட்டுக்காகத் தன் மாமா செய்து கொண்டிருந்தார் என்றுதான் ஆரியா நினைத்துக் கொண்டிருந்தாள்.

இப்போது அவற்றின் அர்த்தம் அவளுக்குப் புரிந்தது. தன் மாமா இந்த வீட்டின் முழு வரைபடத்தையும் உருவாக்கி இருந்திருந்தால்கூட ஆரியா ஆச்சரியப்பட்டிருக்க மாட்டாள். ரேமன்டின் பல்லாண்டுகாலப் பயிற்சியின் காரணமாக, அவள் தன் மாமா கூறியதை உடனடியாகச் செயல்படுத்தத் தொடங்கினாள்.

தன் தலையை ஆட்டி ஒப்புதலைத் தெரிவித்த ஆரியா, தன் மாமாவைப் பின்தொடர்ந்து சென்றாள். வழமையாகப் பின்கதவுக்குச் செல்வதற்கான வழியாகச் செல்லாமல் அவர் வேறு வழியாக அங்குச் சென்றார். ஓர் அறையைக் கடந்து சென்றபோது, சுவரில் மாட்டப்பட்டிருந்த, சட்டமிடப்பட்டிருந்த ஒரு கலைப் படைப்பை எடுத்து, அவர் அதைத் தன் கக்கத்தில் வைத்துக் கொண்டார். அது அங்கு மாட்டப்பட்டிருந்த மற்றவற்றைவிட அளவில் சிறியதாகவும்

தனித்துவமானதாகவும் இருந்ததை ஆரியா கவனித்தாள்.

அவள் அந்த வீட்டின் பின்கதவு வழியாக வெளியேறிச் சென்று கொண்டிருந்தபோது, தன் மாமா பிழைத்தெழுந்துவிட்டதற்காகக் கடவுளுக்கு நன்றி தெரிவித்தாள்.

⌘⌘⌘

மூன்றாவது தவறு

மாதங்கள் உருண்டோடின. டேவிட் தன் வேலையில் முன்னெப்போதையும்விட மும்முரமாக இருந்தான். அந்த முதியவர், நாடக ஆசிரியை, வங்கியாளர் ஆகிய மூவரைப் பற்றியும் அவன் அடிக்கடி நினைத்துக் கொண்டான். தன்னிடம் கொடுக்கப்பட்டிருந்த அறிவுறுத்தல் பக்கங்களை அவன் அடிக்கடி மறுவாசிப்பு செய்து வந்தான். தன்னுடைய வாழ்க்கை மற்றும் பிறவி நோக்கம் குறித்தத் தன் எண்ணங்களை அவன் ஒரு குறிப்பேட்டில் எழுதத் தொடங்கியிருந்தான்:

> *இந்த நிறுவனத்தில் சேர்ந்தது என் கனவு அல்ல என்பதை இப்போது நான் உணர்ந்துள்ளேன். என் அப்பா ஒரு பெரிய நிறுவனத்தைத் தேர்ந்தெடுக்குமாறு கூறினார். என் கல்லூரிப் பேராசிரியர் இந்த வாய்ப்பை என்மீது திணித்தார். ஆனால், ஒரு சிறிய நிறுவனத்தில் சேர வேண்டும் அல்லது சொந்தமாகத் தொழில் தொடங்க வேண்டும் என்ற கனவில்தான் நான் இருந்தேன்.*
>
> *சரியான திறன்கள் என்னிடம் இருக்கவில்லை என்றே நான் எப்போதும் எண்ணி வந்துள்ளேன். பண விஷயத்தில் நான் திறமைசாலி அல்லன் என்று நான் என்னைப் பற்றி எண்ணிக் கொண்டிருந்தேன். ஒரு தொழிலைத் துவக்குவதற்கு உங்களுக்குப் பணம் தேவை. அந்த வங்கியாளரிடம் பேசிய பிறகு, நான் பண விஷயத்தில் அவ்வளவு மோசமில்லை*

என்பதை நான் தெரிந்து கொண்டேன். நான் நிதி நிர்வாகத்தைக் கற்றுக் கொள்ள வேண்டியிருக்கலாம், அவ்வளவுதான். தொழில் தொடங்குவது என்பது ஆபத்தை உள்ளடக்கிய ஒன்றுதான். ஆனாலும், அதில் குதிப்பது சரியானதாக இருக்குமா?

தற்போதைய வேலையிலுள்ள பாதகமான விஷயங்கள்: நுண்நிர்வாகம், அலுவலக அரசியல், ஏராளமான சந்திப்புக்கூட்டங்களை உள்ளடக்கிய சலிப்பூட்டும் நாட்கள்.

தற்போதைய வேலையிலுள்ள சாதகமான விஷயங்கள்: படைப்பாற்றலைத் தூண்டுகின்ற குழுசார் மூளைக் கசக்கல் கூட்டங்கள், சிறிய குழுவாகச் செயல்படுதல், சுறுசுறுப்பான வாழ்க்கை முறை.

இந்த உலகில் நான் ஒரு வித்தியாசத்தை ஏற்படுத்த வேண்டும் என்பதில் நான் உறுதியாக உள்ளேன்.

ஒரு சில நாட்களுக்குப் பிறகு, டேவிட், ஒரு பெரிய ஓட்டலின் அரங்கத்தில், தன்னுடைய நிறுவனத்தின் அனைத்து ஊழியர்களும் பங்கேற்ற ஒரு கூட்டத்தில் கலந்து கொள்ளச் சென்றிருந்தான். அந்த ஓட்டலின் வரவேற்பறையில், தன் பெயரைப் பதிவு செய்து கொள்வதற்காக ஒரு மேசை அருகே அவன் சென்றான். அங்கிருந்த ஒரு பேனாவை எடுத்து ஒரு பெயரட்டையில் தன் பெயரை எழுதினான். அதை எழுதியவுடன், அவனுக்கு இரண்டாவது தவறு நினைவுக்கு வந்தது. மேடையில் பேசிக் கொண்டிருந்த பேச்சாளரின் பேச்சைக் கேட்டுக் கொண்டிருந்தபோது, டேவிட்டின் மனம் வேகமாக சுழன்று கொண்டிருந்தது. தன்மீது குத்தப்பட்டிருந்த நியாயமற்ற முத்திரைகளை அவன் நினைத்துப் பார்த்தான். அக்கூட்டம் முடிந்து அவன் வெளியே வந்தபோது, டேவிட் அந்த ஓட்டலின் வரவேற்பாளரை அணுகி, பெயர்கள் ஏதும் எழுதப்படாத பெயரட்டைகள் சில தனக்குக் கிடைக்குமா என்று கேட்டான். “இதோ, தாராளமாக எடுத்துக் கொள்ளுங்கள்!” என்று கூறி, அவர் பல

பெயரட்டைகளை அள்ளி அவனிடம் கொடுத்தார்.

அலுவலகத்திற்குத் திரும்பிய பிறகு, டேவிட் தன் சொந்தப் பெயரட்டைகளை உருவாக்கத் தீர்மானித்தான். வேறு சிலருக்கு அவனுடைய செயல் பைத்தியக்காரத்தனமாகப் படக்கூடும் என்றாலும், அவனுக்கு அது சரியானதாகவே தோன்றியது. கடந்த பல ஆண்டுகளாக அவன்மீது குத்தப்பட்டிருந்த எதிர்மறை முத்திரைகளில் சிலவற்றை அவன் அந்தப் பெயரட்டைகளில் எழுதத் தொடங்கினான். தன்னுடைய மனத்தில் தோன்றிய அனைத்து எதிர்மறை வார்த்தைகளையும் அவன் எழுதத் தொடங்கினான். அவற்றில் பல அவனுடைய தற்போதைய மேலாளரிடமிருந்து வந்தவை: “தலைமைத்துவத் திறன் உனக்கு இல்லை!” அதற்குப் பிறகு, அவன் நேர்மறை முத்திரைகளைப் பற்றிச் சிந்திக்கத் துவங்கினான். பின் தான் கேட்க விரும்பியிருந்த முத்திரைகளைப் பற்றி அவன் யோசித்தான். பின் அவன் ஒன்றன் பின் ஒன்றாக, அந்தப் பெயரட்டைகளில் எழுதத் துவங்கினான்: ‘வெற்றியாளன்.’ ‘தலைவன்.’ ‘பலசாலி.’ ‘நேர்மறையாளன்.’ ‘கனிவானவன்.’ ‘செயலாற்றல் மிக்கவன்.’ ‘நட்புக்கு எடுத்துக்காட்டானவன்.’ ‘தலைசிறந்த மேலாளர்.’ ‘நன்றி மறவாதவன்.’

அவன் சிறிது நேரம் ஒன்றும் செய்யாமல் இருந்தான். அடுத்து, ‘கோடீஸ்வரன்’ என்று ஒரு பெயரட்டையில் எழுதிவிட்டு அவன் அதைப் பற்றி யோசித்தான். தனக்குள் தோன்றிய சிரிப்பை அடக்கிக் கொண்டு, அதற்கு முன்னால் ‘பெரும்’ என்று எழுதி அந்த வார்த்தையைப் ‘பெரும் கோடீஸ்வரன்’ என்று மாற்றினான். ஆசைப்படுகின்றபோது பிரம்மாண்டமாக ஆசைப்பட்டால் என்ன?

பிறகு, தான் உருவாக்கி வைத்திருந்த எதிர்மறை வாக்கியங்கள் அடங்கிய பெயரட்டைகளை எடுத்துக் கொண்டு, காகிதங்களைச் சுக்குநூறாகக் கிழிக்கின்ற இயந்திரத்தில் அவற்றை ஒவ்வொன்றாக நுழைத்து அவை நார் நாராகக் கிழிபட்டதை அவன் வேடிக்கை பார்த்தான். இது அவனுடைய இயல்பு அல்ல. அதனால்,

அது முடிந்து அவன் தன் இருக்கைக்குத் திரும்பியபோது, தான் வாயெல்லாம் பல்லாக இருந்ததைக் கண்டு அவன் பெருவியப்பு அடைந்தான்.

"இப்போது நான் விரும்புகின்ற முத்திரைகளை மட்டுமே நான் தேர்ந்தெடுக்கிறேன்," என்று டேவிட் தனக்குத் தானே கூறிக் கொண்டான். இது குறித்து அந்த முதியவர் என்ன சொல்வார் என்று அவன் யோசித்தான்.

அவன் அந்தத் தவறுகள் குறித்து அடிக்கடி யோசித்துக் கொண்டிருந்தாலும் அவனை வேறு யாரும் அணுகவில்லை. அவன் அந்தச் சிற்றுண்டியகத்திற்கு மீண்டும் சென்றான், அந்தப் பூங்காவில் நடந்தான், ஒரு மருத்துவமனைக்குக்கூடச் சென்றான். ஆனால், அசாதாரணமான எதையும் அவன் பார்க்கவில்லை. தான் மீதித் தவறுகளை அறிந்து கொள்வோமா என்ற சந்தேகம்கூட அவனுக்கு வரத் தொடங்கியிருந்தது.

ஒரு திங்கட்கிழமை மாலையில் டேவிட் தன்னுடைய உடற்பயிற்சிக் கூடத்தில் இருந்தான். வாரத்தில் மூன்று நாட்கள் அங்குச் செல்கின்ற ஒரு புதிய வழக்கத்தை அவன் ஏற்படுத்திக் கொண்டிருந்தான். அவனுடன் வேலை பார்த்துக் கொண்டிருந்த ஒரு சிலரும் அங்கு வந்தனர். சரியாகச் சொல்ல வேண்டுமென்றால், அவன் அங்கு எவ்வளவு நேரம் உடற்பயிற்சி செய்தானோ, அதே அளவு நேரம், தனக்குப் பரிச்சயமானவர்களுடன் அரட்டையடிப்பதிலும் அவன் ஈடுபட்டான்.

அப்போதுதான் அவன் அந்தப் பயிற்றுவிப்பாளரைச் சந்தித்தான். முதலில் அவன் அந்தப் பயிற்றுவிப்பாளரின் காதலியைத்தான் சந்தித்தான். பெரும் ஆற்றலை வெளிப்படுத்திக் கொண்டிருந்த விதத்தில் அவள் இயங்கிக் கொண்டிருந்தது அவனைக் கவர்ந்தது. டேவிட் உடற்பயிற்சி செய்து கொண்டிருந்தாலும், அவை அவனுக்குக் கடினமாகவும் அவனைக் களைப்புறச் செய்பவையாகவுமே இருந்தன. ஆனால், அவள் சுவாசிப்பதுபோல இயல்பாக உடற்பயிற்சி செய்து கொண்டிருந்தாள். அவர்கள் பரஸ்பரம் ஓரிரு வார்த்தைகளைப்பரிமாறிக்கொண்டனர். அப்போதுதான் அவளுடைய காதலனும் பயிற்றுவிப்பாளருமான அந்த

நபரை டேவிட் சந்தித்தான்.

அந்தப் பயிற்றுவிப்பாளர் ஒரு கச்சிதமான உடற்கட்டுடன் இருந்தார். அவருடைய தசைகள் உடலெங்கும் புடைத்துத் திமிறிக் கொண்டிருக்கவில்லை. ஆனாலும் அவர் ஒரு பளிங்குக்கல்லில் செதுக்கப்பட்டிருந்த ஒரு நபரைப்போலக் காட்சியளித்தார். பொதுவாக இப்படிப்பட்டப் பயிற்றுவிப்பாளர்கள் தங்களுடைய வழமையான உடைகளைவிட இரண்டு ‘சைஸ்’ குறைவாக அணிவது போன்ற, தன் உடற்கட்டைப் பறைசாற்றும் விதமாக உடை அணிந்திருக்கவும் இல்லை.

அவர்கள் இருவரிடமிருந்தும் வெளிப்பட்டுக் கொண்டிருந்த உடல்ரீதியான ஆற்றலை டேவிட்டால் உணர முடிந்தது. அவன் எத்தகைய உடற்பயிற்சிகளைச் செய்து கொண்டிருந்தான் என்று அந்தப் பயிற்றுவிப்பாளர் அவனிடம் கேட்டபோது, டேவிட் ஒரு மெல்லிய குரலில் அதற்கு பதிலளித்தான்.

அந்தப் பயிற்றுவிப்பாளர் மீண்டும் அதே கேள்வியை அவனிடம் கேட்டபோது, டேவிட் அவரிடம், “உங்களைப்போல நாள் முழுவதும் உடற்பயிற்சி செய்வதற்கு எனக்கு நேரமில்லை. நான் ஒரு வேலையில் இருக்கிறேன். அது எனக்குப் பெரும் மன அழுத்தத்தைக் கொடுத்துக் கொண்டிருக்கிறது. எனக்கு உடற்பயிற்சி செய்வதற்குப் போதுமான நேரமில்லை,” என்று கூறினான்.

அவன் கூறியது அவனுக்கே ஒரு நொண்டிச்சாக்காகத் தென்பட்டது. அந்த உரையாடலை நாசூக்காக் கத்தரித்துக் கொண்டு அங்கிருந்து கிளம்புவதில் அவன் குறியாக இருந்ததால் அவன் அப்படி பதிலளித்திருந்தான். அந்தப் பெண் தனக்கு வேறு ஏதோ வேலை இருந்ததாகக் கூறிவிட்டு அங்கிருந்து கிளம்பிச் சென்றுவிட்டாள். அந்த உடற்பயிற்சியாளர் தனக்கு எதிரே இருந்த ஒரு நாற்காலியை இழுத்துப் போட்டுவிட்டு, டேவிட்டிடம், “உங்களால் ஒரு நிமிடம் ஒதுக்க முடியுமா? நாம் பேசலாம்,” என்று கூறினார். அது ஒரு வேண்டுகோளைப்போல இருக்கவில்லை. மாறாக, அது ஓர் உத்தரவைப்போல இருந்தது.

‘இவர் தன்னை என்னுடைய தனிப்பட்டப் பயிற்றுவிப்பாளராக ஆக்கிக் கொண்டு தன்னுடைய திறமையைக் காசாக்குவதற்கு முயல்கிறார்,’ என்ற எண்ணத்துடன் இருந்த டேவிட், அதைக் கேட்க மனத்தளவில் தன்னைத் தயார் செய்து கொண்டு அந்த நாற்காலியில் அமர்ந்தான். முன்பு, அவனுடைய இளமைக்காலத்தில் அவன் தடகளப் பயிற்சி மையம் ஒன்றில் சேர முயன்றபோது, அங்கிருந்த ஒரு பயிற்றுவிப்பாளர் தன்னை அவனுடைய பயிற்றுவிப்பாளராக நியமித்துக் கொள்ளும்படி அவனை நச்சரித்துத் தள்ளிவிட்டார். அதே போன்றதொரு நிலையை எதிர்கொள்ள டேவிட் விரும்பவில்லை.

அந்தப் பயிற்றுவிப்பாளர் டேவிட்டிடம், “நீங்கள் உங்களுடைய உடல் குறித்து மகிழ்ச்சியுடன் இருக்கிறீர்களா? நீங்கள் ஆரோக்கியமாக இருக்கிறீர்களா? நீங்கள் உங்களுடைய இலக்கை அடைந்து கொண்டிருக்கிறீர்களா?” என்று கேட்டார்.

டேவிட் ஒரு முறை ஆழமாக மூச்சிழுத்துவிட்டு அவருக்கு பதிலளிக்கத் துவங்கினான். அவர் அவனை எடைபோடாமல் அவனுடைய பதிலைக் கவனமாகக் கேட்டார்.

“நான் உங்களைப்போல ஒரு பயிற்றுவிப்பாளராக இருந்திருந்தால், நான் இங்கு முழு நாளையும் செலவழித்து என் உடலை உங்களுடையதைப்போல ஆக்கியிருந்திருப்பேன். ஆனால், நான் ஒரு பயிற்றுவிப்பாளர் அல்லன் என்பதால் என்னால் அதைச் செய்ய முடியாது. என் வேலை என் ஆற்றல் அனைத்தையும் உறிஞ்சிவிடுகிறது. இங்கு வழமையாக வருவதே எனக்குப் பெரும்பாடாக இருக்கிறது.”

அதற்கு அந்தப் பயிற்றுவிப்பாளர், “நான் ஒரு தொழில்முறைப் பயிற்றுவிப்பாளராக இங்குப் பணியாற்றிக் கொண்டிருக்கவில்லை. நான் ஆணழகன் போட்டிக்காகவும் என்னைத் தயார்படுத்திக் கொண்டிருக்கவில்லை,” என்று பதிலளித்தார்.

அவருடைய பதிலைக் கேட்டு டேவிட் அதிர்ந்து போனான். “என்ன சொல்கிறீர்கள் நீங்கள்?

அப்படியானால், நீங்கள் என்ன வேலை செய்து கொண்டிருக்கிறீர்கள்?"

"அது முக்கியமல்ல. நான் பயிற்றுவிப்புத் தொழில் ஒன்றைச் சொந்தமாக நடத்திக் கொண்டிருக்கிறேன். ஆனால், அது உடற்பயிற்சிக்கான ஒரு நிறுவனம் அல்ல. பெருநிறுவனங்களுக்கு ஆலோசனை வழங்குதல், அவற்றின் ஊழியர்களுக்குப் பயிற்சியளித்தல் ஆகியவற்றை மேற்கொள்கின்ற ஒரு நிறுவனம் அது."

தான் இந்த நபரைத் தவறாக எடைபோட்டுவிட்டது குறித்து டேவிட் மிகவும் அவமானமாக உணர்ந்தான். அவனுடைய முகம் சிவந்துபோனது. "என்னை மன்னித்துக் கொள்ளுங்கள். நான் சில தவறான அனுமானங்களை மேற்கொண்டுவிட்டேன் என்று நினைக்கிறேன். நீங்கள் என்னைப் பார்த்தப் பார்வையை வைத்து நான் அப்படி நினைத்து ..." டேவிட் பாதியிலேயே அந்த வாசகத்தை நிறுத்திவிட்டு, உரையாடலின் போக்கை மாற்றும் விதமாக, "அப்படியானால், உங்களுடைய கதை என்ன? நீங்கள் ஒரு தொழில்முறைப் பயிற்றுவிப்பாளராகவும் தொழில்முறைப் பளு தூக்குபவராகவும் இல்லாதபோது, எப்படி உங்களால் இந்த அளவு கச்சிதமான உடற்கட்டை உருவாக்கிக் கொள்ள முடிந்தது?" என்று கேட்டான்.

அவனுடைய வேண்டுகோள், அவர்களுக்கு இடையே முற்றிலும் புதிய விதமான ஓர் உரையாடலுக்கு வித்திட்டது. அவர்களுடைய உரையாடலிலிருந்து அவன் அவரைப் பற்றி நிறைய விஷயங்களைத் தெரிந்து கொண்டான். அவருடைய குடும்பத்தில் மூன்று ஆண் குழந்தைகள். அவர்தான் கடைக்குட்டி. அதனால் அவருடைய அண்ணன்மார்கள் எப்போதும் அவரைச் சீண்டிக் கொண்டே இருந்தனர். பள்ளிப்படிப்பையே சிரமப்பட்டுத்தான் அவர் படித்திருந்தார். அவர் பள்ளி இறுதியாண்டு படித்துக் கொண்டிருந்தபோது, இரத்தப் புற்றுநோயால் தாக்கப்பட்டு உயிருக்குப் போராடத் தொடங்கினார்.

"எனக்கும் விளையாட்டுகளுக்கும் காத தூரம். நான் வீட்டில் இருந்ததைவிட மருத்துவமனையில்தான் அதிக நேரம் இருந்தேன். ஒன்று மாற்றி ஒன்று என்று

பலவிதமான சிகிச்சைகள் எனக்கு அளிக்கப்பட்டன. ஆனால், இப்போது திரும்பிப் பார்க்கின்றபோது, என் வாழ்க்கையில் நிகழ்ந்த மிகச் சிறந்த காரியம் அது என்று நான் எண்ணுகிறேன்."

"ஏன்?" என்று கேட்டப் பின்தான் அக்கேள்வி அநாகரிகமாக இருந்ததாக உணர்ந்து, அவன் உடனே, "அது எப்படி உங்களுடைய வாழ்க்கையில் மிகச் சிறந்த விஷயமாக இருக்க முடியும்?" என்று தன் கேள்வியை மாற்றிக் கேட்டான்.

"ஒரு முறை நான் சிகிச்சைக்காக ஒரு மருத்துவமனைக்குச் சென்றபோது, ஒரு பெண்மணியைச் சந்தித்தேன். அவர் அப்போதுதான் புற்றுநோய் சிகிச்சை முடிந்து வீடு திரும்பிக் கொண்டிருந்தார். டிரயத்தலான் போட்டி ஒன்றில் கலந்து கொள்ள வேண்டும் என்பதை அவர் தன் இலக்காகக் கொண்டிருந்தார்." அதைச் சொன்னபோது வாயெல்லாம் பல்லாக அவர் பெரிதாகச் சிரித்தார்.

"அவர் அதை என்னிடம் சொன்னபோது என்னால் அதை நம்பவே முடியவில்லை. ஆனால், இறுதியில் அவர் அந்தப் போட்டியில் கலந்து கொண்டதோடு மட்டுமல்லாமல் அதில் வெல்லவும் செய்தார். பின் அவர் ஒரு சிறப்பு நிகழ்ச்சிக்கு என்னை அழைத்தார். அது என்ன என்று தெரியாமலேயே நான் அங்குச் சென்றேன். அந்த நிகழ்ச்சியில், அவர் தன் வாழ்வில் பட்டிருந்த கஷ்டங்களைப் பற்றி எடுத்துரைத்து, அது எவ்வாறு வாழ்வை வெற்றி கொள்ள வேண்டும் என்று அவருக்கு உத்வேகமூட்டியது என்பதையும் விளக்கினார். எப்படியோ அவர் தன் நோயைத் தனக்கான ஊக்குவிப்பாக மாற்றிக் கொண்டிருந்தார்."

அந்தப் பயிற்றுவிப்பாளர் தன்னுடைய புரதச்சத்துப் பானத்தைக் குடித்துவிட்டு, தன் கையில் வைத்திருந்த காகிதக் கைக்குட்டையைச் சுருட்டித் தூக்கிக் காற்றில் எறிந்தார். அது துல்லியமாக அந்த மேசையின் மறுபக்கமிருந்த குப்பைக்கூடையில் போய் விழுந்தது. "பிரமாதம். உங்களால் அதைச் செய்ய முடியும். நான் இப்படி எறிய முயற்சித்தால், ஒவ்வொரு முறையும்

தோல்வியைத்தான் தழுவுவேன்," என்று டேவிட் கூறினான்.

"ஏன் அப்படி?"

"ஏனெனில், என்னால் அந்த அளவு ஒருங்கிணைப்போடு செயல்பட முடியாது. இதை விடுங்கள். நான் பல் தேய்க்கச் செல்கின்றபோதுகூட, சில நேரங்களில் பற்களை எட்டவே தவறிவிடுவேன்," என்று கூறி டேவிட் தன் நகைச்சுவையைத் தானே இரசித்துச் சிரித்தான்.

"நானும் முதலில் உங்களைப் போன்றே எதிர்வினையாற்றினேன். டிரயத்தலான் போட்டியில் கலந்து கொண்டு வென்று என் அனுபவங்களைப் பற்றிப் பொதுவெளியில் பேசுமாறு அப்பெண்மணி என்னை வற்புறுத்தினார். பல விஷயங்களில் ஈடுபடுவதற்கு அவர் என்னை உந்தித் தள்ள முயற்சித்தார். அவற்றில் எதையும் ஏன் செய்ய முடியாது என்பதற்கான ஒரு பெரிய பட்டியலை எப்போதும் நான் உருவாக்கிக் கொண்டிருந்தேன்."

அப்படிச் சொல்லிவிட்டு அந்தப் பயிற்றுவிப்பாளர் டேவிட்டைத் துளைத்துவிடுவதைப்போலப் பார்த்தார். அது டேவிட்டை நிலைகுலையச் செய்தது.

"சாக்குப்போக்குகள். ஒவ்வொரு சாக்குப்போக்குக்கும் பின்னால், மகத்துவத்தை அடைவதற்கான கதவு இருக்கிறது. நம்முடைய முன்னேற்றத்திற்கு முட்டுக்கட்டை போட்டுக் கொண்டிருக்கின்ற சாக்குப்போக்குகளை மீறுவதற்கு நாம் கற்றுக் கொள்கின்றபோது, வளர்ச்சிக்கான ஒரு மாயாஜாலமான செயல்முறை கட்டவிழ்த்துவிடப்படுகிறது." பின், அந்தப் பயிற்றுவிப்பாளர் தன் பையிலிருந்து ஏதோ ஒன்றை எடுத்து மறைவாகப் பார்த்துவிட்டுப் பேச்சைத் தொடர்ந்தார்.

"அந்த டிரயத்தலான் வெற்றியாளர் என் வாழ்க்கையையே மாற்றிவிட்டார். சாக்குப்போக்குகளை ஏற்றுக் கொள்ளாதிருக்க அவர் எனக்குக் கற்றுக் கொடுத்தார். 'நான் பருமனாக இருக்கிறேன். நான்

மிகவும் ஒல்லியாக இருக்கிறேன். எனக்குச் சரியான கல்வி வாய்த்திருக்கவில்லை. எனக்கு இது குறித்து பயமாக இருக்கிறது. எனக்கு அது சரியில்லை, இது சரியில்லை,' என்று மக்கள் பலவிதமான சாக்குப்போக்குகளைக் கூறுகின்றனர். இதில் என்னைக் கவர்ந்த ஒரு சாக்குப்போக்கு, 'உங்களுக்கு வேண்டுமானால் அது சரிப்பட்டு வரலாம், எனக்கு அது சாத்தியமேயில்லை,' என்பதுதான்."

"அந்தப் பெண் இப்போது உங்களுடைய காதலி என்று நான் ஊகிக்கிறேன். சரிதானே?" என்று டேவிட் கூறினான்.

"நீங்கள் சொல்வது வேடிக்கையாக இருக்கிறது. அப்பெண்ணும் அதை விரும்புவார்," என்று கூறிய அப்பயிற்றுவிப்பாளர் பயங்கரமாகச் சிரித்துவிட்டுத் தொடர்ந்தார். "ஆனாலும், நான் ஒன்றை ஒப்புக் கொள்ள வேண்டும். நீங்கள் உண்மைக்கு மிக அருகில் வந்துவிட்டீர்கள். அப்பெண் என்னுடைய காதலியின் பாட்டி!"

டேவிட் குழப்பமடைந்தான். அவனுடைய நெற்றி சுருங்கியது. அந்தப் பயிற்றுவிப்பாளர் விளக்கினார்: "முதியோர் இல்லத்தில் இருக்க வேண்டிய அளவுக்கு அவர் வயதானவர் என்றாலும், தன் வயதுடையவர்களுக்காக நடத்தப்படுகின்ற டிரயத்தலான் போட்டியில் கலந்து கொண்டு அவர் அதில் வெற்றியும் பெற்றார். சந்தேகங்களை அள்ளி வீசி, நம் செய்கைகளைக் கேள்வி கேட்டுக் கொண்டிருக்கின்ற நம்முடைய எதிர்மறையான உட்குரலுக்கு நாம் செவி சாய்க்கக்கூடாது, மாறாக, நம்மை ஊக்குவிக்கின்ற குரலுக்கு நாம் செவி சாய்க்க வேண்டும் என்று அவர் எனக்குக் கற்றுக் கொடுத்தார்."

அக்கணத்தில் அந்தப் பயிற்றுவிப்பாளர் மேசைக்கு அடிப்புறத்திலிருந்து, தோலால் ஆன ஒரு சிறிய புத்தகத்தை எடுத்தார். என்ன நடந்து கொண்டிருந்தது என்பது டேவிட்டுக்குச் சட்டென்று புரிந்தது. அதை அவன் முன்னதாகவே ஊகித்திருக்க வேண்டும். ஆனால், தவறுகள் குறித்து அவன் கேள்விப்பட்டு நீண்ட நாட்கள் ஆகிவிட்டிருந்ததால், அதை அவன் தவறவிட்டிருந்தான்.

“சாக்குப்போக்குகளை ஏற்றுக் கொள்வதுதான் மூன்றாவது தவறு. சாக்குப்போக்குகளை உருவாக்குவதற்கு நாம் கொடுத்துக் கொண்டிருக்கின்ற ஆற்றலையும் படைப்பாற்றலையும் நம்முடைய இலக்குகளின் பக்கம் நம்மால் திருப்ப முடிந்தால், நாம் மனம் வைக்கின்ற எதுவொன்றையும் நம்மால் சாதித்துவிட முடியும்.”

அந்தப் பயிற்றுவிப்பாளர் நிறுத்தாமல் தொடர்ந்தார். “என்னால் எளிதாக என்னுடைய நோயின்மீதும் என் மரபணுக்கள்மீதும் பழி சுமத்தியிருக்க முடியும். நான் இழந்துவிட்ட என்னுடைய குழந்தைப்பருவத்தைப் பற்றியும், அந்த நோயின் காரணமாக நான் மட்டுப்படுத்தப்பட்டிருந்ததைப் பற்றியும் என்னால் புலம்பியிருக்க முடியும். அதைச் செய்வதிலிருந்து என்னை எவராலும் தடுத்திருக்க முடியாது. இன்னும் சொல்லப் போனால், அவர்கள் என் நிலையைப் புரிந்து கொண்டு அதை ஏற்றுக் கொண்டிருப்பர். வாழ்க்கையில் பெரிதாக எதையும் சாதித்திராதவர்கள் சாக்குப்போக்குகளை ஊக்குவிப்பர். ஆனால், அதனால் இழப்பு எனக்குத்தான் ஏற்பட்டிருக்கும். நான் இந்தத் தவற்றைப் பற்றிச் சரியான நேரத்தில் அறிந்திராமல் இருந்திருந்தால், இன்று நான் என் வாழ்க்கையில் எந்த இடத்தில் இருந்திருப்பேன், எனக்கு என்ன ஆகியிருந்திருக்கும் என்பதை என்னால் கற்பனை செய்துகூடப் பார்க்க முடியவில்லை.”

டேவிட் ஆழமாக ஒரு முறை சுவாசித்துவிட்டு, அவர் கூறுவதைக் கவனமாகக் கேட்கத் தயாரானான். இப்போது தவறுகள் அவனுடைய வாழ்க்கையின் ஓர் அங்கமாகவும் அவனுடைய சிந்தனையின் ஒரு பகுதியாகவும் ஆகிவிட்டன. அவர் கூறிய அனைத்தையும் டேவிட் கவனமாகக் கேட்டு அவற்றை முழுமையாக உள்வாங்கிக் கொண்டான். அவற்றைப் பற்றி அவன் மேலும் தெரிந்து கொள்ள விரும்பினான். அவர்கள் இருவரும் மேலும் ஒரு மணி நேரம் உரையாடினர், தங்களுக்கிடையே ஏராளமான விஷயங்களைப் பகிர்ந்து கொண்டனர். இறுதியில் அவர்கள் நல்ல நண்பர்களாக ஆயினர்.

அந்தப் பயிற்றுவிப்பாளர் உண்மையில் உடல்

ஆரோக்கியத்தைப் பற்றிப் பேசிக் கொண்டிருக்கவில்லை என்பது டேவிட்டுக்குத் தெளிவாயிற்று. “சாக்குப்போக்குகள் எல்லா இடங்களிலும் இருக்கின்றன. ஓர் அலுவலகத்தில், ஒருவர் சாக்குப்போக்குகள் எதையும் கூறாமல் தன் செய்கைகள் அனைத்திற்கும் பொறுப்பேற்றுக் கொள்கின்றபோது, அவர் அங்கிருக்கின்ற பிறரால் கவனிக்கப்படுகிறார். அப்படிப்பட்ட யாரையாவது உங்களுக்குத் தெரியுமா?”

அவனுடைய அலுவலகத்தில் ஒரு மேலாளராகப் பணியாற்றிக் கொண்டிருந்த ஒரு பெண்மணிதான் டேவிட்டுக்கு உடனடியாக நினைவுக்கு வந்தார். அவன் அங்கு வேலையில் சேர்வதற்கு ஒரு சில வாரங்களுக்கு முன்பு, அவன் இப்போது பார்த்துக் கொண்டிருந்த அதே வேலையில் அவர் சேர்ந்திருந்தார். ஆனால், வெகு விரைவாக அவருக்குப் பதவி உயர்வு கிடைத்திருந்தது. “எங்கள் அலுவலகத்திலுள்ள ஒரு பெண் மேலதிகாரியை எனக்குத் தெரியும். நீங்கள் கூறுவது அவருக்குக் கச்சிதமாகப் பொருந்துகிறது.”

“அவர் அடிக்கடிப் பயன்படுத்துகின்ற வார்த்தை எது?”

“அவர் எப்போதும், ‘இதை நான் பார்த்துக் கொள்கிறேன். கவலையை விடுங்கள்,’ என்று கூறுவதை நான் கேட்டிருக்கிறேன்,” என்று கூறிய டேவிட் புன்னகைத்தான். பின்னர் அவனுக்கு அவர் கூறிய வேறொரு வாக்கியம் நினைவுக்கு வந்தது. “ஒரு முறை, எங்கள் அலுவலகத்தில் ஒரு பெரும் சிக்கல் ஏற்பட்டது. அதற்கான பழி என்மீது போடப்பட்டுவிடும் என்று நான் அரண்டு போனேன். இவ்வளவுக்கும், அதற்கும் எனக்கும் எந்தத் தொடர்பும் இருக்கவில்லை. அப்போது அவர், ‘இதற்கான முழுப் பொறுப்பையும் நான் எடுத்துக் கொள்கிறேன். அதைச் சரி செய்வதற்கு நான் இதைச் செய்யப் போகிறேன்,’ என்று கூறினார்.”

“நான் கூறியது இதைத்தான். சாக்குப்போக்குகளைக் கூறாதிருக்கின்ற ஒரு நபர், எப்போதும் முழுப் பொறுப்பையும் தன்மீது போட்டுக் கொள்வார். இன்னும் சொல்லப் போனால், அதன் மூலமாகவே அவர்கள்

தழைக்கின்றனர். அதைத்தான் நீங்கள் அவரிடம் கவனித்திருக்கிறீர்கள்."

"இதுவரை நான் அவரைப் பற்றி அப்படி நினைத்ததில்லை. அவருடைய வேலைத்திறன் சிறப்பாக இருந்தது என்பதை மறுப்பதற்கில்லை. ஆனால், அவருக்கு ஏன் மிக விரைவாகப் பதவி உயர்வு கிடைத்தது என்பதை நானாகவே ஒருபோதும் கண்டுபிடித்திருக்க மாட்டேன். உங்களிடம் பேசிய பிறகுதான் எனக்கு அது புரிகிறது."

"சாக்குப்போக்குகளை ஏற்றுக் கொள்ளாமல் இருப்பதற்கு நீங்கள் முதலில் உங்களுடைய சுயபேச்சை மாற்ற வேண்டும். நம் ஒவ்வொருவருடைய தலைக்குள்ளும் ஒரு மைக் இருக்கிறது. உலகிலேயே மிகவும் முக்கியமான மைக் அதுதான். ஆனால், அதை நாம் சரியான முறையில் பாதுகாத்து வைக்காமல் இருந்துவிடுகிறோம். எவரொருவரும் அதனருகே வந்து, அதில் எதிர்மறைக் கருத்துகளை அலறவிட நாம் அனுமதித்துவிடுகிறோம். சாக்குப்போக்குகளைக் கூறாத வெற்றியாளர்கள் என்ன செய்கிறார்கள் தெரியுமா? வங்கியின் பாதுகாப்புப் பெட்டக வாசலைப் பாதுகாத்துக் கொண்டிருக்கின்ற ஒரு பாதுகாவலரைப்போல, அவர்கள் அந்த மைக்கைப் பாதுகாத்து வருகின்றனர்."

அவர் கூறியதைக் கேட்டுக் கொண்டிருந்தபோது, டேவிட் தன்னுடைய சுயபேச்சை அவதானித்தான். அது தன்னம்பிக்கை மிளிர்கின்ற ஒன்றாக இருக்கவில்லை. உண்மையில் அது சுயசந்தேகங்களாலும் பயத்தாலும் நிரம்பி வழிந்தது. அவற்றில் சில அவனுடைய மண்டைக்குள் ஓடத் துவங்கின. அவற்றை விரட்டிவிடுவதைப்போலத் தலையை ஆட்டிவிட்டு அவன் அந்தப் பயிற்றுவிப்பாளரிடம், "நீங்கள் சொல்வது எனக்குப் புரிகிறது. நான் அதைப் பாதுகாத்து வைக்கவில்லை என்பது உண்மைதான். இன்னும் சொல்லப் போனால், எனக்கு எதிராகக்கூட அதை நான் பாதுகாத்து வைக்கவில்லை," என்று கூறினான்.

"அதனால்தான் இது முக்கியமானது என்று நான் கூறுகிறேன். ஆனால், சாக்குப்போக்குகளால் நேர்மறையான சுயபேச்சை எதிர்த்து நிற்க முடியாது.

நீங்கள் உங்களுடைய வாழ்க்கையை மீட்டெடுக்க விரும்பினால், நீங்கள் உங்களுடைய எண்ணங்களை மீட்டெடுக்க வேண்டும்."

அந்தப் பயிற்றுவிப்பாளர் டேவிட்டின் முதுகில் செல்லமாக ஒரு தட்டு தட்டிவிட்டு அங்கிருந்து போய்விட்டார். அவனைச் சுற்றி இரைச்சலாக இருந்தபோதிலும், அது அவனைப் பாதிக்காத வகையில் அவன் தன் சிந்தனையில் மூழ்கிக் கிடந்தான்.

அவன் தன் கண்களை மூடிக் கொண்டு, தன் தலைக்குள் இருந்த மைக்கைக் கற்பனை செய்தான். அவன் ஒரு சாக்குப்போக்கைக் கேட்டதும், அதைப் பேசியவர் அவனுடைய மனத்தில் தோன்றினார். அந்த நபருக்கு, முரட்டுத்தனமானவர், எரிச்சல் ஏற்படுத்துபவர், பலவீனமானவர் என்று பலவிதமான பட்டப்பெயர்களை அவன் கொடுத்தான். தன்னை வலுவானவனாக அவன் கற்பனை செய்து கொண்டான். தன்னை ஆற்றல்மிக்கவனாகவும் தன்னம்பிக்கை பொங்கி வழிபவனாகவும் நினைத்துக் கொண்டான். தான் அந்த மைக்கை எடுத்து உறுதிபடவும் ஆற்றலுடனும் பேசுவதாக அவன் கற்பனை செய்தான். அவனை ஊக்குவிக்கக்கூடிய பேச்சுகளை அவன் பேசினான்.

அவன் தனக்குத் தானே புன்னகைத்துக் கொண்டான். பிறகு தன் கண்களைத் திறந்து, யாராவது தன்னைக் கவனித்துக் கொண்டிருந்தார்களா என்று அவன் பார்த்தான். ஆனால், எவரும் அவன்மீது கவனம் கொண்டிருக்கவில்லை.

இறுதியில், அவன் எழுந்து நின்று அங்கிருந்து கிளம்ப முயன்றபோது, தனக்காக ஒரு காகிதத்தை அந்தப் பயிற்றுவிப்பாளர் அங்கு விட்டுச் சென்றிருந்ததை அவன் கண்டான்.

மூன்றாவது தவறு:

சாக்குப்போக்குகளை ஏற்றுக் கொள்வது

சாக்குப்போக்குகளை ஊக்குவிக்கும் நபர்களைத் தவிர்த்துவிடுங்கள்.

முன்னேற்றத்திற்கு முட்டுக்கட்டை போட்டுக் கொண்டிருக்கின்ற சாக்குப்போக்குகளை மீறுவதற்கு நாம் கற்றுக் கொள்கின்றபோது, வளர்ச்சிக்கான ஒரு மாயாஜாலமான செயல்முறை கட்டவிழ்த்துவிடப்படுகிறது.

ஒவ்வொரு சாக்குப்போக்குக்கும் பின்னால், மகத்துவத்தை அடைவதற்கான கதவு இருக்கிறது.

வாழ்க்கையில் பெரிதாக எதையும் சாதித்திராதவர்கள் சாக்குப்போக்குகளை ஊக்குவிப்பர்.

நம் செய்கைகளைக் கேள்வி கேட்டுக் கொண்டிருக்கின்ற நம்முடைய எதிர்மறையான உட்குரலுக்கு நாம் செவி சாய்க்கக்கூடாது, மாறாக, நம்மை ஊக்குவிக்கின்ற குரலுக்கு நாம் செவி சாய்க்க வேண்டும்.

சாக்குப்போக்குகளை உருவாக்குவதக்கு நாம் கொடுத்துக் கொண்டிருக்கின்ற ஆற்றலையும் படைப்பாற்றலையும் நம்முடைய இலக்குகளின் பக்கம் நம்மால் திருப்ப முடிந்தால், நாம் மனம் வைக்கின்ற எதுவொன்றையும் நம்மால் சாதித்துவிட முடியும்.

வங்கியின் பாதுகாப்புப் பெட்டக வாசலைப் பாதுகாத்துக் கொண்டிருக்கின்ற ஒரு பாதுகாவலரைப்போல, நீங்கள் உங்களுடைய தலைக்குள் இருக்கின்ற மைக்கைப் பாதுகாத்து வர வேண்டும்.

சாக்குப்போக்குகளால் நேர்மறையான சுயபேச்சை எதிர்த்து நிற்க முடியாது.

நீங்கள் உங்களுடைய வாழ்க்கையை மீட்டெடுக்க விரும்பினால், நீங்கள் உங்களுடைய எண்ணங்களை மீட்டெடுக்க வேண்டும்.

நான்காவது தவறு

அன்று இரவு டேவிட் அந்த உடற்பயிற்சிக்கூடத்திலிருந்து வீட்டிற்குத் திரும்பியபோது வழக்கத்தைவிட மெதுவாகவே வந்து கொண்டிருந்ததற்கு அன்று பனிப் பொழிவு இருந்தது மட்டும் காரணமல்ல. அவன் ஆழ்ந்த சிந்தனையிலும் மூழ்கியிருந்தான். தான் என்னென்ன சாக்குப்போக்குகளைக் கூறிக் கொண்டிருந்தோம் என்பதைப் பற்றி அவன் யோசித்துக் கொண்டிருந்தான். முதலில் அவன் உடற்பயிற்சி தொடர்பான இலக்குகளைப் பற்றி யோசித்தான். பின்னர் அவற்றைத் தாண்டி அவன் யோசிக்கத் தொடங்கினான். பதவி உயர்வுக்கு விண்ணப்பிக்காமல் இருந்ததற்குத் தான் எத்தனை முறை சாக்குப்போக்குகளைக் கூறியிருந்திருப்போம் என்று அவன் யோசித்தான். அதேபோல, தான் துவக்கியிருந்திருக்க வேண்டிய விஷயங்களை எத்தனை முறை தான் துவக்காமல் இருந்திருந்தோம் என்று அவன் சிந்தித்தான். உடனடியாகவே அவனுக்கு ஒரு டஜன் நிகழ்வுகள் நினைவுக்கு வந்தன. அவனுடைய அலுவலகத்தில் நடந்து கொண்டிருந்த பல இழுபறிகள் அவனுடைய நினைவுக்கு வந்தன. தன் வேலை எந்த அளவுக்கு மதிப்பற்றது என்ற உணர்வு அவனுக்கு ஏற்பட்டது. அவனுடைய பிறவி நோக்கத்திற்கும் அவனுடைய வேலைக்கும் ஒருவேளை துளிகூடத் தொடர்பு இல்லையோ?

அன்று இரவு அவன் தன் நண்பர்களுடன் சேர்ந்து கூடிக் குலாவ ஏற்கனவே திட்டமிட்டிருந்தான். அவன் தன்

கைக்கடிகாரத்தைப் பார்த்தபோது, அங்குச் செல்வதற்கு முன்பு தனக்குத் தன் வீட்டில் செலவழிப்பதற்கு அரை மணி நேரம் மட்டுமே இருக்கும் என்பதை அவன் உணர்ந்தான். அவன் தன் வீட்டுக்குள் நுழைந்து அறையின் மின்விளக்கின் சுவிட்சைப் போட்டபோது விளக்கு எரியவில்லை. பின் வரவேற்பறையைக் கடந்து சென்று அடுத்த அறையின் சுவிட்சைப் போட்டான். அதுவும் எரியவில்லை.

“ரொம்ப சுத்தம்!” என்று அவன் வாய்விட்டுக் கூறினான். அதற்கான காரணம் அவனுக்கு உடனே நினைவுக்கு வந்தது. அவன் கடைசி நாளில் மின் கட்டணத்திற்கான காசோலையை அனுப்பியிருந்தான். அது தாமதமாகியிருக்க வேண்டும். அவன் அடுத்த ஒரு மணி நேரம் மின்வாரியத்திடம் மன்றாடிக் கொண்டிருந்தான். “ஆமாம். நீங்கள் சொல்வது சரிதான். கெடு தேதிக்கு முன்பாக வங்கிக் கணக்கிலிருந்து தானாகவே மின் கண்டனம் செலுத்தப்படுவதற்கான ஏற்பாட்டை நான் செய்திருக்க வேண்டும் என்பது உண்மைதான். அதற்குச் சீக்கிரம் ஏற்பாடு செய்துவிடுகிறேன்.” தன் கூற்று எந்த அளவுக்கு ஒரு நொண்டிச்சாக்காக இருந்தது என்பது அவனுக்கே நன்றாகத் தெரிந்தது. ஆனால், கடைசி நேரம்வரை பணம் செலுத்துவதைத் தாமதிக்கின்ற விளையாட்டைத் தான் விளையாடுவதற்கு இப்படிப்பட்டதொரு ஏற்பாடு இடைஞ்சலாக இருக்கும் என்பதால்தான் அவன் அதை வேண்டுமென்றே செய்யாதிருந்தான்.

இறுதியில், மின்சாரத்தைத் தற்காலிகமாக மீண்டும் வழங்குவதற்கு அந்த மின் ஊழியர் ஒப்புக் கொண்டார். தொலைபேசியைக் கீழே வைத்த டேவிட் மிகவும் பரிதாபகரமாக உணர்ந்தான். அவன் அந்த இருட்டறையில் அமர்ந்து கொண்டு, “இனி நான் இப்படி வாழப் போவதில்லை,” என்று சத்தமாகச் சூளுரைத்தான். அப்போது தெருவிலிருந்து ஒலித்த ஒரு காரின் ஒலி, அவன் தன் நண்பர்களைச் சந்திக்கச் செல்ல வேண்டும் என்பதை அவனுக்கு நினைவுபடுத்தியது.

அவர்கள் அந்த நகரிலிருந்த ஒரு பழைய மதுவிடுதியில்

அமர்ந்து பீர் குடித்துக் கொண்டும் நொறுக்குத் தீனிகளைத் தின்று கொண்டும் இருந்தனர். தன் வீட்டில் மின்சாரம் இல்லை என்ற நினைப்பைத் தற்காலிகமாக ஒதுக்கித் தள்ள அவன் முயன்று கொண்டிருந்தான். அந்த விஷயத்தை அவன் வேறு எவரிடமும் பகிர்ந்து கொள்ள விரும்பவில்லை. அவனுடைய எண்ணங்களோடு அந்தப் பயிற்றுவிப்பாளர் தெரிவித்தப் பாடங்களும் சேர்ந்து கொண்டபோது அவனுக்கு எரிச்சல் ஏற்பட்டது. தான் மின்கட்டணத்தைத் தாமதமாகக் கட்டியதற்கு அவன் சாக்குப்போக்குகளைத் தேடிக் கொண்டிருந்தான். ஆனால், அந்தப் பயிற்றுவிப்பாளரின் பாடங்கள் அதற்கு இடமளிக்க மறுத்தன. அதனால் அவன் தன் நண்பர்களின் உரையாடல்களில் கவனம் செலுத்த முடிவு செய்தான்.

அவனுடைய நண்பன் ஜோ, “என் மேலாளர் ஒரு முட்டாள்,” என்று கூறினான். “அவர் எனக்கு ஒரு வேலையைக் கொடுப்பார். பின் தன் மனத்தை மாற்றிக் கொண்டு வேறு ஒரு வேலையைக் கொடுப்பார். இதன் காரணமாக என்னால் எந்த வேலையையும் முழுவதுமாக முடிக்க முடிவதில்லை.” பின் அவன் மேலே பார்த்துத் தன் முஷ்டியை உயர்த்தி, “ஏய் . . . ஏதாவது . . . ஒரு . . . முடிவுக்கு வா . . .” என்று ஒவ்வொரு வார்த்தையாக நாடகத்தனமாகச் சத்தமாக உச்சரித்தான்.

அவர்களுடன் இருந்த ஜோவின் காதலியும் அதில் சேர்ந்து கொண்டாள். “என் மேலதிகாரி இதற்கு நேர் எதிர். அவர் எல்லோரிடமும் குழைந்து போவார். அதனால் நாங்கள் எவரும் பெரிதாக எந்த வேலையையும் செய்வதில்லை. அதை நான் ஒரு விமர்சனமாக முன்வைக்கவில்லை.” எல்லோரும் சிரித்தனர்.

மற்றொரு நண்பனான லோனி, “எனக்கு அவர்கள் விரைவில் ஊதிய உயர்வு கொடுக்கவில்லை என்றால் நான் விரைவில் வேலையைவிட்டு நின்றுவிடப் போகிறேன்,” என்று கூறினான்.

டேவிட் அவர்களுடைய பேச்சுகளைக் கேட்டுக் கொண்டிருந்தாலும், தன்னுடைய கவனம் அங்கு இருக்கவில்லை என்பதை அவன் உணர்ந்தான்.

அவனுடைய நண்பர்களின் உரையாடல்களில் வெளிப்பட்டுக் கொண்டிருந்த புலம்பல்கள், புகார்கள், நியாயப்படுத்தல்கள் ஆகிய அனைத்துமே உண்மையில் மூன்றாவது தவறுகள்தாம் என்பது அவனுக்குத் திடீரென்று புரிந்தது. அந்தப் புகார்கள் அனைத்தும் உண்மையில் மாறுவேடமிட்டு வந்திருந்த சாக்குப்போக்குகள்தாம். “அப்படியானால், புலம்பல்கள் என்பவை சாக்குப்போக்குகளைச் சாதுரியமாக மறைக்கின்ற செயல்களே. இக்கணத்திலிருந்து என்னுடைய செயல்களுக்கு நான் பொறுப்பேற்றுக் கொள்ளப் போகிறேன்,” என்று அவன் நினைத்துக் கொண்டான். அந்த நினைப்பு தனக்குள் பெரிதாக எதையோ கிளறிவிட்டதைப்போல அவன் உணர்ந்தான். அது அவனுடைய நண்பர்களின் கண்களிலிருந்தும் தப்பவில்லை.

“டேவிட், பூவுலகத்திற்கு வா,” என்று ஜோ கிண்டலடித்தான். ஓர் அறிவிப்பாளரைப்போல அவன் தன் குரலை ஏற்றி இறக்கிப் பேசினான். எல்லோரும் சிரித்தனர். டேவிட்டும் அவர்களுடன் சேர்ந்து சிரித்தான். ஆனாலும், தவறுகள் குறித்த அவனுடைய அசைபோடுதல்கள் அவனை அங்கிருந்து எங்கோ அழைத்துச் சென்று கொண்டிருந்தன என்பதை அவனால் உணர முடிந்தது. அவன் ஒரு பயணத்தை மேற்கொண்டிருந்தான். அவன் ஏற்கனவே அங்கிருந்து சென்றுவிட்டிருந்தான் என்பதை அவனுடைய நண்பர்களால் உணர முடியவில்லை.

ஒரு மணி நேரத்திற்குப் பிறகு, டேவிட்டின் நண்பர்கள் ஒவ்வொருவராக அங்கிருந்து கிளம்பினர். டேவிட் அங்கிருந்த ‘பார்’ ஸ்டூலுக்கு இடம்பெயர்ந்தான். அங்குத் தொலைக்காட்சியில் ஓடிக் கொண்டிருந்த விளையாட்டைப் பார்த்துவிட்டு வீட்டுக்குச் செல்ல அவன் முடிவெடுத்தான்.

அங்கு மது பரிமாறுபவர் அவனுடைய ஆர்டரைக் கேட்டு வாங்கிப் போனார். அவர்கள் தங்களுக்கு இடையே சிரித்துப் பேசிக் கொண்டனர். நடுநடுவே அவர் பிற வாடிக்கையாளர்களைக் கையாளவும்

சென்றார். போதை தலைக்கேறியிருந்த ஒருவருக்கு அடுத்தக் கோப்பை மது கொடுக்க அவர் மறுத்தார். குடித்துவிட்டுத் தங்களுக்குள் அடித்துக் கொண்டிருந்த இரண்டு வாடிக்கையாளர்களை அவர் பிரித்து விட்டார். அவர் சுவாரசியமான பழைய கதைகளைப் பேசினார், நகைச்சுவைகளை அள்ளித் தெளித்தார். மது பரிமாறுவதில் அவர் ஒரு கைதேர்ந்த நபர் என்பது தெளிவாகத் தெரிந்தது.

டேவிட்டுக்கும் அந்தப் பரிமாறுபவருக்கும் இடையே ஓர் உரையாடல் துவங்கியது.

“நீங்கள் பழுத்த அனுபவமுள்ள ஒரு நபராக இருக்க வேண்டும். இன்று இரவு நான் உங்களை அவதானித்தேன். நீங்கள், பரிமாறுபவர், மது கலந்து கொடுப்பவர், மத போதகர், நகைச்சுவையாளர் போன்ற பல தொப்பிகளை இன்று அணிந்ததை நான் பார்த்தேன்,” என்று டேவிட் கூறினான்.

அதைக் கேட்டுச் சிரித்த அவர் தன் உடலை இலேசாக வளைத்து அவனுக்கு வணக்கம் தெரிவித்தார். “என்னை நீங்கள் கையும் களவுமாகப் பிடித்துவிட்டீர்கள்.” அவருடைய பேச்சில் ஐரிஷ் மொழி வாடை அடித்தது. “நான் பல இடங்களைப் பார்த்தவன். அப்படி நான் பார்த்திருந்த இடங்களை யார் பார்த்திருந்தாலும் அவர்கள் பல விஷயங்களைக் கற்றுக் கொண்டிருந்திருப்பார்கள்.”

டேவிட் தன் கண்களைத் தொலைக்காட்சியிலிருந்து விலக்கிக் கொண்டான். அவனுக்குப் பிடித்தமான அணி வெகுதூரம் பின்தங்கி இருந்தது. அவர்கள் எப்படியும் வெற்றிப் பெறப் போவதில்லை. “மக்கள் கற்றுக் கொள்ளக்கூடிய மிக முக்கியமான விஷயம் என்று நீங்கள் எதைக் கருதுவீர்கள்?”

அவர் நிமிர்ந்து பார்த்தார். அவர் மேசைக்கு மறுபுறம் இருந்த கண்ணாடிக் கோப்பைகளை ஏதோ ஒருவிதமான இயந்திரத்தின் உதவியுடன் பளிச்சூட்டிக் கொண்டிருந்தார். பின் ஒரு வெள்ளைத் துணியைக் கொண்டு அவற்றை ஒற்றி எடுத்தார். அவர் தான் செய்து கொண்டிருந்த வேலை குறித்து மிகவும்

பெருமையுடன் இருந்தார் என்பது வெளிப்படையாகத் தெரிந்தது. அந்த ‘பார்’ முழுவதுமே பளபளப்பாகவும் சுத்தமாகவும் இருந்தது. அங்கிருந்த கண்ணாடி ஒரு புதுக் கண்ணாடியைப்போலத் தோற்றமளித்தது.

“எது சிறந்தது என்று கூற எனக்குத் தெரியாது. மக்கள் எப்போதும் என்னிடம், எது சிறந்த மது, எது சிறந்த திரைப்படம், எது சிறந்த உணவு என்று கேட்பார்கள். ஆனால், எந்தவொரு விஷயத்திலும் அதில் தலையாயதாக இருக்கின்ற ஒன்றைத் தேர்ந்தெடுப்பது கடினம்.”

“பரவாயில்லை. உங்களுடைய மனத்தில் முதலில் உதிக்கின்ற ஒன்றைச் சொல்லுங்கள், போதும்,” என்று அவரைத் தூண்டிவிடுகின்ற நோக்கத்தில் டேவிட் கேட்டான்.

“நான் இந்த மேசைக்குப் பின்னால் இருந்து கொண்டு எண்ணற்ற விஷயங்களைப் பார்த்திருக்கிறேன். நல்லவை, மோசமானவை, அசிங்கமானவை!” என்று கூறிவிட்டுக் கண்ணாடியில் தெரிந்த தன் உருவத்தைப் பார்த்து அவர் தனக்குத் தானே சிரித்துக் கொண்டார். “இதை ஒரு தொலைக்காட்சித் தொடருக்கான பெயராக வைக்கலாம்,” என்று கூறியவர், சிறிது இடைவெளி விட்டுவிட்டு, “ஓ! ஏற்கனவே இத்தலைப்பில் ஒரு திரைப்படம் வந்துவிட்டது!” என்று சொல்லி முடித்தார்.

டேவிட்டும் அவருடன் சேர்ந்து சிரித்தான்.

அவர் தொடர்ந்தார். “நான் பல வெற்றியாளர்களைப் பார்த்துள்ளேன். தங்களுடைய வாழ்க்கையை நாசமாக்கிக் கொண்ட பலரையும் நான் பார்த்துள்ளேன். தங்களுடைய வாழ்க்கையை மிகவும் மோசமாக நாசமாக்கிக் கொண்ட பலரையும்கூட நான் பார்த்துள்ளேன்.” அவர் யாரோ ஒருவரைத் தன் மனத்தில் கற்பனை செய்துவிட்டுச் சிரித்தார்.

“சரி, நீங்கள் கேட்டக் கேள்விக்கு நான் பதிலளிக்கிறேன். தவறான மனிதர்கள். ஆம். அதுதான் உங்களுடைய கேள்விக்கான பதில்.”

பின் அவர் திடீரென்று எழுந்து அவருக்குப் பின்னால் இருந்த சமையலறைக்குள் சென்றுவிட்டார்.

பின் ஒரு பெரிய டிரேயைத் தன் தலைக்கு மேலாகத் தூக்கிக் கொண்டு, டேவிட்டின் பார்வைக்கு அப்பால் இருந்த ஒரு மேசையை நோக்கி அவர் சென்றார்.

ஒரு நிமிடத்திற்கு உள்ளாகவே அவர் திரும்பி வந்துவிட்டார். வந்தவர், பணத்தை எண்ணத் தொடங்கிவிட்டார். அவர் விட்ட இடத்திலிருந்து தொடர்வார் என்று டேவிட் நினைத்துக் கொண்டிருந்தான். ஆனால், அவர் அப்படிச் செய்யவில்லை. இறுதியாக, டேவிட் அவரை ஓர் உரையாடலுக்குள் இழுத்தான்.

"நீங்கள் 'தவறான மனிதர்கள்' என்று யாரைக் கூறுகிறீர்கள்?"

அவர் தன் நெற்றியை இலேசாகத் தடவிக் கொடுத்தவாறு அவனை ஏறிட்டுப் பார்த்தார். அவரிடம் கேட்கப்பட்டக் கேள்விக்கான பதில் அவரிடம் இல்லை என்பது போன்ற ஒரு செய்தி அவருடைய பார்வையில் வெளிப்பட்டது. பின்னர் அவர் பெரிதாகப் புன்னகைத்தவாறு, தன் மேசைக்கு அருகே குனிந்து, டேவிட்டுக்கு மிகவும் பரிச்சயமான புத்தகம் ஒன்றை எடுத்தார். பின் டேவிட்டை நோக்கி அவர் கண்ணடித்தார்.

"நீங்கள் இதைப் பற்றிக் கேட்கப் போவதில்லை என்றே நான் நினைத்துவிட்டேன். தவறான நபர்களை உங்களைச் சுற்றி வைத்துக் கொள்வதுதான் நான்காவது தவறு."

அத்தகவல் டேவிட்டின் முகத்தில் ஏற்படுத்தியிருந்த வியப்பை அவர் வெகுவாக இரசித்துக் கொண்டிருந்தார் என்பது அவருடைய கண்களில் துளிர்விட்டிருந்த பிரகாசத்தில் வெளிப்பட்டது. "நம்மைச் சுற்றியுள்ள மக்கள் நம்மீது பெரும் தாக்கம் ஏற்படுத்துகின்றனர் என்பதை நான் வெகுகாலம் முன்பாகவே தெரிந்து கொண்டேன். நம்முடைய தலைவிதியை நம்முடைய நண்பர்கள்தாம் நிர்ணயிக்கின்றனர். அது ஒரு பொருட்டல்ல என்று நினைத்துவிடாதீர்கள். நீங்கள் யார் சூழ இருக்கிறீர்கள் என்பதுதான் நீங்கள் எங்குச் சென்றடைவீர்கள் என்பதைத் தீர்மானிக்கிறது."

டேவிட் தன் இரண்டு கைகளையும் ஒன்றாகச் சேர்த்துத் தேய்த்துக் கொண்டான். தன்னிடம் வெளிப்படுத்தப்பட்டிருந்த முந்தைய தவற்றைத் தான் செரித்து முடிப்பதற்குள்ளாகவே அடுத்தத் தவறு வெளிப்படுத்தப்படும் என்று அவன் எதிர்பார்த்திருக்கவில்லை. அதனால், மது பரிமாறுபவர் கூறிக் கொண்டிருந்ததை அவனால் முழுமையாகக் கிரகித்துக் கொள்ள முடியவில்லை. அதோடு, அவனுடைய கவனச்சிதறலை அதிகரிக்கின்ற விதமாக, இந்தப் புதிர் மனிதர்கள், அவன் முற்றிலும் எதிர்பார்த்திராத இடங்களில் தோன்றுவது குறித்து அவன் யோசித்துக் கொண்டிருந்தான்.

மது பரிமாறுபவர் தன் கைகளை டேவிட்டின் முன்பாக ஆட்டி, "ஹலோ! இதைக் கேட்க நீங்கள் விரும்புகிறீர்களா?" என்று கேட்டார்.

"மன்னித்துக் கொள்ளுங்கள். இந்த மர்மமான தவறுகள் விவகாரத்தைப் புரிந்து கொள்ள நான் தடுமாறிக் கொண்டிருக்கிறேன். இதை என்னுடன்தான் பகிர்ந்து கொள்ள வேண்டும் என்பது உங்களுக்கு எப்படித் தெரியும்? பல மாதங்களாக நான் தவறுகளைப் பற்றி எதுவும் கேள்விப்படாமல் இருந்துவிட்டு, திடீரென்று அடுத்தடுத்த நாட்களுக்குள் இரண்டு தவறுகளைப் பற்றிக் கேள்விப்படுவதற்கு என்ன காரணம்?"

மது பரிமாறுபவர் தன்னுடைய இரண்டு கைகளையும் மேலே தூக்கிக் காட்டி, "ஓ! அது வானத்திலிருந்து வந்திருக்கலாம்!" என்று நகைச்சுவையாகக் கூறிவிட்டு, பிறகு டேவிட்டிடம் ஒரு தீவிரமான குரலில் பேசத் தொடங்கினார். "உங்களுக்குக் கொடுக்கப்படுவதை நீங்கள் அப்படியே உள்வாங்கிக் கொள்ளுங்கள். இவற்றைக் கேள்வி கேட்காதீர்கள். அப்படிச் செய்தால், உங்களுக்கு எவை தேவையோ அவற்றை நீங்கள் தவறவிடக்கூடும்."

டேவிட் தன் இருக்கையில் நெளிந்தவாறு, "சரி. இந்த வாதத்தில் நீங்கள் வெற்றி பெற்றுவிட்டீர்கள். மேலே சொல்லுங்கள்," என்று கூறினான்.

"நான் எங்கே விட்டேன்?" என்று கேட்டவர், அது

நினைவுக்கு வந்ததுபோல, தொடர்ந்து பேசினார். “நாம் யார் சூழ இருக்கிறோம்? நாம் பெரும்பாலும் நம்முடைய நண்பர்களின் நடுவே இருக்கிறோம். நம்மைச் சுற்றியிருப்பவர்கள் நம்மீது எந்த அளவுக்குத் தாக்கம் ஏற்படுத்துகின்றனர் என்பதை நம்புவது உங்களுக்குக் கடினமாக இருக்கலாம். சில காலத்திற்கு முன்பு நான் ஒரு கட்டுரையைப் படித்தேன். நண்பர்களின் உடல் எடைகூட ஒரே மாதிரியாக அதிகரிப்பதாக அதில் குறிப்பிடப்பட்டிருந்தது. எடுத்துக்காட்டாக, உங்களுடைய நண்பர் ஒரு சில கிலோ எடை கூடினால், நீங்களும் எடை கூடுவதற்கு நிறைய வாய்ப்புகள் இருக்கின்றன,” என்று கூறியவர், டேவிட்டிடம், “இதில் இருக்கின்ற விநோதமான விஷயம் என்ன தெரியுமா?” என்று கேட்டார்.

தெரியாது என்பதைத் தெரிவிக்கும் விதமாகத் தலையை ஆட்டிய டேவிட், சிறிது முன்னால் சாய்ந்து அவர் கூறியதை உன்னிப்பாகக் கேட்டான்.

“இரண்டு நண்பர்கள் ஐந்நூறு மைல்கள் இடைவெளியில் இருந்தால்கூட இது நடைபெறுகிறது என்பதுதான் இதிலுள்ள விநோதம். உங்களுடைய நண்பர்களால் உங்களுடைய உடல் எடையின்மீதுகூடத் தாக்கம் ஏற்படுத்த முடியும் என்றால், உங்களுடைய சிந்தனையின்மீது, உங்களுடைய வாய்ப்புகளின்மீது, உங்களுடைய மனத்தின்மீது அவர்களால் எவ்வளவு தாக்கம் ஏற்படுத்த முடியும் என்று யோசித்துப் பாருங்கள். நீங்களும் உங்களுடைய நண்பரும் சேர்ந்து உடல் எடையைக் கூட்டுவதற்குப் பதிலாக, சேர்ந்து செல்வத்தைப் பெருக்கினால் எப்படி இருக்கும் என்று சிந்தித்துப் பாருங்கள்.”

ஒரு சில வாடிக்கையாளர்களைக் கவனிப்பதற்காக அவர் மீண்டும் அங்கிருந்து சென்றார். அவர் திரும்பி வருகின்றவரை, டேவிட் அவர் கூறியவற்றை அசைபோட்டுக் கொண்டிருந்தான். இம்முறை அவர் திரும்பி வந்தவுடன், தான் விட்ட இடத்திலிருந்து பேச்சைத் தொடர்ந்தார்.

“இதைப் பற்றி நான் ஏராளமான விஷயங்களைப்

படித்திருக்கிறேன். நெருக்கமான நண்பர்களைக் கொண்டிருக்கின்ற நபர்கள் நீண்ட ஆயுளுடன் இருக்கிறார்கள் என்ற செய்தி உங்களுக்கு வியப்பளிக்கலாம்."

அவர் மேலும் தொடர்ந்து பேசினார். "நீங்கள் யாருடன் இருக்கிறீர்கள் என்பது உங்களுடைய தலையெழுத்தையே தீர்மானிக்கிறது என்று நான் சொன்னால், அது உங்களுக்கு நாடகத்தனமாகத் தெரியக்கூடும். ஆனால், இது ஆய்வுபூர்வமாக நிரூபிக்கப்பட்ட ஒன்றாகும்.

"நான் என் வாழ்நாள் முழுவதும் இந்த வேலையைச் செய்து கொண்டிருக்கவில்லை. சரியாகச் சொல்ல வேண்டுமென்றால், நான் ஒரு பெரிய நிறுவனத்தில் வேலை செய்து கொண்டிருந்தேன். அது போன்ற ஒரு நிறுவனத்தில் நீங்களும் இப்போது வேலை செய்து கொண்டிருக்கக்கூடும். அங்கு எனக்கு அருமையான அனுபவங்கள் கிடைத்தன. நான் ஏராளமானவற்றைக் கற்றுக் கொண்டேன், பெரும் பணத்தைச் சேமிக்கவும் செய்தேன். பின் நான் பல வேலைகளை முயன்று பார்த்தேன். இறுதியில் இங்கு வந்து சேர்ந்தேன். இங்கு நான் பல ஆண்டுகளாக இருக்கிறேன். இதற்கு முன்பு நான் எப்போதும் இருந்திராத அளவுக்கு இதில் மகிழ்ச்சியாக இருக்கிறேன். இது பணத்தைப் பற்றியது மட்டுமல்ல. நான் இந்த இடத்தையும் இதே போன்ற வேறு இரண்டு இடங்களையும் சொந்தமாக வைத்துள்ளேன் என்பது பலருக்குத் தெரியாது."

"ஓ! நீங்கள் சொல்லவில்லை என்றால், நானும் இதை அறிந்திருக்க மாட்டேன்." ஒருவருடைய தோற்றத்தை வைத்து உடனடியாக எந்த முடிவுக்கும் வந்துவிட முடியாது என்று டேவிட் நினைத்துக் கொண்டான். "இதன் உரிமையாளர் ஒரு பெண்மணி என்றுதான் நான் நினைத்துக் கொண்டிருந்தேன்."

"இந்த இடத்தின் வரலாற்றைப் பற்றிப் பலருக்குத் தெரியாது. ஒரு சில நூற்றாண்டுகளாக இது ஆரியாஸ் என்று அழைக்கப்பட்டு வந்தது. துவக்கத்தில் இது ஒரு சத்திரமாக இருந்தது. ஆரியா இதன் முதல் உரிமையாளர்

அல்லள் என்றாலும், அவளுடைய பொறுப்பின் கீழ் இது பெரும் வளர்ச்சி கண்டது. இந்த மதுவிடுதியின் உணவகத்தை நான் விரிவுபடுத்த முயன்றபோது, அமெரிக்கச் சுதந்திரப் போரின்போது வீரர்கள் பயன்படுத்தியிருந்த சீருடைகள் சில எனக்குக் கிடைத்தன. அவற்றை நான் உள்ளூர் அருங்காட்சியகத்திற்குக் கொடுத்துவிட்டேன். இந்த இடம் ஓர் அருமையான வரலாற்றுப் பாரம்பரியத்தையும் பல இரகசியங்களையும் கொண்டுள்ளது. நீங்கள் இப்போது பயணித்துக் கொண்டிருக்கின்ற பாதையில் பயணித்துள்ள பலர் இப்போது நீங்கள் அமர்ந்திருக்கும் அதே இருக்கையில் அமர்ந்திருந்திருக்கின்றனர்."

அந்த இருக்கையை டேவிட்டின் கைகள் ஒரு புதிய புரிதலுடன் தடவிக் கொடுத்தன. இப்போது அந்த இருக்கையின் எளிமையான அழகும் உறுதித்தன்மையும் அவனுடைய பார்வையில் பட்டன. அடுத்து அவனுடைய பார்வை அந்த மதுவிடுதி மொத்தத்தின்மீதும் படர்ந்தது. அந்த இடத்தின் பழமை குறித்து அவன் இதற்கு முன்பு ஒருபோதும் யோசித்திருக்கவில்லை.

மது பரிமாறுபவர் பலவிதமான கடலைகளும் கொட்டைகளும் நிறைந்த ஒரு கிண்ணத்தை எடுத்து அவன் முன் வைத்தார். அவனுடைய பீர் கோப்பையை அவர் மறுபடியும் நிறைத்தார். பின் அவர் அந்த உரையாடலை மீண்டும் நண்பர்கள் மற்றும் நம்மைச் சுற்றியுள்ள பலரின் தாக்கங்களின் பக்கம் திருப்பினார்.

"பெரும்பாலான நேரங்களில், நம்முடைய வருங்காலத்தை நிர்ணயிக்கப் போகின்ற நண்பர்களைத் தேர்ந்தெடுப்பதற்குச் செலவிடுகின்ற நேரத்தைவிட அதிகமான நேரத்தை நம்முடைய உடைகளைத் தேர்ந்தெடுப்பதற்கு நாம் செலவிடுகிறோம். இது நமக்கு மனவலியை ஏற்படுத்தக்கூடும். ஆனாலும், நம்மைப் பின்னுக்கு இழுத்துத் தள்ளுகின்ற நண்பர்களிடமிருந்து இலாவகமாக விடுபட்டு, நம்மை மேலே இழுக்கின்ற நபர்களுடன் தொடர்பு வைத்துக் கொள்வது இன்றியமையாதது.

"பல ஆண்டுகளுக்கு முன்னால், இங்கு மக்கள்

புகைபிடித்துக் கொண்டிருந்தனர். ஆனால், இன்று எண்ணற்ற மக்கள் அதைத் தவிர்ப்பதற்குப் பெரும் முன்னுரிமை அளிக்கின்றனர். ஆனால், தங்களுடைய நண்பர்களின் நச்சு வார்த்தைகளை அவர்கள் தொடர்ந்து சுவாசித்துக் கொண்டிருக்கின்றனர். எப்போதும் புலம்பிக் கொண்டும் விமர்சித்துக் கொண்டிருக்கும் இருக்கும் நண்பர்களுடன் அவர்கள் சுற்றித் திரிந்து கொண்டிருக்கின்றனர். இதைப் பற்றி அறிந்திருந்தால் பெரும்பாலானோர் அப்படிச் செய்ய மாட்டார்கள். உங்களுடைய வாழ்க்கையில் இடம்பெற்றிருக்கின்ற எதிர்மறையாளர்கள், புலம்பல்காரரர்கள், சந்தேகப் பேர்வழிகள், ஆற்றல் உறிஞ்சிகள் போன்றோரைத் தூக்கி எறிந்துவிட்டு, அந்த இடத்தில் நேர்மறையாளர்கள், வெற்றியாளர்கள், ஊக்குவிப்பாளர்கள் போன்றோரை அமர வையுங்கள். உங்களிடம் எதிர்மறையாக நடந்து கொண்டிருக்கும் நபர்கள் தற்காலிகமாக ஏதாவது சொந்தப் பிரச்சனையில் சிக்கிக் கொண்டிருப்பதன் காரணமாக உங்களிடம் அப்படி நடந்து கொள்வதாக நீங்கள் நினைத்தால், அவர்களுக்கு உத்வேகமூட்ட முயலுங்கள். அது சரிப்படவில்லை என்றால், அவர்களைத் துண்டிப்பதைத் தவிர உங்களுக்கு வேறு வழி இல்லை."

பின் அவர் டேவிட்டிடம் பில்லை நீட்டிவிட்டு, "என்னைப் பொறுத்தவரை, இதுதான் இருப்பதிலேயே மிகவும் மோசமான தவறாகும்," என்று கூறினார்.

அத்துடன் அவர் ஏதோ ஒரு பாட்டை முணுமுணுத்துக் கொண்டே சமையலறையை நோக்கிச் சென்றுவிட்டார்.

டேவிட்டின் மனம் அவனுடைய நண்பர்களுடன் அதே இடத்தில் அவன் நடத்திக் கொண்டிருந்த உரையாடலின் பக்கம் சென்றது. அவர்களுடைய புலம்பல்கள், புகார்கள், விமர்சனங்கள் மற்றும் பரிகாசங்கள் அவனுடைய நினைவுக்கு வந்தன. அவர்கள் யாரும் நேர்மறையாக எதுவுமே பேசவில்லை என்பதை அவன் உணர்ந்தான். அடுத்து அவனுடைய எண்ணம் அவனுடைய அலுவலகத்தின் பக்கம் சென்றது.

அதில் சிலர் அவனுடைய மேலாளருக்குப் பணிந்து செல்லும்படி அவனை ஊக்குவித்துக் கொண்டிருந்தனர்.

அடுத்து அவனுடைய எண்ணம் அவனுடைய கல்லூரி நாட்களுக்குச் சென்றது. அப்போது அவன் அதிக மகிழ்ச்சியானவனாகவும் தன்னம்பிக்கை மிக்கவனாகவும் இருந்தான். அப்போது அவனுடைய நண்பர்களும் அப்படி இருந்ததுதான் அதற்குக் காரணமா?

அன்றைய மாலைப் பொழுதையும், அப்போது உதிர்க்கப்பட்டிருந்த அனைத்து எதிர்மறைக் கூற்றுகளையும் அவன் தன் மனத்தில் மீண்டும் ஓடவிட்டுப் பார்த்தபோது, தான் சில மாற்றங்களை மேற்கொண்டாக வேண்டும் என்பது அவனுக்குப் புரிந்தது. அவற்றில் எதுவும் சுலபமாக இருக்கப் போவதில்லை.

'இது என் வேலையைப் பற்றியது என்று நான் நினைத்துக் கொண்டிருந்தேன். ஒருவேளை, இது நான் சகவாசம் வைத்துள்ளவர்களைப் பற்றியதாக இருக்கக்கூடும். அல்லது, இவ்விரண்டும் கலந்த கலவையாக அது இருக்கக்கூடும்,' என்று அவன் நினைத்தான்.

அவனைச் சுற்றி அனைத்தும் அமைதி அடைந்தன. உலகமே மெதுவடைந்ததுபோல அவனுக்குத் தோன்றியது. அவன் சாக்குப்போக்குகளை மட்டும் கூறிக் கொண்டிருக்கவில்லை. அவன் தவறான நபர்களோடும் சுற்றிக் கொண்டிருந்தான். அவற்றைத் தாண்டி, அவன் தன்னுடைய தற்போதைய வேலையைவிட்டு விலகியாக வேண்டும். அது அவனுடைய மேலாளரைப் பற்றியதோ, அல்லது அதிகமான நேரத்தை அவன் அலுவலகத்தில் செலவிட்டுக் கொண்டிருந்ததைப் பற்றியதோ அல்ல. அவை வெறும் சாக்குப்போக்குகளே. அவனுடைய பிறவி நோக்கம் அவனுடைய வேலையைத் தாண்டி பிரம்மாண்டமாக நின்று கொண்டிருக்கின்ற ஒன்று. அவன் இத்தீர்மானத்திற்கு வந்தபோது, அவனுக்கு மற்றொரு முக்கியமான விஷயம் உறைத்தது. அவன் தன் வேலையை விடுவதற்கு முன்பாகத் தன்னுடைய பிறவி நோக்கத்தைக் கண்டுபிடித்தாக வேண்டும். அவன்

தன் கனவை, பரிதவிப்பானதொரு நிலையிலிருந்து அடைய முயற்சிக்காமல், ஒரு வலுவான நிலையிலிருந்து அடைய முயல வேண்டும். தவறுகளைப் பற்றி அவன் மீண்டும் மீண்டும் படித்துக் கொண்டிருப்பதால், அது அவனுடைய ஆழ்மனத்தில் பதியத் துவங்கியிருந்ததால், அவன் தான் முன்பைவிடத் துணிச்சலாக இருந்ததாக உணர்ந்தான். அவன் . . . கூடுதல் ஞானம் . . . பெற்றிருந்ததாகவும் உணர்ந்தான். அந்த எண்ணமே அவனுக்கு வேடிக்கையாக இருந்தது. இளம் வயதிலேயே தான் ஞானத்தைப் பெற்றுவிட்டதாக யோசிப்பதே இடக்கு மடக்காக இருந்ததாக அவன் நினைத்துக் கொண்டான்.

டேவிட் தன் பில்லுக்கான பணத்தை வைத்துவிட்டு, அங்குத் தனக்காக வைக்கப்பட்டிருந்த ஒரு காதிதத்தை மறக்காமல் எடுத்துக் கொண்டான்.

நான்காவது தவறு:

தவறான நபர்களை உங்களைச் சுற்றி வைத்துக் கொள்வது

நம்முடைய தலைவிதியை நம்முடைய நண்பர்கள்தாம் நிர்ணயிக்கின்றனர்.

நீங்கள் யார் சூழ இருக்கிறீர்கள் என்பதுதான் நீங்கள் எங்குச் சென்றடைவீர்கள் என்பதைத் தீர்மானிக்கிறது.

பெரும்பாலான நேரங்களில், நம்முடைய வருங்காலத்தை நிர்ணயிக்கப் போகின்ற நண்பர்களைத் தேர்ந்தெடுப்பதற்கு நாம் செலவிடுகின்ற நேரத்தைவிட அதிகமான நேரத்தை நம்முடைய உடைகளைத் தேர்ந்தெடுப்பதற்கு நாம் செலவிடுகிறோம்.

நச்சான மனிதர்கள் நாம் நினைப்பதைக் காட்டிலும் ஆபத்தானவர்கள், நாம் உணர்வதைவிட அதிகமான பாதிப்புகளை ஏற்படுத்தக்கூடியவர்கள்.

உங்களுடைய வாழ்க்கையில் இடம்பெற்றிருக்கின்ற எதிர்மறையாளர்கள், புலம்பல்காரர்கள், சந்தேகப் பேர்வழிகள், ஆற்றல் உறிஞ்சிகள் போன்றோரைத் தூக்கி எறிந்துவிட்டு, அந்த இடத்தில் நேர்மறையாளர்கள், வெற்றியாளர்கள், ஊக்குவிப்பாளர்கள் போன்றோரை அமர வையுங்கள்.

உங்களுடைய ஆற்றலை எப்போதும் உறிஞ்சிக் கொண்டிருக்கின்ற நபர்களை உங்களுடைய வாழ்க்கையிலிருந்து தூக்கி எறியுங்கள்.

உங்களுடைய நோக்கத்தை நீங்கள் அடைவதற்கு உதவுகின்ற மக்களை உங்களைச் சுற்றி வைத்துக் கொள்ளுங்கள்.

முதலாவது விதி

⌘⌘⌘

தாங்கள் யாருக்கும் தெரியாமல் தங்களுடைய வீட்டிலிருந்து வெளியேறிவிட்டோம் என்ற நம்பிக்கையில் ஆரியாவும் ரேமன்டும் அங்கிருந்து கிளம்பினர். அவர்கள் ஒருவர் தோளில் மற்றொருவர் சாய்ந்தவாறு நடந்து சென்றனர்.

அவர்கள் மரங்கள் அடர்ந்திருந்த ஒரு வனாந்திரப் பகுதியை வந்தடைந்த பிறகு, ஆரியா தன் மாமாவிடம், "உங்களுடைய நண்பர்கள் சமாளித்துக் கொள்வார்களா?" என்று கேட்டாள். தாங்கள் எங்கே சென்று கொண்டிருந்தோம் என்பதை அவள் அறிந்திருந்தாள். அத்திசையில் ஒரு தானியக்களஞ்சியமும், ஒரு கட்டடமும், ஒரு குதிரைக் கொட்டடியுடன்கூடிய, ரேமன்டுக்குச் சொந்தமான ஒரு வளாகமும் இருந்தன.

"ராபர்ட்டைப் பற்றி உறுதியாகச் சொல்ல முடியாது. ஆனால், அவருடைய மனைவியை அவ்வளவு எளிதில் சீண்டிவிட முடியாது. அங்குச் சென்றுள்ளவர்களை அவள் எளிதாகச் சமாளித்துவிடுவாள். மேலும், நான் வீட்டிற்குள் தூங்கிக் கொண்டிருப்பதாகத்தான் அவர்கள் நினைத்துக் கொள்வர்."

அவர்கள் அந்த வளாகத்திற்கு வந்தடைந்தவுடன், ரேமன்ட் அங்கிருந்த ஒரு பெஞ்சில் உட்கார்ந்தார். அது சற்று முனகியது. தாங்கள் அங்கிருந்து உடனடியாகக் கிளம்பிவிடுவோம் என்று ஆரியா நினைத்தாள். ஆனால், ரேமன்ட் வேறு சில யோசனைகளை வைத்திருந்தார்.

தன்னருகே உட்கார்ந்து கொள்ளுமாறு அவர் ஆரியாவுக்குச் சைகை செய்தார்.

தன் மனத்திலேயே தங்கிவிட்டிருந்த அந்தக் கேள்வியைக் கேட்பதற்கான நேரம் இதுதான் என்று ஆரியா முடிவு செய்தாள். அதைப் பற்றி அவள் ஆழமாக யோசித்து வந்திருந்தபோதிலும், அதை அவள் அவரிடம் ஒருபோதும் கேட்டதில்லை. “மாமா, அந்தப் புத்தகத்தில் இடம்பெற்றுள்ள ஞானம் மற்றும் பாடங்கள் . . . அவற்றில் பெரும்பாலானவை அனைவருக்கும் தெரிந்தவைதானே? அப்புத்தகத்திற்கு மாயாஜால சக்திகள் இருக்கின்றன என்று அவர்கள் நம்பிக் கொண்டிருக்கிறார்கள் என்று நான் நினைக்கவில்லை. அப்படி இருக்கும்போது, அவர்கள் எதற்காக அதைப் பெற விரும்புகின்றனர்? அது ஏன் இப்படிப் பாதுகாக்கப்பட வேண்டும்?”

ரேமன்ட் புன்னகைத்தார். அவருடைய கண்கள் மூடியிருந்தன. “ஆரியா, இக்கேள்வி பல தலைமுறைகளாகக் கேட்கப்பட்டு வந்துள்ளது. தவறுகள் எல்லோருக்கும் தெரிந்தவையாக இருக்கலாம். ஆனால், அவை அலட்சியப்படுத்தப்பட்டுக் கொண்டிருக்கின்றன என்பதும் அதே அளவு உண்மை. அதில் இடம்பெற்றுள்ள ஞானத்தை எண்ணற்றவர்கள் அறிந்து வைத்திருந்தனர். ஆனால், வெகு சிலரே அவற்றைப் படித்தறிந்து தங்களுடைய வாழ்க்கையில் பயன்படுத்தியுள்ளனர். அந்த ஞானங்கள் ஒரே இடத்தில் அதில் தொகுக்கப்பட்டுள்ளன. அவை எடுத்துக்காட்டுகளுடன் விளக்கப்பட்டுள்ளன. அவற்றை நடைமுறைப்படுத்துபவர்களுக்கு அது பெரும் ஆற்றலளிக்கும். வரலாறு நெடுகிலும், பிறரைக் கட்டுப்படுத்துவதற்காகவும், அழிப்பதற்காகவும், சில தகாத காரியங்களுக்காகவும் அதன் ஆற்றலைப் பயன்படுத்துவதற்காக அதைப் பெறப் பலர் முயன்றுள்ளனர். அதில் இடம்பெற்றுள்ள ஒன்பது தவறுகளையும் பிறரை வசப்படுத்துவதற்காகத் திரித்துப் பயன்படுத்திக் கொள்ள முடியும். அதில் இடம்பெற்றுள்ள பல விஷயங்கள் இன்றளவும் எனக்குப் புரியாத புதிராகவே இருக்கின்றன. ஆனால், இந்த ஒன்பது தவறுகளையும் பிறர் கண்களில் படாமல்

மறைத்து வைப்பது நல்லது.

"குறிப்பாக, அதன் மூலப் பிரதியான, 'பாதுகாப்பாளரின் பிரதி' என்று அழைக்கப்படுகின்ற ஒன்றுக்கு இது முற்றிலும் பொருந்தும். இது மற்றப் பிரதிகளிலிருந்து வேறுபட்ட ஒன்று." தனக்கு விஷயங்கள் பிடிபட்டுவிட்டதாக ஆரியா நினைத்துக் கொள்ளத் துவங்கிய நிலையில், அவர் இப்படிச் சொன்னவுடன், தான் அறிந்து கொள்ள வேண்டியது இன்னும் ஏராளமாக இருந்தது என்பது அவளுக்குப் புரிந்தது. ரேமன்ட் தன் கையிலிருந்த அந்தக் கருப்புப் பெட்டியை அவர்களுக்கு நடுவே வைத்துவிட்டு, அந்த வீட்டின் சுவரிலிருந்து தான் கழற்றிக் கொண்டு வந்திருந்த அந்த ஓவியத்தின்மீது தன் கவனத்தைச் செலுத்தினார்.

"பல ஆண்டுகளுக்கு முன்னால், இந்த நகரத்திலிருந்த ஓர் அச்சகத்திற்குச் சென்று, நான் ஒன்பது பிரதிகளை அச்சிட்டேன். மூலப் பிரதியை, ஒரு 'பாதுகாவலன்' என்ற முறையில் என்னுடன் வைத்துக் கொண்டேன். ஆனால், நான் அந்த அச்சுப் பிரதிகளில் மூன்று பக்கங்களைத் தவிர்த்துவிட்டேன். நாங்கள் அதன் மொழி நடையையும் நவீனப்படுத்தினோம். அதில் இடம்பெற்றுள்ள தகவல்கள் அவற்றின் அர்த்தம் மாறாமல் அடுத்தடுத்தத் தலைமுறைகளுக்குக் கடத்தப்படுவதற்காக அடிக்கடி அப்படிச் செய்யப்பட்டு வந்தது."

பின் ரேமன்ட் ஆரியாவிடம் அந்த ஓவியத்தைச் சுட்டிக்காட்டி, "இது என்ன என்று உனக்குத் தெரிகிறதா?" என்று கேட்டார்.

"நான் ஒருபோதும் இதன்மீது கவனம் செலுத்தியதில்லை," என்று ஆரியா பதிலளித்தாள்.

"ஆரியா, நான் அந்த மூன்று பக்கங்களை மூன்று வெவ்வேறு இடங்களில் ஒளித்து வைத்தேன். அவற்றை இதுபோன்ற சட்டமிடப்பட்ட ஓவியங்களுக்குப் பின்னால் ஒளித்து வைத்து என் நண்பர்களுக்குப் பரிசளித்தேன். இதற்குப் பின்னால் என்ன இருக்கிறது என்பது அவர்களுக்குத் தெரியாது."

பின் அவர் அந்தப் படத்தைத் திருப்பி, அதைத் திறந்து, அதற்குள் இருந்த பழுப்பேறிப் போயிருந்த

ஒற்றைக் காகிதத்தை வெளியே எடுத்தார். அதை அவர் சில கணங்கள் பயபக்தியுடன் தன் கையில் வைத்திருந்தார். "இது பாதுகாப்பாளரின் மூன்று விதிகளில் முதலாவது விதி," என்று கூறிவிட்டு, ஆரியாவைப் பார்த்து, "இதுபோல இன்னும் இரண்டு காகிதங்கள் ஒளித்து வைக்கப்பட்டுள்ளன. இது போன்ற ஒரு நிகழ்வு பல ஆண்டுகளுக்கு நிகழாது என்றே நான் எண்ணியிருந்தேன். ஆனால், இப்போது இதன் பாரத்தை உன் சிறிய தோள்களின்மீது ஏற்றி வைப்பதற்காக என்னை மன்னித்துக் கொள். இப்போதிருந்து நீதான் இவற்றின் பாதுகாப்பாளர். நான் காலனிடம் கடன் வாங்கியுள்ள நேரத்தைக் கொண்டு இதுவரை சமாளித்துவிட்டேன்," என்று கூறிவிட்டு, மெதுவாக அந்தக் காகிதத்தை அவர் ஆரியாவிடம் கொடுத்தார்.

ஆரியா பெரும் திகைப்புக்கு ஆளானாள். அச்சமயத்தில் அவளுக்குத் தெரிந்திருந்த உலகம் அப்படியே மூடி வேறு ஒரு புதிய உலகம் அவளுக்காகத் திறந்ததுபோல அவள் உணர்ந்தாள். தான் ஒரு குழப்பச் சுழலுக்குள் வாரிச் சுருட்டப்பட்டிருந்ததுபோல அவளுக்குத் தோன்றியது.

புதிய பாதுகாப்பாளரா? என்னால் எப்படி அந்தப் புதிய காப்பாளராக ஆக முடியும்? மாமா இருக்கின்றபோது? இவர் என்ன சொல்ல வருகிறார்?

"மாமா, இப்போது உங்களுடைய உடல்நிலை ஓரளவு தேறிவிட்டது. நான் இப்போதுதான் ஒன்பது தவறுகளைப் பற்றி அறிந்துள்ளேன். நீங்கள் யாராவது ஓர் ஆசானை . . ."

ரேமன்ட் வழக்கமாகச் செய்வதைப்போலத் தன் கைகளை மேலே தூக்கி அவளைத் தடுத்தார். அவர் அப்படிச் செய்கின்றபோது, அவரை எதிர்க்க எவரும் துணிய மாட்டார்கள். அவர்கள் தங்களுடைய பேச்சை அப்படியே நிறுத்திவிடுவார்கள். இசைக் கச்சேரி நடத்திக் கொண்டிருப்பவரின் கரங்களின் அசைவு எப்படி மொத்தக் குழுவையும் கட்டிப் போடுமோ, அதைப் போன்று அது இருக்கும். ஆரியா எதிர்பார்ப்புடன் அவரை நோக்கினாள்.

"அதற்கான வேளை வந்துவிட்டது என்றே நான் நினைக்கிறேன். உன்னை அவர்கள் ஒருபோதும் சந்தேகப்பட மாட்டார்கள். உன் வயதிலுள்ள ஓர் இளம் பெண்ணுக்கு இவ்வளவு அதிகாரத்தை மாற்றுவதற்கு நான் ஒரு பைத்தியக்காரனாகத்தான் இருக்க வேண்டும் என்றே அவர்கள் நினைப்பர். அதனால்தான் இது கச்சிதமாக வேலை செய்யும். அவர்கள் இதை முற்றிலும் எதிர்பார்த்திருக்க மாட்டார்கள்."

அந்தத் தாளில் இடம்பெற்றிருந்த வாக்கியங்களை நோக்கிக் கொண்டே, ஆரியா, "மாமா எனக்கு வெறும் பதினெட்டு வயதுதான் ஆகிறது," என்று கூறினாள்.

"நீ இப்போது ஒரு பருவ மங்கை. நான் உன்னிடம் ஒரு ஞானத்தைப் பாதுகாக்கின்ற கடமையை ஒப்படைக்கிறேன். ஆனால், நான் உன்னை எப்போதும் . . ."

ஆரியா அவருடைய பேச்சை இடைமறித்து, "நீங்கள் எனக்குக் குதிரையேற்றம் கற்றுக் கொடுத்தபோது வயதில் நான் எவ்வளவு சிறியவளாக இருந்தேனோ, அப்படியேதான் என்னை நீங்கள் எப்போதும் நினைப்பீர்கள்," என்று கூறினாள். இதே வாக்கியங்களை அவள் ஓராயிரம் முறை கூறியிருந்தாள்.

அவர் அவளைக் கனிவுடன் பார்த்தார். "இந்தப் புத்தகங்கள் நாம் அனைவரும் செய்கின்ற தவறுகளைப் பற்றிப் பேசுகிறது. வாழ்க்கையின் துவக்கக் கட்டத்திலேயே ஒருவர் இத்தவறுகளைத் தவிர்த்துவிடுகின்றபோது அவருக்கு அபாரமான சக்தி கிடைக்கிறது. பெரும்பாலான சமயங்களில் அவரால் செல்வந்தராக ஆக முடியும். ஆனால் எப்போதும் மகிழ்ச்சியைக் கண்டிப்பாக அடைந்துவிட முடியும். இவை தவறான கரங்களில் விழுந்துவிடாதவாறு இவை காப்பாற்றப்பட வேண்டும். இந்தக் காரியத்தை, பாதுகாப்பாளரின் பாத்திரத்தை ஏற்றுக் கொள்ள நீ சம்மதிக்கிறாயா?"

ஆரியா தலையசைத்துத் தன் சம்மதத்தைத் தெரிவித்துவிட்டு, "நான் ஏற்றுக் கொள்கிறேன்," என்று வாய் வார்த்தையாகவும் கூறினாள். அவள் அந்தக்

கருப்புப் பெட்டியையும் அந்தக் காகிதத்தையும் எடுத்துக் கொண்டாள். அதில் என்ன இருந்தது என்பது குறித்த அறிதல் அதன் தீவிரத்தை அவளுக்கு உணர்த்தியது. அந்தப் பொறுப்பை எப்போதும் கடைபிடிக்க அவள் உறுதி பூண்டாள்.

"ஒரு நாள் இந்த ஞானத்தை உலகிற்குப் பகிரங்கமாக அறிவிப்பதன் மூலம் நம்முடைய எதிரிகளை நாம் முறியடிப்போம். அது ஓர் அற்புதமான நாளாக இருக்கும். அப்போது அது உலகிலுள்ள அனைவரையும் சென்றடையும். குறிப்பாக, இந்த உலகில் தங்களால் கண்டிப்பாகச் சாதனைகளைப் படைக்க முடியும் என்று நம்பிக் கொண்டிருக்கின்ற இளைய சமுதாயத்தினரை அது சென்றடையும்."

"மாமா, அது எப்போது நிகழும்?"

"அது எனக்குத் தெரியாது. அதுவரை, இது எப்படி அடுத்தத் தலைமுறைக்குக் கடத்தப்பட வேண்டும் என்பது குறித்துத் தெளிவாக வரையறுக்கப்பட்டுள்ள விதிமுறைகள் உள்ளன. அந்த ஒன்பது தவறுகளைப் பாதுகாப்பதும் அவை பாதுகாப்புடன் அடுத்தத் தலைமுறைக்குக் கடத்தப்படுவதை உறுதி செய்வதும் பாதுகாப்பாளரின் கடமை. உன்னிடமுள்ள அனைத்து ஞானத்தையும் நீ இதற்காகப் பயன்படுத்து."

"மாமா, நீங்கள் குறிப்பிட்டிருந்த மூன்று விதிகள்?"

"அவற்றில் முதலாவது விதி உன் கையில் இருக்கிறது. அதை இப்போது நீ படி. இந்த ஒன்பது தவறுகளையும் கிரகித்துக் கொண்டு பிறருக்கு அவற்றைக் கற்றுக் கொடுக்க விரும்புபவர்களுக்கு இந்த மூன்று விதிகளும் அவசியம் தேவை. பாதுகாப்பாளர் தலைமை தாங்குவதற்காகப் பிறந்தவர். நீ உன்னுடைய தீர்மானங்களை எடுப்பதற்கும் இவற்றிலுள்ள ஞானத்தைப் பயன்படுத்திக் கொள்ள வேண்டும். இவற்றை அடிக்கடிப் படித்து அதன்படி நடந்து கொள்."

"இப்போது இது எனக்கு முழுமையாகப் புரியாவிட்டாலும் இதை நான் ஒரு பொக்கிஷத்தைப்போலப் பாதுகாப்பேன்."

ரேமன்ட் அந்த ஓவியத்தை அந்தக் கட்டடத்தில்

ஒரு பாதுகாப்பான இடத்தில் மறைத்து வைத்தார். பின் குதிரைகளைத் தயார் செய்யும்படி அவர் அவளிடம் கூறினார். விரைவில் அவர்கள் அங்கிருந்து ஒரு குதிரை வண்டியில் கிளம்பினர். வண்டியில் அமர்ந்த பிறகுதான் அவள் தன் கையில் வைத்திருந்த முதல் விதிக் காகிதத்தைப் படிக்கத் துவங்கினாள்.

ஆழ்விருப்ப விதி

ஆழ்விருப்ப விதிதான் முதல் விதி. ஆழ்விருப்பம் என்பது உங்களுடைய வாழ்க்கையை நல்லவற்றால் இட்டு நிரப்பக் காத்திருக்கின்ற ஒரு நீரூற்று. அனைத்துச் சாதனைகளும், அனைத்து வாய்ப்புகளும், அனைத்து சக்திகளும், கொழுந்துவிட்டு எரிகின்ற ஓர் ஆழ்விருப்பத்தால்தான் தூண்டப்படுகின்றன.

மேன்மையானவற்றுக்கு ஆசைப்படுங்கள். உயர்ந்த எண்ணங்களை எண்ணுங்கள். அபரிமிதமான சாத்தியக்கூறுகள் குறித்த எண்ணங்களால் உங்களுடைய மனத்திற்கு விருந்து படையுங்கள். சிறிய மற்றும் முக்கியத்துவமற்ற விஷயங்களுக்கு ஆசைப்படுவதோடு உங்களை மட்டுப்படுத்திவிடாதீர்கள்.

உங்களுடைய ஆழ்விருப்பம் பிரம்மாண்டமானதாக இருக்கும்போதுதான், சாத்தியமற்றதுபோலத் தோன்றுகின்ற சாதனைகளை நிகழ்த்துவதற்கான காற்றை உங்கள் பக்கம் வீசச் செய்யும். உங்களுடைய ஆழ்விருப்பம் முழுமையாக நிறைவேற்றப்பட்டுள்ளதாக உங்களுடைய மனத்தில் காட்சிப்படுத்தாமல் செயல்நடவடிக்கைகளில் இறங்காதீர்கள். உங்களுடைய ஆழ்விருப்பம்தான் உங்களுடைய தலைவிதியின் பாதையை நிர்ணயிக்கும்.

பிறர் உங்களைக் கட்டுப்படுத்துவதிலிருந்தும், நியாயமற்ற முறையில் உங்கள்மீது முத்திரை குத்துவதிலிருந்தும் ஆழ்விருப்பம் உங்களைப் பாதுகாக்கும். நீங்கள் சாத்தியமென்று கருதியிருக்காத

அடுத்தப் புதிய தளத்திற்கு உங்களுடைய சிந்தனைகளை ஆழ்விருப்பத்தால் உந்தித் தள்ள முடியும். நீங்கள் உங்களுடைய வெற்றியை அடைவதற்குத் தேவையான எரிபொருளாக உங்களுடைய ஆழ்விருப்பம் கொழுந்துவிட்டு எரியட்டும்.

ஆரியா தான் படித்தவற்றைப் பற்றிச் சிந்தித்துவிட்டு, தன் மாமாவை ஓரக்கண்ணால் பார்த்தாள். அவர் குதிரைகளை ஓட்டுவதில் கவனமாக இருந்தாலும், தங்களை யாரும் பின்தொடரவில்லை என்பதை உறுதி செய்து கொள்வதற்காக, நாற்புறமும் தன் கண்களை ஓடவிட்டுக் கொண்டிருந்தார். சிறிது நேரத்திற்கு அவள் எதுவும் பேசாமல் இருந்தாள்.

இறுதியில் அவள் தன் மௌனத்தைக் கலைத்தாள். "மாமா, இந்த விதியைப் பற்றியும், பாதுகாப்பாளரின் பாத்திரத்தைப் பற்றியும் எனக்கு மேலும் சொல்லுங்கள்."

அவர் அவளைச் சற்றுத் திரும்பிப் பார்த்துவிட்டு, "ஆரியா, சரியாகப் பயன்படுத்தப்படும் பட்சத்தில், இந்த மூன்று விதிகளும் மிகவும் ஆற்றல்வாய்ந்த தலைமைத்துவக் கருவிகளாகச் செயல்படக்கூடியவை. எடுத்துக்காட்டாக, ஆழ்விருப்பம்தான் அனைத்துச் சாதனைகளின் முக்கியமான துவக்கப் புள்ளியாகும். ஓர் உயரிய நோக்கத்திற்காகத் தங்களை அர்ப்பணித்துக் கொண்டுள்ள ஒரு குழுவிடம் ஒருவரால் ஆழ்விருப்பத்தைத் தூண்டிவிட முடிந்தால், அங்கு ஓர் ஆற்றல்மிக்க இயக்கத்தைத் துவக்க முடியும். ஆனால், தனிப்பட்ட முறையில் இலாபம் பெறுவது, சுயநலமிக்க இலக்கை அடைவது போன்ற தவறான காரியங்களுக்காக அதைப் பயன்படுத்தினால், அது குறித்து இப்படிச் சொல்ல முடியாது," என்று கூறினார். பின் தனக்குள் முகிழ்த்த ஒரு கொட்டாவியைக் கஷ்டப்பட்டு அடக்கிக் கொண்டு அவர் தொடர்ந்தார். "என் உடல்நிலை இன்னும் சரியாகவில்லை என்றே நான் நினைக்கிறேன். தவறான கரங்களில் இது விழுந்துவிட்டால், அவர்கள் இதைத் தீய நோக்கங்களுக்குப் பயன்படுத்திக் கொள்ளக்கூடும். உண்மைகளை எளிதில் திரித்து,

அப்பாவிகளைத் தங்களுடைய சுயநலன்களுக்காகப் பயன்படுத்திக் கொள்ளும் சூழ்ச்சியாளர்களை இது உருவாக்கக்கூடும்."

ஆரியா தன் மாமாவின் வார்த்தைகளை அசை போட்டாள். அவள் அலெக்சாண்டரைப் பற்றி நினைத்துக் கொண்டாள். அவருடைய நோக்கம் என்னவாக இருக்கும்? அவர் உல்ரிக்கால் தவறாக வழிநடத்தப்பட்டிருக்கக்கூடுமோ? அவர்கள் தாங்கள் சென்றடைய வேண்டிய இடத்தை நெருங்கியபோது, ஆரியா தன் மாமாவிடம், அடுத்து என்ன நடக்கவிருந்தது என்று கேட்டாள்.

"அது உன் கையில்தான் இருக்கிறது. அவர்கள் உன்னைச் சந்தேகித்திருக்க மாட்டார்கள் என்றும், நெருப்பு அவர்களுடைய தேடலின் வேகத்தை மட்டுப்படுத்தியிருக்கும் என்றும் நான் நம்புகிறேன். ஆனால், அதற்காக, அது அவர்களுடைய தேடலை என்றென்றைக்குமாக நிறுத்தி வைக்காது. அடுத்து என்ன செய்யப்பட வேண்டும் என்பதை நீதான் தீர்மானிக்க வேண்டும்."

அவர்கள் அந்த நகரத்தை அடைந்தபோது, அவர்கள் ரேமன்ட்டின் சட்ட அலுவலகத்திற்குச் சென்றனர். பயணம் அவருடைய உடல்நிலையைப் பாதித்திருந்தது. அவர் வண்டியை ஓர் ஓரமாக நிறுத்தினார். ஆரியா குதிரைகளை வண்டியிலிருந்து அவிழ்த்து அங்கிருந்த கம்பில் கட்டினாள். அவர் பெருமூச்சுவிட்டுக் கொண்டிருந்தார். அவர் தன் பாக்கெட்டிற்குள் கையைவிட்டு ஒரு பித்தளைச் சாவியை வெளியே எடுத்தார். "இந்தச் சாவி நம் இருவருக்குமானது. அந்த ஒன்பது நபர்களுக்கு இது தெரியும். இப்போது நீயும் இதைத் தெரிந்து கொண்டாக வேண்டும். என் உடல்நிலை மோசமடைவதற்கு முன்பாக, நான் இது தொடர்பாக ஒரு திட்டம் வகுத்திருந்தேன். என்னுடைய அலுவலகத்திலுள்ள மேசை இழுப்பறையில் இரண்டாவது விதி வைக்கப்பட்டுள்ளது. உன் வாழ்க்கையை முற்றிலும் புதிதாகத் துவக்குவதற்குத் தேவையான அளவு பணமும் அதில் இருக்கிறது.

ஆனால், என்ன செய்ய வேண்டும் என்பதைத் தீர்மானிக்க வேண்டியது நீதான். நான் விரைவில் மற்றொரு பயணத்தை மேற்கொள்ளவிருக்கிறேன். நான் இல்லாமல் உன்னால் தனியாகச் சமாளித்து கொள்ள முடியுமா என்பதை நீதான் முடிவு செய்ய வேண்டும்."

அவர்கள் அவருடைய அலுவலகத்திற்குள் நுழைந்தனர். ஆரியா அவரை அங்கிருந்த சோபா ஒன்றில் உட்கார வைத்தாள். அவளுடைய மனம் தன் முன் இருந்த அனைத்துச் சாத்தியக்கூறுகளையும் அசை போட்டுக் கொண்டிருந்தது. ரேமன்ட் மீண்டும் கொட்டாவி விட்டார். "நான் நன்றாகத் தூங்கி எழுந்துவிட்டேன். ஆனாலும் எனக்கு மீண்டும் தூக்கம் வருகிறது," என்று அவர் கூறினார்.

ஆரியா அவரை உற்றுப் பார்த்தாள். அவர் மிகவும் பலவீனமாக இருந்தது அவளுக்குப் புலப்பட்டது. அவர் தன் நோயிலிருந்து உயிருடன் மீண்டெழுவாரா என்று நேற்று அவள் பயந்திருந்தாள். ஆனால், மாயாஜாலம்போல அவர் மீண்டெழுந்து வந்தபோது, அவர் முழுமையாக குணமடைந்துவிட்டார் என்று அவள் நினைத்துவிட்டாள். ஆனால், தன் நோக்கத்தை நிறைவேற்றுவதற்காகவும், ஆரியா தன்னுடைய செயல் இலக்கை அடைவதற்கு அவளுக்கு உதவுவதற்காகவும் அவருடைய உடலில் பீறிட்டெழுந்திருந்த தற்காலிக ஆற்றல் அது என்பது அவளுக்குத் தெளிவாகியிருந்தது.

"மாமா, எங்கிருந்து துவக்குவது, என்ன சொல்வது என்பது எனக்குத் தெரியவில்லை. ஆனால், இது மட்டும் எனக்குத் தெரியும்: நான் உங்களை மிகவும் நேசிக்கிறேன்." தன் மனத்தில் வட்டமிட்டுக் கொண்டிருந்த ஓராயிரம் கேள்விகளைப் பற்றி அவள் அவரிடம் எதுவும் கூறவில்லை.

"எனக்கு உன்மீது அசைக்க முடியாத நம்பிக்கை இருக்கிறது என்பதை நீ தெரிந்து கொள்ள வேண்டும். இப்போது என் அலுவலக அறைக்குள் சென்று, அங்கிருக்கின்ற மேசையின் இழுப்பறையைத் திறந்து உனக்கு வேண்டியவற்றை எடுத்துக் கொள்."

⌘⌘⌘

ஐந்தாவது தவறு

தன்னை யாரோ கண்காணித்துக் கொண்டிருந்தது போன்ற ஓர் உணர்வு டேவிட்டுக்கு ஏற்பட்டது. அவன் சுற்றுமுற்றும் பார்த்தான். அந்தத் தெருவில் அசாதாரணமான எதுவும் அவனுடைய பார்வையில் படவில்லை. ஒரு தம்பதியர் கைகளைக் கோர்த்தபடி நெருக்கமாக நடந்து சென்று கொண்டிருந்தனர். தெருவின் எதிர்ப்பக்கம் ஒரு முதியவர் புகைபிடித்துக் கொண்டிருந்தார். அவர் மூச்சை உள்ளே இழுத்தபோது, அவர் வாயில் வைத்திருந்த சிகரெட்டின் முனை ஆரஞ்சு நிறத்திற்கு மாறியது. இன்னும் பலர் அந்தத் தெருவிலிருந்த கடைகளை வேடிக்கை பார்த்தபடி சென்று கொண்டிருந்தனர். மொத்தத்தில், அவரவர் தத்தம் வேலையைப் பார்த்துக் கொண்டிருந்தனர்.

அவன் அவசரப்படாமல் நடந்து சென்றான். அவன் ஒரு நோக்கத்துடன்தான் சென்று கொண்டிருந்தான். அவன் எந்தவிதமான நோக்கமும் இன்றி எங்கும் செல்வதில்லை. இம்முறை அவன் அந்நகரிலிருந்த ஒரு புத்தகக் கடையை நோக்கிச் சென்று கொண்டிருந்தான். ஆனால், தான் கண்காணிக்கப்பட்டுக் கொண்டிருந்தோம் என்ற உணர்வை அவனால் உதறித் தள்ள முடியவில்லை. அது ஒருவேளை அந்த நாடக ஆசிரியையாக இருக்குமோ என்று அவன் யோசித்தான். ஏனெனில், அந்த நாடக அரங்கு அருகில்தான் இருந்தது. அதனால், அந்த நாடக அரங்கின் வழியாகச் செல்ல அவன் முடிவெடுத்தான். அது நாளின் முற்பகுதியாக இருந்ததால், அந்த நாடக

அரங்கு மூடியிருந்தது. ஆனால், மாலையில் அந்த நாடக ஆசிரியையின் புதிய நாடகம் ஒன்றைக் காண்பதற்காகப் பலர் அங்கு ஒரு வரிசையில் காத்துக் கொண்டிருப்பர் என்பதை அவன் அறிந்தான்.

அவன் அந்த முனையைக் கடந்து சென்றபோது, தான் கண்காணிக்கப்பட்டுக் கொண்டிருந்தோம் என்ற உணர்வு மேலும் வலுப் பெற்றது. சாலையில் ரோந்து சுற்றிக் கொண்டிருந்த ஒரு காவலர் கிட்டத்தட்ட அவன்மீது மோதவிருந்தார். அவன் அவரிடம் மன்னிப்புக் கேட்டுவிட்டு விலகி நடந்தான்.

சில நிமிடங்களுக்குப் பிறகு அவன் அந்தப் புத்தகக் கடையை அடைந்தான். நாடு உதயமானபோது, அந்த நகரில் முதலில் கட்டப்பட்டிருந்த ஒரு கட்டடத்தில் அந்தப் புத்தகக் கடை இருந்தது. அவன் அந்தக் கடையின் கனமான, புராதனகால மரக்கதவைத் திறந்து கொண்டு உள்ளே சென்றான். வெளியே குளிராக இருந்ததால், அவன் கதவைத் திறந்தபோது உள்ளேயிருந்து வந்த வெப்பக் காற்று அவனை இதமாக உள்ளே வரவேற்றது.

உள்ளே நுழைந்தவுடன் அவன் ஆழமாக ஒரு முறை மூச்சை உள்ளே இழுத்து வெளியே விட்டான். பின் உள்ளேயிருந்த வெளிச்சத்திற்குத் தன் கண்கள் பழக்கப்படுவதற்காகச் சிறிது நேரம் அவன் காத்திருந்தான். அவனுக்குச் சற்றுத் தள்ளியிருந்த ஒரு புத்தக அலமாரிக்குப் பின்னாலிருந்து ஒரு கிசுகிசுப்பான குரல் கேட்டுக் கொண்டிருந்தது. அந்தப் புத்தகக் கடை பல ஆண்டுகளாக எந்தவிதமான மாற்றங்களும் இல்லாமல் அப்படியே இருந்து வந்திருந்தது. அந்தக் கடை இந்த டிஜிட்டல் யுகத்தை முழுமையாக உதாசீனம் செய்து கொண்டிருந்தது. அந்தக் கடையின் உரிமையாளர் அத்தொழில்நுட்பம் குறித்து எரிச்சல் அடைந்திருந்ததோடு மட்டுமல்லாமல், தன் வாடிக்கையாளர்கள் அவற்றைத் தன் கடைக்குள் பயன்படுத்துவதையும் தடை செய்திருந்தார். அந்த நகரிலிருந்த நூலகம் எப்போதோ புதிய தொழில்நுட்பத்தை அரவணைத்துக் கொண்டிருந்தது. அந்த நகரிலிருந்த பிற கடைகள் நவீனத்திற்கு மாறியிருந்தன. ஆனால், இந்தக்

கடையின் உரிமையாளர் தன் முடிவில் உறுதியாக இருந்தார். அவற்றுக்கு இடையேயான வேறுபாடுகளைப் பற்றி அந்த நகரிலிருந்த பல ஊடகங்கள் செய்திகளை வெளியிட்டிருந்தன. அந்தக் கடை எப்போதோ மூடப்பட்டுவிடும் என்று பலர் கணித்திருந்தனர். ஆனாலும், அவர் வெற்றிகரமாகத் தன் கடையை நடத்திக் கொண்டிருந்தார்.

அந்த நகருக்கு வந்த நூலாசிரியர்கள், புத்தகக் கடைகளில் தங்களுடைய நூல்களை வாங்கிய வாசகர்களுக்குக் கையெழுத்திட்டுத் தருவதை வழக்கமாக வைத்திருந்தனர். இக்கடைக்கு வருகை தந்த நூலாசிரியர்களும் இருந்தனர். பிற நவீனக் கடைகளுக்குச் சென்ற நூலாசிரியர்களும் இருந்தனர். அவரவர் வாசகர்கள் அவரவருக்கு இருந்தனர்.

டேவிட்டுக்கு இந்தக் கடை மிகவும் பிடிக்கும். இந்தக் கடையில் ஓரிடம் சூடாக இருக்கும், மற்றோர் இடம் குளிராக இருக்கும். அவன் வரலாற்றுப் புதினங்கள் வைக்கப்பட்டிருந்த இடத்திற்கு அருகே சென்றபோது, அங்குக் குளிராக இருந்தது. நல்லவேளையாக அவன் தன்னுடன் ஒரு ஸ்கார்ஃபை எடுத்து வந்திருந்தான். அதை அவன் தன் தலையில் கட்டிக் கொண்டான்.

அந்தக் கடையின் கதவு திறக்கப்பட்டச் சத்தம் கேட்டபோது, டேவிட் அத்திசையை நோக்கித் தன் பார்வையைச் செலுத்தினான். ஓர் அழகான பெண் வெளியே சென்று கொண்டிருந்தாள். அவளை அவன் உடனடியாக அடையாளம் கண்டு கொண்டான். ஆனால், அவளைத் தனக்கு எப்படித் தெரியும் என்று அவன் மண்டையைக் குழப்பிக் கொண்டான். அவளுடைய கையில் ஒரு கைப்பை இருந்தது. அவள் யார் என்பது அவனுக்கு நினைவுக்கு வந்தபோது அவள் அக்கடையிலிருந்து வெளியேறியிருந்தாள். பூங்காவில் அவன் சந்தித்திருந்த பெண் அவள். அவனுடைய இந்த மொத்தப் பயணத்தையும் தூண்டிவிட்டிருந்தவள் அவள். அந்த நாளின் நினைப்பு அவனுக்குள் புகுந்து கொண்டபோது, அவன் ஓரிரு கணங்கள் அப்படியே உறைந்து நின்றான்.

பின் சுதாரித்துக் கொண்டு, அவளைப் பிடித்துவிடலாம் என்ற நம்பிக்கையுடன் அவன் அக்கடையைவிட்டு வேகமாக வெளியே வந்தான். கடை வாசலில் நின்று கொண்டு, அத்தெருவின் முன்னும் பின்னும் அவன் தன் பார்வையை ஓடவிட்டான். ஆனால், அவள் எங்கும் தென்படவில்லை. அவளை எப்படியாவது பார்த்துவிட முடியாதா என்ற நப்பாசையுடன் அவன் சில நிமிடங்கள் அங்கு நின்றான். பின் தன் நம்பிக்கையைக் கைவிட்டுவிட்டு மீண்டும் கடைக்குள் சென்றான். உற்சாகம் மற்றும் பரபரப்பின் காரணமாக அவனுடைய இதயம் படபடவென அடித்துக் கொண்டிருந்தது.

பின் தன் மனத்தை அமைதிப்படுத்திக் கொண்டு, அவன் மீண்டும் புத்தக அலமாரிகளின் பக்கம் சென்றான். அவனுக்குப் புத்தகங்களைப் பார்வையிடப் பிடிக்கும். ஒரு புத்தகத்தின் தலைப்பைப் பார்த்தவுடனேயே, அதற்குள் இடம்பெற்றிருக்கும் கதையை அவனால் உணர்ந்து கொள்ள முடியும் என்பதுபோல இருந்தது அவனுடைய செய்கை. அதோடு, புத்தகங்களின் முன்பக்க அட்டைகளில் இடம்பெற்றிருக்கும் படங்கள், அவற்றின் வடிவமைப்பு, அவற்றின் நிறங்கள் போன்றவற்றை அலசுவதும் அவனுக்குப் பிடிக்கும். அட்டையின் வசீகரத்தின் காரணமாகவே அவன் பல புத்தகங்களை வாங்கியிருக்கிறான். பெரும்பாலும் அப்படி அவன் தேர்ந்தெடுத்திருந்த புத்தகங்கள் அவனை ஏமாற்றியிருக்கவில்லை.

'மோசமான மேலதிகாரிகளிடமிருந்து தப்பிப் பிழைப்பது எப்படி' என்ற புத்தகம் அவனுடைய கவனத்தை ஈர்த்தது. அதைப் புரட்டிப் பார்த்தபோது, இதைத் தான் சில காலத்திற்கு முன்பு படித்திருந்திருக்க வேண்டும் என்ற நினைப்பு அவனுக்கு வந்தபோது, அவன் தனக்குத் தானே புன்னகைத்துக் கொண்டான். அதிர்ஷ்டவசமாக, அவனுடைய மேலதிகாரியின் முதல் எச்சரிக்கைக்குப் பிறகு பெரிதாக எதுவும் நடக்கவில்லை. அவன் இப்போது சாக்குப்போக்குகள் எதையும் கூறாமல் எல்லாவற்றுக்கும் பொறுப்பேற்றுக்

கொண்டதால், அந்த அலுவலகத்தில் பலர் ஆர்வத்துடன் அணுகுகின்ற ஒரு நபராக அவன் மாறியிருந்தான். வருங்காலத்தில் தான் அந்த மேலாளரின் பதவிக்கு உயர்த்தப்படுவதற்கான சாத்தியக்கூறுகூட அங்கு நிலவியது என்பதை டேவிட் அறிந்து கொண்டான். அது அவன் முற்றிலும் எதிர்பார்த்திராத ஒன்றாக இருந்தது. அதற்கு நீண்டகாலம் ஆகக்கூடும் என்றாலும், அப்படி ஒரு சாத்தியக்கூறு இருந்தது அவனுக்குத் தெரியப்படுத்தப்பட்டிருந்ததையே அவன் ஒரு நேர்மறையான விஷயமாகப் பார்த்தான். இங்குப் பதவி உயர்வு கொடுத்தாலும் சரி, கொடுக்காவிட்டாலும் சரி, தான் இந்த நிறுவனத்திலிருந்து விலக முடிவெடுத்திருந்ததுதான் தனக்கு இப்படிப்பட்டப் புதிய ஆற்றலை அளித்திருக்க வேண்டும் என்று அவன் நினைத்தான். தன்னுடைய வெற்றியும் தன்னுடைய பிறவி நோக்கமும், பெருநிறுவன அதிகாரத்தோடும் செல்வத்தோடும் தொடர்புடையவை அல்ல என்பதை அவன் புரிந்து கொண்டான்.

பின் அவன் அந்த அலமாரியிலிருந்த பிற புத்தகங்களைப் பார்த்தவாறு சென்றான். அதன் முடிவில், அந்தக் கடையின் மற்றொரு தளத்திற்கு இட்டுச் சென்ற ஒரு மாடிப்படி இருந்தது. அந்தக் கடை புராதனமானதாக இருந்ததால், அவன் ஏறியபோது அந்த மாடிப்படி கிறீச்சிட்டது. அந்த இரும்புப் படிக்கட்டின் வழியாக மேலே ஏறிச் சென்று கொண்டிருந்தபோது, அந்தப் படிக்கட்டில் இடம்பெற்றிருந்த மலர் போன்ற வடிவமைப்பை அவன் அவதானித்தான். தான் எத்தனை படிகளை ஏறிக் கொண்டிருந்தோம் என்று எண்ணிக் கொண்டே அவன் மேலே சென்றான். பதினாறு படிகளைக் கடந்தபோது அவன் மேல்தளத்தை அடைந்தான். அங்குப் புராதனப் புத்தகங்கள் இடம்பெற்றிருந்தன.

அந்த அறைக்குள் இரண்டு அடிகள் எடுத்து வைத்த உடனேயே அவன் தும்மினான். அந்த அறையின் புராதனத்தன்மையை அதிகரிப்பதற்காக அந்தக்கடையின் உரிமையாளர் வாரா வாரம் மேலும் தூசுகளைக்

கொண்டு வந்து அங்குக் கொட்டியிருந்ததைப்போல அங்குத் தூசு கனமாகப் படிந்திருந்தது. அவனுடைய கண்களிலிருந்து நீர் கொட்டத் தொடங்கியது. அப்போது அந்தச் சிறிய அறையின் மறுகோடியிலிருந்து ஒரு நடுத்தர வயதுப் பெண்மணி தன்னை நோக்கிப் புன்னகை புரிந்து கொண்டிருந்ததை டேவிட் கண்டான். அவன் அவரைப் பார்த்திருக்கவில்லை என்றாலும், அவர் யார் என்பதை அவன் உடனே அறிந்து கொண்டான். அவருடைய கணவரை அவன் அங்குப் பல முறை பார்த்திருந்தான். அவர்கள் இருவரும் அந்தக் கடையின் உரிமையாளர்களாக இருந்தனர். இன்னும் சரியாகச் சொல்ல வேண்டுமென்றால், அந்தப் பெண்மணி தன் அம்மாவிடமிருந்து அந்தக் கடையை சுவீகரித்திருந்தார்.

"கடவுள் உங்களை ஆசிர்வதிப்பாராக!" என்று அவனை வாழ்த்திய அப்பெண்மணி, "உங்களுடைய ஒவ்வாமை புத்தகத்தின்மீது இல்லை என்று நம்புகிறேன். இல்லையெனில், நீங்கள் தவறான இடத்திற்கு வந்து சேர்ந்திருக்கிறீர்கள் என்று அர்த்தம்," என்று கூறினார்.

அந்த இடத்தில் கடுமையாகத் தூசு படிந்திருந்தது குறித்தும், மிகப் பழைய புத்தகங்களிலிருந்து வெளிப்பட்டுக் கொண்டிருந்த ஒரு வாசனை குறித்தும் அவருக்கு எந்தவிதமான பிரக்ஞையும் இருக்கவில்லை என்பதுபோல இருந்தது அவருடைய பேச்சு. இதில் விஷேசம் என்னவென்றால், அவர் ஒரு துணியைக் கொண்டு ஒரு புத்தகத்தைத் துடைத்துக் கொண்டிருந்தார். தன்னுடைய தும்மலுக்கு அந்தப் பெண்ணின் கையிலிருந்த புத்தகத்திலிருந்து கிளம்பிய தூசுதான் காரணமாக இருக்க வேண்டும் என்று டேவிட் நினைத்துக் கொண்டான்.

தன்னுடைய இந்த எண்ணங்களை அவரிடம் வெளிப்படுத்த விரும்பாத டேவிட், வெறுமனே அவரைப் பார்த்துப் புன்னகைத்துவிட்டு, "நன்றி. எனக்குள் என்ன புகுந்துள்ளது என்பது எனக்குத் தெரியவில்லை," என்று சற்றுக் கிண்டலான தொனியில் கூறினான்.

அவனுடைய கிண்டலைப் புரிந்து கொள்ளாத அல்லது அதை அலட்சியப்படுத்திய ஒரு தொனியில்,

அப்பெண், “இங்குள்ள புத்தகங்கள் தொடர்பாக உங்களுக்கு என்னுடைய உதவி ஏதாவது தேவையா?” என்று கேட்டார்.

அவன் புத்தகக் கடைகளில் இருக்கின்றபோது இப்படி யாராவது கேட்டால், அவன் வழமையாகக் கூறுகின்ற, “நான் புத்தகங்களை வெறுமனே புரட்டிப் பார்த்துக் கொண்டிருக்கிறேன்,” என்ற பதில் அவனுடைய உதட்டின் நுனிவரை வந்துவிட்டது. ஆனால், அதை அடக்கிக் கொண்டு, “எனக்குத் துல்லியமாகத் தெரியவில்லை. ஆனால், புதிதாக ஏதாவது கிடைக்குமா என்று நான் தேடிக் கொண்டிருக்கிறேன்,” என்று பதிலளித்தான்.

அதைக் கேட்டு அவர் பெரிதாகச் சிரித்தார். பின் ஒரு நாடகத்தின் முதல் காட்சியில் தோன்றுகின்ற ஒரு நடிகையைப்போல ஒரு முறை சுழன்றுவிட்டு, “இங்கேயா? புதிய புத்தகங்களைத் தேடிக் கொண்டிருக்கிறீர்களா? வாய்ப்பே இல்லை!” என்று கூறினார்.

தான் கூறியிருந்ததன் அபத்தத்தைப் புரிந்து கொண்ட டேவிட்டும் அவருடன் சேர்ந்து சிரித்தான். “எனக்குப் புதிதாக இருக்கின்ற புத்தகம் என்ற அர்த்தத்தில் நான் அப்படிக் கூறினேன். சமீபத்தில் நான் தொடர்ந்து பல திகில் கதைப் புத்தகங்களைப் படித்து வந்தேன். ஒரு மாறுதலுக்காக, நான் வேறு எதையாவது முயற்சி செய்து பார்க்க விரும்புகிறேன்.”

“நீங்கள் சொல்வது புதிராக இருக்கிறது. பெரும்பாலான மக்கள் இந்தப் பக்கம் வருவதே இல்லை. கண்டிப்பாக, நீங்கள் குறிப்பிட்டக் காரணத்திற்காக யாரும் இங்கு வருவதில்லை. குறிப்பாக ஏதாவது ஒரு புத்தகத்தை எடுப்பதற்காக அல்லது ஆய்வு செய்வதற்காகச் சிலர் இங்கு வருவர். வெறுமனே புரட்டிப் பார்ப்பதற்காக எவரும் இங்கு வருவதில்லை.”

இதைக் கேட்டு அவமானத்தால் டேவிட்டின் முகம் சிவக்கத் தொடங்கியது.

“நீங்கள் சொல்வது சரிதான். நான் இப்போதே கீழே சென்றுவிடுகிறேன்.”

“வேண்டாம்!” என்று அவர் சற்று அதிகமான

சத்தத்தில் கூறினார். அதை அவரே உணர்ந்திருக்க வேண்டும். அவருடைய ஒரு கை உடனே அவருடைய உதட்டருகே சென்றது. "நீங்கள் தெரிவித்தது நல்லதொரு யோசனையாகத்தான் எனக்கு இப்போது படுகிறது. இந்த அறையின் கோடியில் ஒரு நாற்காலியும் மேசையும் இருக்கின்றன. சிறிது நேரம் இதை அலசுங்கள். நான் விரைவில் திரும்பி வந்துவிடுகிறேன். நான் ஒரு சில வாடிக்கையாளர்களைச் சந்திக்க வேண்டியிருக்கிறது," என்று அவர் தெரிவித்தார்.

பின் உடனே அவர் அந்த மாடிப்படியின் வழியாக இறங்கி அங்கிருந்து மறைந்துவிட்டார்.

டேவிட் அந்த அறையைச் சுற்றித் தன் கண்களை ஓடவிட்டான். அவற்றின் தலைப்புகளைப் பார்வையிட்டான். அங்கிருந்த புத்தகங்கள் அனைத்தும் அழகாக பைன்ட் செய்யப்பட்டிருந்தன. அவன் ஒரு புத்தகத்தை உருவினான். பின் அதன் மேல் படிந்திருந்த தூசியை வாயால் ஊதி அப்புறப்படுத்தினான். அது இப்போதிருக்கின்ற புத்தகங்களைவிடக் கனமாக இருந்தது. அதில் ஒரு சில பத்திகளைப் படித்துவிட்டு, அதை எடுத்த இடத்தில் வைத்துவிட்டான். பின் அவன் தன் தேடலைத் தொடர்ந்தான்.

அந்தக் கடையின் உரிமையாளர் துடைத்துக் கொண்டிருந்த புத்தகம் அவன் கண்களில் பட்டது. அதைத் தவறவிடுவது கடினம். ஏனெனில், அங்கிருந்த நூல்களில் அது ஒன்று மட்டும்தான் சுத்தமாக இருந்தது. அவன் அதைக் கையில் எடுத்து விரித்தான். அதிலிருந்து ஒரு காகிதம் கீழே விழுந்தது. அது பழுப்பு நிறத்தில் இருந்தது. அதன் நிறமும் அது விழுந்த விதமும், பூங்காவில் அவன் முன் காற்றில் பறந்த காகிதங்களை நினைவுபடுத்தின. அது அவனுடைய முகத்தில் ஒரு புன்முறுவலைத் தோற்றுவித்தது. அங்கு அவன் சந்தித்திருந்த பெண்ணின் நினைவும் அவனுக்கு வந்தது. இன்று அவன் அவளை மயிரிழையில் தவறவிட்டிருந்ததும் அவனுடைய நினைவுக்கு வந்தது. அவளிடம் சாதாரணமாகப் பேசிவிட்டு, இறுதியில், அவள் ஒரு நாள் அவனுடன் வெளியே உணவருந்த வருவாளா

என்று அவன் அவளிடம் கேட்பது போன்ற ஒரு காட்சி அவனுடைய மனத்தில் தோன்றியது. அந்த எண்ணத்தை அவன் தன் மனத்திலிருந்து உதறித் தள்ளிவிட்டு, கீழே விழுந்திருந்த காகிதத்தை எடுப்பதற்காகக் குனிந்தான்.

அவன் அதைக் கையில் எடுத்தபோது, வளைவான கையெழுத்தில் அதில் ஏதோ எழுதப்பட்டிருந்ததை அவன் பார்த்தான். அந்த வார்த்தைகளை அவனால் படிக்க முடியவில்லை. அதனால், அவன் அந்த அறையிலிருந்த மேசையின் அருகே சென்று, அதன்மீது வைக்கப்பட்டிருந்த ஒரு மேசை விளக்கின் சுவிட்சைப் போட்டான். அது உடனே ஒளிர்ந்தது.

சரியாக அக்கணத்தில், மாடிப்படியில் யாரோ ஏறி வந்து கொண்டிருந்த சத்தம் அவனுக்குக் கேட்டது. அந்தக் காகிதத்தைத் தன் பையில் கோட்டுக் கொள்ளலாமா என்று அவன் ஒரு கணம் நினைத்தான். பிறகு உடனே அவன் அந்த எண்ணத்தை மாற்றிக் கொண்டான். ஏற்கனவே சொல்லியிருந்தபடி அந்தப் பெண்மணிதான் மீண்டும் வந்தார்.

"உங்கள் கையில் என்ன இருக்கிறது?" என்று கேட்ட அந்தப் பெண்மணியின் முகத்தில் ஓர் ஆர்வக் குறுகுறுப்பு படர்ந்திருந்தது.

"ஓ! இதுவா? இது அந்தப் புத்தகத்திலிருந்து கீழே விழுந்தது," என்று கூறிய டேவிட், அலமாரியில் தான் வைத்தப் புத்தகத்தைச் சுட்டிக்காட்டினான்.

அவருடைய கண்கள் அகலமாக விரிந்தன. "அதில் என்ன எழுதியிருக்கிறது?"

"எனக்குத் தெரியாது. அதைப் படிப்பதற்காகத்தான் நான் இந்த மேசை விளக்கின் சுவிட்சைப் போட்டேன்."

அவர் அவனருகே வந்து நின்றார்.

அவர்கள் இருவருமே குனிந்து அதைப் பார்த்தனர். டேவிட் அதன் முதல் சில வார்த்தைகளைப் படித்தான். "எதிரியின் கரங்களில் விழுந்துவிடாமல் பார்த்துக் கொள்ளுங்கள். இது . . ."

டேவிட் அந்த இடத்தில் நிறுத்தினான். அவன் கண்களை இடுக்கிப் பார்த்தான். "அதில் என்ன எழுதியிருக்கிறது என்று எனக்குத் தெரியவில்லை,"

என்று கூறினான்.

அந்தப் புத்தக விற்பனையாளர் அந்தக் காகிதத்தை எடுத்து, அந்த விளக்கின் அருகே அதை மேலும் கீழும் ஆட்டினார். அதை அவரிடம் பேச வைக்க முனைவதைப்போல அவருடைய செய்கை இருந்தது. பின் அவர் அதைப் படித்தார். “இவை அனைத்தும் நம்பிக்கையை, அதிகாரமளித்தலை, நோக்கத்தை அடிப்படையாகக் கொண்டவை. என்ன நடந்தாலும் சரி, இந்தப் புத்தகத்திலுள்ள செய்தியைத் தொடர்ந்து பிறருடன் பகிர்ந்து கொண்டேயிருங்கள். இது எதிரியின் கரங்களில் விழுந்துவிடாமல் பார்த்துக் கொள்ளுங்கள். நம்முடைய இருத்தல் . . .”

அதற்கு மேல் படிக்க அவர் சிரமப்பட்டார்.

“இதில் யாரோ ஒருவர் கையெழுத்து இட்டிருக்கிறார். அதன் முதல் எழுத்து ‘ஆ’ போலத் தோன்றுகிறது,” என்று கூறிய டேவிட், அதை மேலும் படிக்க முனைந்தான்.

“சற்று முன்பாக இங்கு வந்திருந்த அந்த இளம்பெண் இதில் ஈடுபாடு கொள்ளக்கூடும். சில நிமிடங்களுக்கு முன்பாக, நானும் அவளும்தான் இந்தப் புத்தகத்தைச் சேர்ந்து பார்த்துக் கொண்டிருந்தோம். நான் இந்தப் புத்தகத்தை ஒரு மாளிகை வீட்டில் நடைபெற்றிருந்த பழைய பொருட்கள் விற்பனையில் வாங்கியிருந்தேன். அந்த மாளிகை தன்னுடைய தாத்தாவுடையது என்று அந்தப் பெண் கூறினாள். இந்தப் புத்தகத்தை அவள் தேடிக் கொண்டிருந்தாள்.”

“அவள் யார் என்று உங்களுக்குத் தெரியுமா?” என்று டேவிட் வியப்புடன் கேட்டான். சற்று முன்பு இந்தக் கடையிலிருந்து சென்றிருந்த பெண்ணும், இவர் கூறிக் கொண்டிருந்த பெண்ணும் ஒரே நபராக இருக்கக்கூடும் என்று அவன் சந்தேகித்தான்.

“அவரைப் பற்றி மேலும் எந்த விபரமும் எனக்குத் தெரியாது.”

அவருடைய இந்த பதிலைக் கேட்ட டேவிட்டின் முகம் ஏமாற்றத்தால் தொங்கிப் போனது. அதைக் கண்ட அந்தப் பெண்மணி, “ஆனால், அவள் மீண்டும் இங்கு நிச்சயம் வருவாள். அப்படித்தான் அவள் கூறிச்

சென்றாள்," என்று டேவிட்டிடம் தெரிவித்தார்.

பின் அவர் டேவிட்டை நோக்கிக் கண்ணடித்தார். டேவிட்டின் முகம் குப்பென்று சிவந்து போனது.

"நான் இந்தக் காகிதத்தை அந்தப் பெண்ணுக்காகப் பாதுகாத்து வைக்கப் போகிறேன். இது அவளுடைய குடும்பத்திற்குச் சொந்தமானதாக இருக்கலாம்."

பின் அவர் அந்த மேசைக்கு அருகேயிருந்த ஒரு நாற்காலியில் அமர்ந்து கொண்டு, மற்றொரு நாற்காலியில் அமரும்படி டேவிட்டிடம் சைகை செய்தார். டேவிட் தன் இதயத்துடிப்பைச் சாதாரண நிலைக்குக் கொண்டுவருவதற்காக ஒரு முறை மூச்சை ஆழமாக உள்ளே இழுத்து வெளியே விட்டான்.

அந்தக் காகிதத்தில் எழுதப்பட்டிருந்ததைப் படிக்க அந்தப் பெண்மணி மீண்டும் முனைந்தார். "பூதக்கண்ணாடி கொண்டு பார்த்தால், ஒருவேளை இதில் எழுதப்பட்டிருப்பதைக் கண்டுபிடிக்கலாம். அதை நான் பிறகு பார்த்துக் கொள்கிறேன். இப்போது நாம் நம்முடைய பழைய உரையாடலுக்குத் திரும்பலாம். நீங்கள் புதிய ஒன்றைப் படிக்க ஆவலாக இருப்பதாகக் கூறினீர்கள், இல்லையா? அது நல்ல விஷயம்தான். பெரும்பாலான நேரங்களில் நாம் ஒரு வட்டத்திற்குள் சிக்கிக் கொள்கிறோம். அது விரைவில் நம்முடைய சௌகரிய வட்டமாக ஆகிவிடுகிறது. நான் ஒரு விஷயத்தைக் கவனித்துள்ளேன். அது என்ன தெரியுமா? வெற்றியாளர்கள் அசௌகரியத்தை நாடிச் செல்கின்றனர். தலைவர்கள் புதிய சாதனைகளைப் படைப்பதற்காக, தங்களுடைய சௌகரிய வட்டத்தைத் தாண்டிச் செல்லத் தங்களை உந்தித் தள்ளுகின்றனர்."

அவர் அதை ஒரு விநோதமான தொனியில் கூறினார். டேவிட் அவரை ஆர்வத்துடன் பார்த்தபோது, அவருடைய கை தன் அருகே இருந்த ஒரு புத்தகத்தை எடுக்க நீண்டு கொண்டிருந்ததைக் கவனித்தான். அது அந்த அறையிலிருந்த பிற புத்தகங்களைப்போலவே இருந்தது. அதை அவர் திறந்து, மிகவும் சாதாரணமான ஒரு குரலில், "உங்களுடைய சௌகரிய வட்டத்திற்குள் இருந்து கொண்டிருப்பதுதான் ஐந்தாவது தவறு," என்று

கூறிவிட்டு அவனை நிமிர்ந்து பார்த்தார். அவருடைய உதடுகளில் விஷமத்தனமான ஒரு புன்னகை படர்ந்திருந்தது.

விஷயங்கள் இப்படிச் செல்லக்கூடும் என்பதை அவன் ஊகித்திருந்திருக்க வேண்டும். பூங்காவில் அவன் பார்த்திருந்த பெண்ணின் நினைப்பு அவனை முழுமையாக ஆட்கொண்டிருந்ததால், அவன் வெளிப்படையாகத் தெரிந்த துப்புகளைக் கோட்டை விட்டிருந்தான்.

"சராசரித்தனத்தின் ஈர்ப்பை எதிர்த்து நாம் போராடுகிறோம். அளவுக்கு அதிகமான சௌகரிய உணர்வின் வெளிப்பாடுதான் சராசரித்தனம். அனைத்து வளர்ச்சிகளுக்கும் அசௌகரிய உணர்வு அவசியம் தேவை."

டேவிட்டிற்குத் தலை கிறுகிறுவென்று சுற்றத் தொடங்கியது. அவர் கூறியதைக் கவனமாகக் கேட்க அவன் முயன்று கொண்டிருந்தான். இப்போது, பிறர் கூறுவதைக் காது கொடுத்துக் கேட்கின்ற திறனை அவன் தன்னிடம் வளர்த்துக் கொண்டிருந்தான். ஆனால், இப்போது அந்தப் பெண்மணி கூறியதைக் காது கொடுத்துக் கேட்க அவன் திணறிக் கொண்டிருந்தான். அந்த இளம்பெண்ணைப் பற்றியும், அந்தப் புத்தகத்தைப் பற்றியும், தான் கண்காணிக்கப்பட்டுக் கொண்டிருந்தோம் என்ற உணர்வு தனக்குத் தோன்றியிருந்ததைப் பற்றியும் சிந்திக்காமல் இருக்க அவனால் முடியவில்லை. தொடர்ந்து பேசிக் கொண்டிருந்த அந்தப் பெண்மணியின் பேச்சைக் கேட்க அவன் தன்னை வலுக்கட்டாயமாக நிகழ்கணத்திற்குக் கொண்டுவந்தான்.

"இந்தக் கடையில் பிரபலமான பல நூலாசிரியர்கள் பேசியிருக்கின்றனர். காரியத்தில் இறங்கத் துணிதல், தோல்வியைக் கண்டு துவளாமல் மீண்டெழுதல், தொடர்ந்து தங்களுடைய இலக்கை நோக்கி நடைபோடுதல் போன்றவை அவர்களுடைய பேச்சுகளில் அடிக்கடி இடம்பெறுகின்ற விஷயங்களாகும். ஒரு முறை, ஒரு பிரபல பத்திரிகையாளர் தன்னுடைய சுயசரிதை நூலைப் பற்றிப் பேசினார். உலகெங்கிலுமுள்ள

பல பகுதிகளுக்கு அவர் எப்போதும் பயணித்துக் கொண்டேயிருந்தார். அவற்றில் பல இடங்கள் ஆபத்தானவை. அவர் அசௌகரியமானவை குறித்துச் சௌகரிய உணர்வைப் பெற்றிருத்தலின் முக்கியத்துவம் குறித்துப் பேசினார். தன்னுடைய வீட்டிலுள்ள ஒரு சௌகரியமான நாற்காலியில் உட்கார்ந்திருக்கத் தான் விரும்பக்கூடும் என்றாலும், அதனால் மகத்துவமிக்க எதுவும் உருவாகப் போவதில்லை என்று அவர் கூறினார். அவர் கூறிய மற்றொரு விஷயத்தை நான் ஒருபோதும் மறக்க மாட்டேன்."

பின் அவர் டேவிட்டைப் பார்த்துப் புன்னகைத்துவிட்டு, அவனிடம், "நாம் நடந்து கொண்டே பேசலாம். உங்களுக்கு நல்ல காற்று தேவை," என்று கூறிவிட்டு, அங்கிருந்து எழுந்து அந்த மாடிப்படியின் வழியாக விறுவிறுவென்று இறங்கிச் சென்றுவிட்டார். ஒரு சில நிமிடங்களுக்குப் பிறகு அவர்கள் இருவரும் வெளியே நடந்து சென்று கொண்டிருந்தனர். அங்கு மெல்லிய குளிர்காற்று வீசிக் கொண்டிருந்தது. அவன் நிகழ்காலத்திற்குத் திரும்ப அது அவனுக்கு உதவியது.

"நீங்கள் கூறியது முழுவதையும் நான் முழுக் கவனத்துடன் கேட்டுக் கொண்டிருக்கவில்லை. அதற்காக என்னை மன்னித்துவிடுங்கள்," என்று டேவிட் கூறினான்.

"அது ஒன்றும் பிரச்சனை இல்லை. உங்கள் விஷயத்தில் கிடுகிடுவென்று ஏராளமான காரியங்கள் அரங்கேறிக் கொண்டிருக்கின்றன என்பது எனக்குப் புரிகிறது. இந்த ஒன்றை நீங்கள் சரியாகப் புரிந்து கொள்ள வேண்டும் என்று நான் விரும்புகிறேன். இந்தப் பொறிக்குள் பலர் சிக்கிக் கொள்கின்றனர்."

"நீங்கள் ஒரு நூலாசிரியர் அல்லது பத்திரிகையாளரைப் பற்றி ஏதோ கூறிக் கொண்டிருந்தீர்களே," என்று டேவிட் கேட்டான். அதன் மூலம், அவர் கூறிக் கொண்டிருந்ததை அரைகுறையாகவாவது தான் கேட்டுக் கொண்டிருந்ததை அவருக்கு நிரூபிக்க அவன் முயன்றான்.

"ஆமாம். நீங்கள் புதிய விஷயங்களை முயன்று பார்க்கத் தயாராக இருக்க வேண்டும் என்று அவர் கூறினார்.

உங்களுக்கு வயது ஏற ஏற, நீங்கள் அசௌகரியமாக உணர விரும்ப மாட்டீர்கள். மாறாக, நீங்கள் மேலும் மேலும் தன்னம்பிக்கையுடனும் நன்றாகவும் உணரவே விரும்புவீர்கள். ஆனால், வெற்றியாளர்கள், தங்களுக்குத் தெரியாத விஷயங்கள் குறித்துத் திறந்த மனத்துடன் இருக்கின்றனர். புதியவற்றைக் கற்றுக் கொள்ளக்கூடிய சூழலுக்குள் தங்களை உந்தித் தள்ள அவர்கள் தயாராக இருக்கின்றனர். அது வெறுமனே புதிய விஷயங்களைக் கற்றுக் கொள்வதற்கான ஒரு வழி மட்டுமல்ல. ஒரு மகத்தான வருங்காலத்தை உருவாக்கிக் கொள்வதற்கான ஒரு வாய்ப்பும்கூட."

வெளியே வீசிய புத்துணர்ச்சியூட்டுகின்ற காற்றின் காரணமாக, டேவிட் இப்போது அவர் கூறியதைக் கூர்ந்து கவனித்துக் கொண்டிருந்தான். அவர் தொடர்ந்து பேசினார்: "நம்முடைய எண்ணங்கள் நமக்கு ஆற்றல் அளிக்கலாம் அல்லது நம்மைச் சிறைப்படுத்தலாம். நாம் புதியவற்றை முயற்சி செய்கின்றபோது, அவை நமக்கு ஆற்றல் அளிக்கின்றன. சௌகரிய வட்டத்திற்குள்ளேயே நாம் உழன்று கொண்டிருப்பதை ஊக்குவிக்கின்ற எண்ணங்கள் நம்மைச் சிறைப்படுத்தும்."

பின் அவர் டேவிட்டின் கண்களை நேருக்கு நேராகப் பார்த்தபடி, "டேவிட், நீங்கள் களைப்பாக இருக்கிறீர்கள். நாம் இத்துடன் நிறுத்திக் கொள்ளலாம். நான் உங்களை விரைவில் மீண்டும் சந்திக்கிறேன்!" என்று கூறிவிட்டு, அவனுடைய கையில் ஒரு காகிதத்தைத் திணித்துவிட்டு, திரும்பி அவர் கடையை நோக்கி நடக்கத் தொடங்கினார். அவன் கையசைத்து அவரை வழியனுப்பி வைத்துவிட்டு, அங்கேயே தனியாகச் சிறிது நேரம் நின்று கொண்டிருந்தான். அந்த ஐந்தாவது தவற்றைப் பற்றி அவன் தன் மனத்தில் அசைபோட்டுக் கொண்டிருந்தாலும், நூற்றுக்கணக்கான கேள்விகள் அவனுடைய மனத்திற்குள் வட்டமிட்டுக் கொண்டிருந்தன. அவர் கொடுத்திருந்த காகிதத்தை அவன் தன் பைக்குள் போட்டுக் கொண்டான். பின் அவன் நேராக வீட்டை நோக்கி நடக்கத் துவங்கினான். அன்றைய தினம் அவன் அறிந்து

கொண்டிருந்த விஷயங்களின் பாரம் அவனை அழுத்திக் கொண்டிருந்ததைப்போல அவனுடைய நடை மெதுவாக இருந்தது.

ஐந்தாவது தவறு:

உங்களுடைய சௌகரிய வட்டத்திற்குள்ளேயே இருந்து கொண்டிருப்பது

வெற்றியாளர்கள் அசௌகரியத்தை நாடிச் செல்கின்றனர்.

தலைவர்கள் புதிய சாதனைகளைப் படைப்பதற்காக, தங்களுடைய சௌகரிய வட்டத்தைத் தாண்டிச் செல்லத் தங்களை உந்தித் தள்ளுகின்றனர்.

அளவுக்கு அதிகமான சௌகரிய உணர்வின் வெளிப்பாடுதான் சராசரித்தனம்.

வெற்றிப் பாதையில் பீடுநடை போட வேண்டுமென்றால், ஆபத்தைக் கண்டு அஞ்சக்கூடாது, தோல்வியைக் கண்டு துவளக்கூடாது.

அசௌகரியத்தின் ஊடாகத்தான் வளர்ச்சி பரிணமிக்கிறது.

அசௌகரியமானவற்றை விடாப்பிடியாகவும் உறுதியாகவும் செய்வதன் விளைவே வெற்றியாகும்.

நம்முடைய எண்ணங்கள் நமக்கு ஆற்றல் அளிக்கலாம் அல்லது நம்மைச் சிறைப்படுத்தலாம்.

ஆறாவது தவறு

அது குளிர்காலம். குளிர் கடுமையாக இருந்ததால், டேவிட் அலுவலகத்திற்குச் செல்கின்றபோது அந்தப் பூங்காவின் குறுக்காகச் செல்லாமல் இருந்தான். இப்போதெல்லாம் அவன் அதிகாலையிலேயே எழுந்து கொண்டான். உடனே உடற்பயிற்சிக்கூடத்திற்குச் சென்றான். தன் இலக்குகள்மீது கவனத்தைக் குவித்தான். இப்போது அவன் முழு ஆற்றலுடன் செயல்பட்டுக் கொண்டிருந்தான். உற்சாகம் அவனிடமிருந்து பொங்கி வழிந்து கொண்டிருந்தது. வாழ்க்கை நன்றாகப் போய்க் கொண்டிருந்தது. வெற்றி வழிகாட்டிக் குழு ஒன்றில் இப்போது அவன் இணைந்திருந்தான். ஒரு நாள், உடற்பயிற்சிக்குப் பிறகு அக்குழுவினருடன் அமர்ந்து அவன் காலை உணவருந்திக் கொண்டிருந்தான்.

ஒத்த மனப்போக்கைக் கொண்டிருந்த தொழிற்தலைவர்கள் அடங்கிய ஒரு குழு அது. அவர்கள் தாங்கள் கற்றுக் கொண்டிருந்தவற்றை அக்குழுவிலிருந்த பிறருடன் பகிர்ந்து கொண்டனர். நான்காவது தவற்றைப் பற்றியும், தன்னைச் சுற்றி நேர்மறையானவர்களை வைத்துக் கொள்ள வேண்டியதன் அவசியத்தைப் பற்றியும் அறிந்து கொண்ட பிறகு, டேவிட், நேர்மறையானவர்கள் அடங்கிய ஒரு குழுவைத் தானே உருவாக்கத் தீர்மானித்தான். முன்பாக இருந்திருந்தால், அவன் கண்டிப்பாக இப்படியொரு காரியத்தில் இறங்கியிருந்திருக்க மாட்டான். அவன் அழைப்பிதழ் ஒன்றைத் தயார் செய்து, நான்கு பேருக்கு மட்டும்

அனுப்பினான். அவர்களோடு அவனுக்குப் பெரிதாகப் பரிச்சயம் இருக்கவில்லை. ஆனால், அவர்கள் நேர்மறையானவர்களாகவும், தோழமையுணர்வு உடையவர்களாகவும், வாழ்க்கையில் முன்னேற வேண்டும் என்ற வேட்கை கொண்டவர்களாகவும் இருந்தனர் என்பதை டேவிட் அறிந்திருந்தான். அந்தக் குழுவின் உறுப்பினர்களின் எண்ணிக்கை பன்னிரண்டுக்கு மேல் இருக்கக்கூடாது என்று அவன் அவர்களிடம் தெரிவித்தான். அவர்கள் தங்களுக்குள் யோசனைகளைப் பகிர்ந்து கொள்ள வேண்டும், ஒருவருக்கு ஒருவர் சவால்விட்டு அவர்களிடம் மறைந்திருக்கின்ற திறனை வெளிக் கொண்டுவர வேண்டும் என்றும் அவன் பரிந்துரைத்தான். அவர்களில் இருவர் அவன் கூறியவற்றை ஒப்புக் கொண்டனர். அவர்கள் முதன்முறையாகக் கூடியபோது, அந்தக் குழுவின் நோக்கம் என்ன என்ற தன்னுடைய எதிர்பார்ப்பை டேவிட் அவர்களிடம் தெரிவித்தான். அதோடு, ஒருவரைத் தங்களுடைய குழுவில் உறுப்பினராகச் சேர்த்துக் கொள்வதற்கு அவரிடம் எத்தகைய பண்புநலன்கள் இருக்க வேண்டும் என்ற விவாதத்தில் அவர்கள் ஈடுபட்டனர். ஒரு சில மாதங்களுக்குள் அந்தக் குழு போதுமான அளவுக்கு வளர்ந்து ஒருவிதமான தாளகதிக்குள் இயங்கத் தொடங்கியது. இப்போது திரும்பிப் பார்த்தபோது, தன்னுடைய சிறிய செயல்நடவடிக்கைகள்கூட, தன்னைப் புதிய திசையில் நம்பிக்கையூட்டும் விதத்தில் நகர்த்திக் கொண்டிருந்ததை டேவிட் உணர்ந்து கொண்டான். அக்குழுவினர் இப்போது வாரத்திற்கு ஒரு முறை கூடுவது வழமையாகிவிட்டது. அது இல்லாமல் ஒரு வாரத்தைத் துவக்குவது என்பது இப்போது டேவிட்டால் நினைத்துப் பார்க்க முடியாத ஒன்றாகிவிட்டது.

ஒவ்வொரு வாரமும் யாராவது ஒருவர் விவாதத்தை முன்னிருந்து நடத்துவார். பொதுவாக, அந்த வாரத்தில் தான் படித்திருந்த நேர்மறையான விஷயம் ஒன்றைப் பற்றியும், அதன் நடைமுறைச் சாத்தியம் குறித்தும் அவர் பேசுவார். டேவிட்டுக்கு அக்குழுவின் நடவடிக்கைகளில் பிடித்திருந்தது, பிரச்சனைகள்

குறித்த விவாதம்தான். அவர்களுடைய வாழ்வில் அடுத்து வரவிருந்த முக்கியமான உரையாடல் குறித்தோ அல்லது ஒரு நெருடலான விஷயத்தை எப்படிக் கையாள்வது என்பது குறித்தோ அவர்கள் பேசுவர். பலதரப்பட்டக் கண்ணோட்டங்கள் மற்றும் அணுகுமுறைகளைப் பற்றித் தெரிந்து கொள்வது எப்போதுமே ஊக்குவிப்பதாக இருக்கும். இன்னும் சொல்லப் போனால், அந்த அறிவுரைகளை டேவிட் அந்த வாரம் முழுவதும், அதற்குத் தொடர்பில்லாத விஷயங்களில்கூடப் பயன்படுத்தினான். டேவிட் பொதுவாக நேரடி மோதல்களைத் தவிர்த்து வருபவன். ஆனால், இப்போது, அவற்றை அவனாக வலிந்து உருவாக்கிக் கொள்வதில்லை என்றாலும், அவற்றை எதிர்கொள்ளத் தயங்குவதில்லை. இந்தக் குழுவின் காரணமாக, டேவிட் தன் சௌகரிய வட்டத்தைவிட்டு வெளியே வந்திருந்தான். சில மாதங்களுக்கு முன்பு அவன் செய்யத் தயங்கிய விஷயங்களை இப்போது அவன் செய்து கொண்டிருந்தான், சொல்லத் தயங்கிய வார்த்தைகளைச் சொல்லிக் கொண்டிருந்தான்.

தவறுகளைப் பற்றித் தெரிந்து கொள்வதற்கு முன்பாக, டேவிட், தன் வாழ்க்கையில் குறுக்கிட்டிருந்த நபர்களை அப்படியே ஏற்றுக் கொண்டிருந்தான். ஆனால், இப்போது, ஒரு வெற்றி அணியை ஒரு பயிற்றுவிப்பாளர் எந்த அளவுக்குக் கவனமாகத் தேர்ந்தெடுப்பாரோ, அதேபோல அவன் தன் நண்பர்களைத் தேர்ந்தெடுத்துக் கொண்டிருந்தான். அவனால் தன் உறவினர்களைத் தேர்ந்தெடுக்க முடியாது என்பதால், தன்னுடைய ஆற்றலை உறிஞ்சுகின்ற உறவினர்களோடு விவாதங்களில் ஈடுபடுவதை அவன் தவிர்த்து வந்தான். நான்காவது தவற்றையும் ஐந்தாவது தவற்றையும் ஒன்றாகச் சேர்த்துப் பயன்படுத்துவது நல்ல பலனளிப்பதாக அவன் உணர்ந்தான். அவனுடைய நேர்மறையான நண்பர்கள், முன்பு அவன் முயற்சிக்காத நடவடிக்கைகளில் இப்போது அவன் இறங்குவதற்கு அவனுக்கு உதவினர்.

அந்த உணவகத்திலிருந்து கிளம்பிய டேவிட், நேராகத் தன் அலுவலகத்திற்குச் சென்றான். வெறுமனே

தன் வேலையில் மூழ்கிக் கிடக்காமல், அன்றைய தினத்திலிருந்து என்ன கற்றுக் கொள்ளலாம் என்பதில் அவன் கவனம் செலுத்தினான். தன்னுடைய வழியில் குறுக்கிட்ட ஒவ்வொருவரிடமிருந்தும் ஞானத்தைப் பெறுவதற்கான சாத்தியக்கூறு தனக்கு இருந்ததை டேவிட் உணர்ந்திருந்தான். தான் சந்திக்கும் மனிதர்கள் ஒவ்வொருவராலும் தனக்கு எதையாவது கற்றுக் கொடுக்க முடியும் என்பதை அவன் புரிந்து வைத்திருந்தான். அவர்களில் சிலரிடமிருந்து, எதைச் செய்யக்கூடாது என்பதைக் கற்றுக் கொள்வதற்கு அவனுக்கு வாய்ப்பிருந்தது.

அவன் இந்த வேலையில் தொடரப் போவதில்லை என்று முடிவு செய்ததற்குப் பிறகு, விஷயங்கள் மாறத் தொடங்கியிருந்தது அவனுக்கு விநோதமாகப்பட்டது. எப்போதும் கவலைப்பட்டுக் கொண்டிருந்த அவன் இப்போது தன் சொந்தத் தொழிலைத் துவக்குவதற்கான முன்தயாரிப்புகளில் தன் கவனத்தைக் குவித்திருந்தான். அது குறித்துத் தன்னால் இயன்ற அனைத்தையும் அவன் படித்துக் கொண்டிருந்தான். அதற்கு உதவக்கூடிய தொடர்புகளை அவன் வளர்த்துக் கொண்டிருந்தான். அதுவரை தான் இந்த நிறுவனத்தில் தொடர்ந்து இருக்க வேண்டுமா அல்லது வேறொரு நிறுவனத்திற்கு மாற வேண்டுமா என்பது குறித்தத் தெளிவு மட்டும் அவனுக்கு ஏற்பட்டிருக்கவில்லை.

அவனுடைய நிறுவனம் ஒரு புதிய பொருளை விரைவில் அறிமுகப்படுத்தவிருந்தது. அதற்கான மார்க்கெட்டிங் நிறுவனத்தைத் தேர்வு செய்கின்ற பொறுப்பு அவனிடம் ஒப்படைக்கப்பட்டது. அது அவனுக்குப் பெரும் உற்சாகம் அளித்தது.

பல மார்க்கெட்டிங் நிறுவனங்கள், டேவிட்டின் நிறுவனம் அறிமுகப்படுத்தவிருந்த பொருளை எப்படித் திறம்படச் சந்தைப்படுத்துவது என்பது குறித்தத் தம்முடைய கண்ணோட்டங்களை முன்வைத்தன. அவற்றில் ஒன்றைத் தேர்ந்தெடுப்பது டேவிட்டுக்குக் கடினமான காரியமாக இருந்தது. ஏனெனில், அவை முன்மொழிந்திருந்த ஒவ்வொன்றிலும் ஏதாவது ஒரு

முக்கியமான அம்சம் இருந்தது.

பின் அவற்றில் ஒரு நிறுவனம் செய்த ஒன்று மற்றவற்றிலிருந்து அதைத் தனித்துவப்படுத்திக் காட்டியது. சமீபத்தில் அவர்களுடைய சேவையைப் பயன்படுத்தியிருந்த வாடிக்கையாளர் ஒருவரை அந்த நிறுவனம் தன்னுடன் அழைத்து வந்திருந்தது. தங்களுடைய நிறுவனத்திற்குப் பாராட்டுரைகள் வழங்கியிருந்தவர்களின் பெயர்கள் அடங்கிய ஒரு பட்டியலைச் சமர்ப்பிப்பதற்குப் பதிலாக, அவர்களுடைய சேவை குறித்து மகிழ்ச்சி அடைந்திருந்த ஒரு வாடிக்கையாளரை அவர்கள் கையோடு அழைத்து வந்திருந்தனர்.

ஒரு புறம் அவர்களுடைய நடவடிக்கையால் டேவிட் மிகவும் கவரப்பட்டிருந்தான். மறுபுறம், அது அவனுடைய ஆர்வத்தைத் தூண்டியிருந்தது. அந்தத் தொழிலதிபர் டேவிட்டின் அலுவலகத்திற்குள் நுழைந்தார். அவர் ஆசுவாசமாகவும், தன்னம்பிக்கையோடும், முகத்தில் ஒரு புன்னகையோடும் இருந்தார். தான் அந்த மார்க்கெட்டிங் நிறுவனம் குறித்துத் திருப்தி அடைந்திருந்ததாகவும், தன் பொருளை அவர்கள் சந்தையில் அறிமுகப்படுத்தியிருந்த விதம் தனக்குப் பிடித்திருந்ததாகவும் அவர் அவனிடம் தெரிவித்தார். அவர் தன்னுடைய விற்பனையின் அளவை டேவிட்டிடம் எடுத்துரைத்தார். அது பல மில்லியன்களில் இருந்தது. பின் அவர் தன்னுடைய கதையை அவனோடு பகிர்ந்து கொண்டார்.

“நான் உருவாக்கியிருந்த பல பொருட்கள் தோல்வியுற்றன. நான் திவாலாகின்ற நிலைக்கு மிக அருகில் வந்துவிட்டிருந்தேன்.”

“நான் அவர்களுக்கு நன்றிக்கடன் பட்டுள்ளேன் என்பதால்தான் நான் இங்கு வந்துள்ளேன். நான் முதலில் அவர்களோடு விவாதத்தைத் தொடங்கியபோது, எத்தகைய அணுமுறையை முன்னெடுக்க வேண்டும் என்பதில் நாங்கள் முரண்பட்டோம், என்னுடைய பொருளைச் சந்தையில் எப்படி நிலைப்படுத்த வேண்டும் என்பதில் நாங்கள் முரண்பட்டோம், விளம்பரத்திற்கு எத்தகைய மொழியைப் பயன்படுத்த

வேண்டும் என்பதில் நாங்கள் முரண்பட்டோம். என்னுடைய அணுகுமுறையின் அடிப்படையில் அந்தப் பொருள் சந்தைப்படுத்தப்பட்டிருந்தால், குறைந்த எண்ணிக்கையில் அது விற்பனையாகி இருந்திருக்கும். ஆனால், நான் அவர்களுடைய ஆலோசனையைக் கேட்டதால் என் விற்பனை பிரம்மாண்டமானதாக இருந்தது."

இதைக் கேட்டுக் கொண்டிருந்த மார்க்கெட்டிங் நிறுவன உரிமையாளர் அசௌகரியத்தால் சற்று நெளிந்தார். பின்னர் அவர் இவ்வாறு கூறினார். "இந்த வெற்றியில் உங்களுடைய பங்களிப்பும் கணிசமாக இருந்தது என்பதை நான் இங்குச் சுட்டிக்காட்ட விரும்புகிறேன். ஆனாலும், இங்கு வந்து எங்களுக்கு ஆதரவாகப் பேசியதற்கு உங்களுக்கு நன்றி."

அந்தத் தொழிலதிபர் தன் வணிக முகவரி அட்டையை டேவிட்டிடம் கொடுத்துவிட்டு, அடுத்து தான் வேறு ஒருவரைச் சந்திக்க வேண்டியிருந்ததாகக் கூறி அங்கிருந்து கிளம்பிச் சென்றுவிட்டார்.

அந்தச் சந்திப்புக்கூட்டம் முடிந்த பிறகும் டேவிட் அதைப் பற்றியே யோசித்துக் கொண்டிருந்தான். அந்தத் தொழிலதிபரின் வெற்றிக் கதை குறித்தே அவனுடைய எண்ணங்கள் சுற்றிக் கொண்டிருந்தன. அதில் ஏதோ ஒன்று தனக்குப் பிடிபடாமல் இருந்ததாக அவனுக்குப் பட்டது. ஆனால், அது என்ன என்று அவனால் துல்லியமாக அறிய முடியவில்லை.

அந்த வாரத்தின் பிற்பகுதியில் ஒரு நாள், டேவிட் அந்தத் தொழிலதிபரைத் தொலைபேசியில் அழைத்தான். அப்போது அவர் அதன் அருகே இல்லாததால், அவனுடைய அழைப்பு நேரடியாக அவருடைய தானியங்கிப் பதிவு இயந்திரத்திற்குச் சென்றுவிட்டது. அவன் தன்னை அறிமுகப்படுத்திக் கொண்டு, அவரை அழைத்திருந்ததற்கான காரணத்தைச் சுருக்கமாக அதில் பதிவு செய்தான். அந்தத் தொழிலதிபர் கண்டிப்பாகத் தன் வேலையில் மும்முரமாக இருப்பார் என்பதால், தன்னைத் திரும்பி அழைக்கப் போவதில்லை என்றே அவன் நம்பினான்.

ஆனால், இரண்டு மணி நேரம் கழித்து அந்தத் தொழிலதிபர் அவனைத் தொலைபேசியில் அழைத்தார். தன்னுடன் மதிய உணவு உட்கொள்ள வருமாறு அவர் அவனுக்கு அழைப்பு விடுத்தார். “டேவிட், நீங்கள் என்னை அழைத்தது குறித்து எனக்கு மகிழ்ச்சி. நீங்கள் அழைத்திருக்காவிட்டால், நானே உங்களை அழைத்திருந்திருப்பேன்.”

தொலைபேசியை வைத்தப் பிறகு, அவர் கூறியதற்கு என்ன அர்த்தம் என்று டேவிட் குழம்பினான்.

திங்கட்கிழமை மதியம், அந்தத் தொழிலதிபர் குறிப்பிட்டிருந்த உணவகத்திற்கு டேவிட் சீக்கிரமாகவே வந்துவிட்டான். ஆனால், அத்தொழிலதிபர் அவனுக்கு முன்பாகவே அங்கு வந்திருந்தார். அந்த உணவகத்தின் மறுகோடியில் உட்கார்ந்து கொண்டு தேநீர் குடித்துக் கொண்டே அவர் எதையோ எழுதிக் கொண்டிருந்தார். டேவிட் அவரருகே சென்று அவருடன் கை குலுக்கினான்.

“என்னைப் பார்க்க ஒப்புக் கொண்டதற்கு நன்றி,” என்று அவன் அவரிடம் கூறினான். “உங்களுடைய கதை என்மீது பெரும் தாக்கம் ஏற்படுத்தியது. உங்களுடைய வெற்றிகளைப் பற்றி மட்டுமல்லாமல், உங்களுடைய தோல்விகளைப் பற்றியும் நீங்கள் பேசினீர்கள். நீங்கள் பேசிய விதம் வித்தியாசமானதாக இருந்தது.”

அந்தத் தொழிலதிபர் அதை ஆமோதிக்கும் விதமாகத் தலையசைத்தார். அப்போது, உணவு பரிமாறுபவர் உணவுப் பதார்த்த அட்டையுடன் அங்கு வந்தார். அவர்கள் தங்களுக்கு வேண்டியதை ஆர்டர் செய்தனர். பரிமாறுபவர் அங்கிருந்து நகர்ந்ததும் அவர்கள் தங்களுடைய உரையாடலைத் தொடர்ந்தனர்.

“உங்களுடைய மற்றப் பொருட்கள் தோல்வியுற்றபோது இந்தப் பொருள் மட்டும் வெற்றி பெற்றதற்கு என்ன காரணம் என்று சொல்லுங்கள்,” என்று டேவிட் கேட்டான். “அப்புறம், இன்னொரு விஷயம். நாங்கள் உங்களுடைய நண்பரின் மார்க்கெட்டிங் நிறுவனத்தையே தேர்ந்தெடுத்துள்ளோம். அதனால், இதில் நான் தொழில்முறைரீதியாக மட்டுமல்லாமல், தனிப்பட்ட முறையிலும் ஆர்வம் கொண்டுள்ளேன்.”

“அவர்களிடமிருந்து நான் விஷயத்தைக் கேள்விப்பட்டேன். நீங்கள் உங்களுடைய தீர்மானம் குறித்து மகிழ்ச்சி அடைவீர்கள் என்றே நான் நினைக்கிறேன்.”

அத்தொழிலதிபர் எதையோ யோசித்துக் கொண்டிருந்ததைப்போலத் தோன்றினார். “நான் பல விஷயங்களை முயன்று பார்த்துள்ளேன். ஒரு முறை நான் ஒரு பொருளை விற்க முனைந்தேன். அதற்கு நல்ல வரவேற்பு இருந்தது. ஆனால், அதை அதிக அளவில் தயாரிப்பதற்கு என்னால் உடனடியாகப் பணம் புரட்ட முடியாமல் போனது. ஒருவழியாக நான் பணத்தைச் சேகரித்திருந்தபோது, என்னுடைய போட்டியாளர் ஒருவர் என் பொருளைவிட மேம்பட்ட ஒன்றை உருவாக்கிவிட்டிருந்தார்.”

அக்கணத்தில் உணவு பரிமாறப்பட்டது. அவனுக்கு அந்த உணவகம் குறித்து முன்பே எதுவும் தெரிந்திருக்கவில்லை என்பதால், அந்த உணவின் அருமையான ருசியும், அதன் உயர்தரமும் அவனுக்கு வியப்பேற்படுத்தின. அந்த உணவு மிகவும் பிரமாதமாக இருந்தது. மீண்டும் இங்கு வர வேண்டும் என்று அவன் தன் மனத்திற்குள் முடிவு செய்து கொண்டான். பின் அவரிடம், “நீங்கள் உங்களுடைய பொருளின் இருப்பைப் பற்றிப் பேசிக் கொண்டிருந்தீர்கள்,” என்று அவன் உரையாடலை எடுத்துக் கொடுத்தான்.

“ஆமாம். அப்படித்தான் நடந்தது. ஆனால், நான் சொல்ல வந்த விஷயம் அதுவல்ல. வெளியே என்ன வேண்டுமானாலும் நடக்கும். ஆனால், இங்கு உள்ளே என்ன நடக்கிறது என்பதுதான் முக்கியம்,” என்று கூறிய அவர், தன் நெற்றிப்பொட்டைச் சுட்டிக்காட்டிவிட்டு மீண்டும் தொடர்ந்தார். “அதுதான் உங்களுடைய வெற்றியைத் தீர்மானிக்கிறது.”

அவர்கள் இருவரும் சிறிது நேரம் மௌனமாகச் சாப்பிட்டுக் கொண்டிருந்தனர். பின்னர் அவர் தன் தட்டை நகர்த்தி வைத்துவிட்டுப் பேச்சைத் தொடர்ந்தார். “மற்றொரு முறை, நான் ஒரு சேவை நிறுவனத்தைத் துவக்கினேன். அச்சேவையை நான் என்னுடைய

வலைத்தளத்தின் மூலமாக விற்பனை செய்தேன். விற்பனையும் சிறப்பாக நடந்து கொண்டிருந்தது. அப்போது தங்களுடைய அறிவுச் சொத்தை என்னுடைய நிறுவனம் திருடிவிட்டதாக ஒரு நிறுவனம் என்மீது வழக்குத் தொடுத்தது. வழக்கை நடத்தத் தேவையான பெரும் பணம் என்னிடம் இல்லாததால், அந்த நிறுவனத்தையும் நான் இழுத்து மூட வேண்டியதாயிற்று."

அவர் கூறியதை டேவிட் கவனமாகக் கேட்டுக் கொண்டிருந்தான். அவர் தன்னுடைய தோல்விகளையும் வெளிப்படையாகப் பகிர்ந்து கொண்டிருந்த விதம் அவனைக் கவர்ந்தது. அனைத்தும் கச்சிதமாக அமைந்திருந்த ஒரு கதையாக அது இல்லாமல் இருந்தது அவனுக்கு ஒரு புதிய அனுபவமாக இருந்தது. அவர் மேலும் பல தோல்விக் கதைகளை அவனிடம் பகிர்ந்து கொண்டார். அவர்கள் நீண்ட நேரம் உரையாடிக் கொண்டிருந்தனர்.

"தொடக்கத்தில் நான் என் தோல்விகளுக்குப் பிறர்மீதும் சூழல்கள்மீதும் பழி போட்டுக் கொண்டிருந்தேன். இது அவனுடைய தவறு, வங்கிக் கட்டணம் அதிகமாக இருக்கிறது, வரிகள் என் இலாபத்தைச் சாப்பிட்டுக் கொண்டிருக்கின்றன என்றெல்லாம் நான் கூப்பாடு போட்டேன். கச்சாப் பொருட்களின் விலை அதிகம் என்று நான் புலம்பினேன். ஊழியர்களுக்கு அதிகமாக ஊதியம் கொடுக்க வேண்டியிருக்கிறது என்று நான் கதறினேன். இப்படிப் பற்பல விஷயங்கள்மீது நான் பழி போட்டேன். பின், அவை எவையும் மாறப் போவதில்லை என்பதை நான் உணர்ந்து கொண்டேன். அவை எப்போதும் ஒரே மாதிரியாகத்தான் இருந்து கொண்டிருக்கின்றன. எல்லோருக்கும் அது ஒரே மாதிரியாகத்தான் இருந்து கொண்டிருக்கிறது. அதனால், மாற வேண்டியது நான்தான் என்பதை நான் புரிந்து கொண்டேன். நான் என் சிந்தனையை மாற்றிக் கொள்ள வேண்டும்."

சிறிது நேரம் அவர் தன் சிந்தனைக்குள் மூழ்கியிருந்தார். பின்னர் அதிலிருந்து விடுபட்டுத் தொடர்ந்து பேசினார். "சாக்குப்போக்குகள்

முன்னேற்றத்தின் கழுத்தை நெறிக்கின்ற களைகளாகும். தடைகள் எனும் விதைகளிலிருந்துதான் வாய்ப்புகள் முளைவிடுகின்றன. இப்போது என் சிந்தனை வேறு மாதிரியாக இருக்கிறது. வேறு யாராவது ஒருவரையோ அல்லது வேறு ஏதாவது ஒன்றின்மீதோ நான் பழிப் போடத் துவங்குவதை நான் கண்டவுடன், அதை நான் நிறுத்திவிட்டு, என் சிந்தனையை ஒழுங்கு செய்து கொள்வேன். அப்படியும் ஏதாவது தவறாகப் போனால், நான் வெற்றியை நெருங்கிக் கொண்டிருக்கிறேன் என்பதற்கான அடையாளமாக அதை நான் எடுத்துக் கொள்வேன்."

அப்போது டேவிட்டுக்கு உடனே, சாக்குப்போக்குகளை எற்றுக் கொள்வதைப் பற்றிப் பேசிய மூன்றாவது தவறு நினைவுக்கு வந்தது. அந்தத் தொழிலதிபர் விஷயங்களுக்குப் பொறுப்பேற்றுக் கொள்வதில் சிறந்து விளங்கியதாக டேவிட் நினைத்துக் கொண்டான்.

"இப்போது உங்களைப் பற்றிக் கூறுங்கள். நீங்கள் புதிதாக எதையாவது தொடங்கத் தீர்மானித்துள்ளீர்களா?" என்று அவர் டேவிட்டிடம் கேட்டார்.

"எனக்கு என் வேலை பிடித்திருக்கிறது. அதாவது, சில மாதங்களுக்கு முன்பு இருந்த நிலையோடு ஒப்பிடுகையில் இப்போது எனக்கு என் வேலை பிடித்திருக்கிறது. ஆனால், ஒரு நாள் நான் என்னுடைய சொந்தத் தொழிலை துவக்க வேண்டும் என்று எண்ணிக் கொண்டிருக்கிறேன். இப்போது எல்லாம் சுமூகமாகச் சென்று கொண்டிருப்பதாகத்தான் நான் நினைக்கிறேன். குறைந்தபட்சம் என் நிறுவனம் என்னை வேலையைவிட்டுத் தூக்காது என்று நான் நம்பிக் கொண்டிருக்கிறேன்."

அதைக் கேட்ட அந்தத் தொழிலதிபர் ஒரு தீவிரமான குரலில் அதற்கு பதிலளித்தார். "உங்களுடைய தற்போதைய சூழ்நிலை உங்களுடைய தலைவிதியைத் தீர்மானிக்க அனுமதிக்காதீர்கள். உங்கள் இதயம் என்ன சொல்கிறதோ அதை நீங்கள்

கேட்க வேண்டும். ஒவ்வொரு வேலையிலும், ஒவ்வொரு தொழில் முயற்சியிலும், ஒவ்வொரு வாழ்க்கையிலும் தோல்விகள் இருக்கத்தான் செய்யும். சிலர் அவற்றைக் கண்டு பயந்தடித்து ஓடுகின்றனர். சிலர் அவற்றை அலட்சியப்படுத்துகின்றனர். சிலர் அப்படி எதுவும் நடக்கவில்லை என்று தங்களைத் தாங்களே ஏமாற்றிக் கொள்கின்றனர். தோற்பது குறித்துத் துணிச்சலாகப் பேசாத எந்தவொரு வெற்றியாளரையும் நான் சந்தித்ததே இல்லை."

டேவிட் தன் தலையை ஆட்டி அவர் கூறியதை ஏற்றுக் கொண்டான். "ஒருவருடைய வெற்றி எந்த அளவுக்கு பிரம்மாண்டமானதாக இருக்கிறதோ, அந்த அளவுக்குத் தங்களுடைய தோல்விகளைப் பற்றி அதிக வெளிப்படைத்தன்மையுடன் மக்கள் பேசுகின்றனர் என்று நான் நினைக்கிறேன். ஏனெனில், இப்போது அந்தப் பகுதியைப் பற்றிப் பேச அவர்கள் அசௌகரியப்படுவதில்லை," என்று அவன் கூறினான்.

"உங்களுடைய கண்ணோட்டம் எனக்குப் புரிகிறது. ஆனால், வெற்றியாளர்கள் அதை ஒரு தோல்வியாகப் பார்ப்பதில்லை. அதை நாங்கள் ஒரு பின்னடைவாகவும், மொத்தத் திட்டத்தின் ஓர் அம்சமாகவுமே பார்க்கிறோம். அடுத்த நிலையை அடைவதற்கான ஒரு படிக்கட்டாகக்கூட அது இருக்கலாம்," என்று அந்தத் தொழிலதிபர் கூறினார்.

அவர் மேலும், "மக்கள் தங்களுடைய வாழ்க்கையில் மேற்கொள்கின்ற மிகப் பெரிய ஒரு தவறு . . ." என்று கூறிவிட்டு, தன் நாற்காலிக்கு அருகே இருந்த தன்னுடைய பைக்குள் எதையோ தேடினார்.

டேவிட் அவரிடம், "சாக்குப்போக்குகளைச் சொல்வதைப் பற்றி நீங்கள் கூறத் தொடங்கியதிலிருந்தே, எப்போது அந்தப் பழைய புத்தகத்தை நீங்கள் வெளியே எடுக்கப் போகிறீர்கள் என்று நான் காத்துக் கொண்டிருந்தேன்," என்று கூறினான்.

அதைக் கேட்டுப் புன்னகைத்த அவர், "சாக்குப்போக்குகளைச் சொல்வது பற்றி நான் உங்களிடம் குறிப்பிட்டதற்கு, அதை நான் ஒரு பெரிய விஷயமாகக்

கருதுவதுதான் காரணம். அதோடு, இப்போது நான் கூறப் போகின்ற விஷயத்திற்கும் அதற்கும் ஒரு நெருங்கிய தொடர்பு இருக்கிறது. தற்காலிகமான பின்னடைவுகள் நிரந்தரமான தோல்விகளாக மாற அனுமதிப்பதுதான் ஆறாவது தவறு," என்று விளக்கினார்.

தான் கூறிய வார்த்தைகள் அவனுடைய மனத்தில் பதிய வேண்டும் என்பதற்காக அவர் சிறிது நேரம் எதுவும் பேசாமல் இருந்தார்.

டேவிட் அந்த மௌனத்தைக் கலைப்பதற்கு முன்பாக அவரே அதை விளக்கினார். "சிலர் ஒரு முறை கல்லெறிந்துவிட்டு, அது தவறுகின்றபோது மீண்டும் முயற்சி செய்யாமல் பின்வாங்கிவிடுகின்றனர். எடுத்துக்காட்டாக, ஒருவர் முதன்முறையாகப் பலர் முன்னிலையில் பேசி, அது சொதப்பலாகிவிடுகின்றபோது, அதற்குப் பிறகு, சிறியதோ அல்லது பெரியதோ, அவர் எந்தவொரு கூட்டத்திலும் பேசாமல் இருந்துவிடுகிறார். அதேபோல, வேறு ஒருவர் ஒரு முதலீட்டில் பணத்தைக் கட்டி, அது இலாபத்திற்குப் பதிலாக நஷ்டத்தை ஈட்டித் தருகின்றபோது, பணத்தைக் கையாள்வது நமக்குச் சரிப்பட்டு வராது என்று அவர் ஒதுங்கிவிடுகிறார். இது மிகவும் கொடுமை.

"இப்படிப்பட்டச் சிந்தனை, அது போன்ற முயற்சிகளுக்கு ஒரேயடியாக முழுக்குப் போட வைத்துவிடும். உடைக்கப்பட முடியாத அளவுக்கு அது உறுதியானதாகவும் வலுவானதாகும் ஆகிவிடும். நாம் உடனடியாக மீண்டும் மேடையில் ஏறுவதன் மூலமும், மறுபடியும் ஒரு முதலீட்டில் ஈடுபடுவதன் மூலமும் அது இறுகாமல் பார்த்துக் கொள்ளலாம். அதை வேறு ஒன்றாக மாற்றிக் கொள்ளலாம். அந்த ஆண்டின் இறுதியில், நடந்த விஷயங்களைத் திரும்பிப் பார்க்கின்றபோது, அது நம்முடைய பயணத்தில் ஏற்பட்ட ஒரு சிறு புள்ளியாக மட்டுமே தெரியும். இவை அனைத்தும் நாம் எவ்வாறு சிந்திக்கிறோம் என்பதிலிருந்து துவங்குகிறது. நேர்மறையான எதிர்பார்ப்புகளிலிருந்துதான் அது மலர்கிறது."

"நீங்கள் சொல்ல வருவது எனக்குப் புரிகிறது,"

என்று டேவிட் கூறினான். "நான் பருவ வயதில் இருந்தபோது, நான் ஒரு விற்பனையாளனாக வேலை பார்த்தேன். அது எனக்கு ஒரு மோசமான அனுபவமாக அமைந்தது. என்னால் எதையும் விற்க முடியவில்லை. அதிலிருந்து நான் விற்பனையின் பக்கம் ஏறிட்டுக்கூடப் பார்க்கவில்லை. நான் என் சிந்தனையை மாற்றிக் கொண்டு நேர்மறையான எதிர்பார்ப்புகளை வளர்த்துக் கொள்ள வேண்டும் என்று நான் நினைக்கிறேன்."

"நீங்கள் சொல்வது சரிதான். தடைகள் ஒன்றன்பின் ஒன்றாக அதிகரிக்கின்றபோது, ஒரு மோசமான முத்திரை பதிந்து போவதற்கு நீங்கள் உதவுகிறீர்கள். ஒரு தற்காலிக அனுபவத்தை ஒரு நிலையான பிரகடனமாக ஏற்றுக் கொள்ளாதீர்கள். அதற்காக நீங்கள் எல்லாவற்றிலும் சிறந்து விளங்க வேண்டும் என்று அர்த்தமில்லை. ஆனால், உங்களுடைய நோக்கத்தை நிறைவேற்றிக் கொள்வதற்கு ஒரு குறிப்பிட்டத் திறன் அவசியம் தேவை என்று நீங்கள் எண்ணினால், அதைக் கைவசப்படுத்துவதற்கு என்ன செய்ய வேண்டும் என்று நீங்கள் ஆலோசிக்க வேண்டும்."

பின் அவர்கள் இருவரும் எழுந்து நின்று ஒருவருடன் ஒருவர் கைகுலுக்கிவிட்டு வாசலை நோக்கி நடக்கத் துவங்கினர். பாதி வழியில் டேவிட் மீண்டும் அவர்கள் உட்கார்ந்திருந்த மேசையை நோக்கி ஓடிச் சென்று, அங்கு ஏதாவது இருந்ததா என்று தேடினான். அங்கு எதுவும் இருக்கவில்லை. அதனால் அவன் மீண்டும் வாசலுக்கு வந்தபோது, அங்கு அந்தத் தொழிலதிபர் நின்று கொண்டிருந்ததை அவன் கண்டான்.

அவர் ஒரு விஷமப் புன்னகையுடன், "இதையா அங்குத் தேடினீர்கள்?"என்று அவனிடம் கேட்டுவிட்டு, தன் கையில் வைத்திருந்த ஒரு காகிதத்தை அவனிடம் கொடுத்தார். "உங்கள் பயணம் சிறப்புற என் வாழ்த்துகள். இது உங்களுக்கு வழங்கப்பட்டுள்ள ஓர் அருமையான வாய்ப்பு. இதை உங்களால் முடிந்த அளவு முழுமையாகப் பயன்படுத்திக் கொள்ள முயலுங்கள்."

பின் அவர்கள் இருவரும் மீண்டும் ஒரு முறை கைகுலுக்கிவிட்டு ஆளுக்கொரு பக்கமாக நடந்தனர். டேவிட் வீடு திரும்பியவுடன், அத்தொழிலதிபர்

அவனிடம் கொடுத்திருத்த காகிதத்தை எடுத்து மீண்டும் படித்தான். அந்த உணவகத்தில் அவர்களுக்கு இடையே நடைபெற்ற உரையாடலை அவன் மீண்டும் தன் மனத்தில் ஓடவிட்டான். அத்தொழிலதிபர் திறந்த மனத்துடன் நடந்து கொண்டிருந்த விதம் அவனை மிகவும் கவர்ந்திருந்தது. தன் மனப்போக்கைச் சீரமைத்துக் கொள்ள அவன் உறுதி பூண்டான்.

<u>ஆறாவது தவறு:</u>

தற்காலிகத் தடைகளை நிரந்தரமான தோல்விகளாகக் கருதுவது

நம்முடைய அனுபவம் எதிர்மறையானதாக இறுக்கமடைவதற்குள், நாம் முதலில் தோற்ற விஷயத்தில் மீண்டும் ஈடுபடுவது ஒரு நேர்மறையான அனுபவத்திற்கு வித்திடும்.

உங்களுடைய எண்ணங்கள்தாம் உங்களுடைய தலைவிதியைக் கட்டுப்படுத்துகின்றன.

நாட்களை ஓட்ட முயலாதீர்கள். அவற்றின் ஊடாகக் கற்றுக் கொள்ள முயலுங்கள்.

உங்களுடைய தற்போதைய சூழ்நிலை உங்களுடைய தலைவிதியைத் தீர்மானிக்க அனுமதிக்காதீர்கள்.

ஒரு மோசமான முத்திரை பதிந்து போவதற்கு நீங்கள் அனுமதிக்கின்றபோது, தடை இறுகிப் போய்விடுகிறது.

தடைகள் எனும் விதைகளிலிருந்துதான் வாய்ப்புகள் முளைவிடுகின்றன.

சாக்குப்போக்குகள் முன்னேற்றத்தின் கழுத்தை நெறிக்கின்ற களைகளாகும்.

ஒரு தற்காலிக அனுபவத்தை ஒரு நிலையான பிரகடனமாக ஏற்றுக் கொள்ளாதீர்கள்.

நீங்கள் சந்திக்கின்ற ஒவ்வொருவரையும் ஓர் அறிவார்ந்த ஆசானாகப் பாருங்கள்.

வெற்றியாளர்கள் தற்காலிகத் தடைகளை வெற்றியை அடைவதற்கான படிக்கட்டுகளாகக் கருதுகின்றனர்.

இரண்டாவது விதி

⌘⌘⌘

கொட்டும் மழையில் ஆரியா தொப்பலாக நனைந்தபடி நின்று கொண்டிருந்தாள். கடவுளும் தேவதைகளும் சொர்க்கத்திலிருந்து தண்ணீர் வாளிகளை எட்டி உதைத்து பூமியில் தண்ணீரைக் கொட்டிக் கொண்டிருந்தார்களோ என்ற ரீதியில் அவளுடைய சிந்தனை சென்றது. அந்த மழைநீர் தன்னுடைய இழப்பின் வலியைக் கரைத்துவிடாதா என்ற ஏக்கத்துடன் அவள் அப்படி நனைந்து கொண்டு நின்றிருந்தாள். அவளுடைய மாமா இறந்து இன்றோடு ஒரு வார காலம் ஆகியிருந்தது. ஆனால், இப்போதுவரை, அவர் மறைந்துவிட்டிருந்ததை ஏற்றுக் கொள்ள முடியாமல் அவள் தவித்துக் கொண்டிருந்தாள். அவளுக்கு அவளுடைய பெற்றோரின் ஞாபகங்கள் மங்கலாகவே இருந்தன. அவளுடைய தந்தையின் நிலையிலிருந்து அவளைக் கவனித்துக் கொண்டிருந்தவர் அவளுடைய மாமாதான். இப்போது அவரும் மறைந்துவிட்டதால், இந்த உலகில் தான் தன்னந்தனியாக விடப்பட்டிருந்ததாக அவள் உணர்ந்தாள். அவள் எவ்வளவு நேரம் மழையில் நின்று கொண்டிருந்தாள் என்பது அவளுக்கு நினைவில்லை. அதைப் பொருட்படுத்துகின்ற நிலையிலும் அவள் இல்லை. திடீரென்று மேகங்கள் விலகிக் கொண்டதால், நிலவின் வெளிச்சம் நிலத்தில் பட்டுப் பிரகாசமாகப் பிரதிபலித்தது. அவள் நின்று கொண்டிருந்த ராபர்ட்டின் வீட்டைச் சுற்றி மழைநீர் சிறு சிறு ஓடைகளாகப் பாய்ந்து

ஓடிக் கொண்டிருந்தது.

அப்போது அவள் ஒரு பெரும் கூச்சல் போட்டு அழுதாள். அதுவரை அவள் தனக்குள் ஆழமாக அடக்கி வைத்திருந்த அனைத்துத் துக்கமும் ஒன்றாக வெளிப்பட்டிருந்ததுபோல அவளுடைய கதறல் இருந்தது. ஒரு பெரிய இடி இடித்து அவளுடைய கதறல் ஒலியை மட்டுப்படுத்தியது.

அவளுடைய மாமா இல்லாமல் இப்போது அவள் என்ன செய்யப் போகிறாள்? இப்படிப்பட்ட ஒரு நாள் வரும் என்பதை அவள் அறிந்திருந்தாலும் அது குறித்து அவள் பெரும் பீதி கொண்டிருந்தாள். அவரை விட்டுவிட அவளால் முடியவில்லை.

அவர்கள் இருவருக்கும் இடையே நடந்த பல உரையாடல்கள் அவளுடைய மனத்தில் ஓடிக் கொண்டிருந்தன. அந்தப் புத்தகம், ஆசான்கள், பாதுகாப்பாளரின் பாத்திரம் போன்றவையும், அவற்றின் ஊடாக இழையோடிக் கொண்டிருந்த மர்மங்களும் அவளுடைய மனத்திற்குள் சுழன்றடித்துக் கொண்டிருந்தன.

அவள் மீண்டும் அந்தக் கட்டடத்திற்குள் செல்ல முயன்றபோது, சகதியாக இருந்த நிலத்தைத் தவிர்த்து நடந்தாள். ஆனால், அவள் இப்போதிருந்த நிலையில் அது ஒன்றும் பெரிய வித்தியாசத்தை ஏற்படுத்தப் போவதில்லை. அவள் தன் தலைமுடியைத் தன் காதுகளுக்குப் பின்னால் ஒதுக்கிவிட்டுக் கொண்டு, ராபர்ட்டின் வீட்டின் படிகளில் உட்கார்ந்தாள். சிந்திப்பதற்கு அவளுக்கு நிறைய விஷயங்கள் இருந்தன.

அவளுக்குள் பீறிட்டுக் கொண்டிருந்த அன்பு, கோபம், விரக்தி போன்ற பலவிதமான உணர்ச்சிகள் அவளுடைய கவனத்தைப் பெறுவதற்காக ஒன்றையொன்று முண்டியடித்துக் கொண்டிருந்தன. ஆரியா தன் முகத்தைத் தன் கைகளுக்குள் புதைத்துக் கொண்டாள். மின்னல் ஒரு முறை வெட்டி இருண்ட வானைப் பகலாக்கியது. அதைத் தொடர்ந்து இடியின் உறுமல் வந்தது. தன்னைச் சுற்றி நிலத்தில் விழுந்து கொண்டிருந்த மழையின் சத்தத்தைக் கேட்டவாறு, தன்

கேள்விகளுக்கு அவள் விடை தேடிக் கொண்டிருந்தாள்.

பின் அவள் இருட்டில் எழுந்து நின்று வாசற்கதவைத் திறந்தாள். அவளுக்குக் கால் வழுக்கியது. கீழே விழாமல் அவள் எப்படியோ சமாளித்துக் கொண்டாள். பின் அவள் ஒரு மெழுகுவர்த்தியை ஏற்றிக் கொண்டு வரவேற்பறையை அடைந்தாள். அந்த நேரத்தில் ராபர்ட்டும் அவருடைய மனைவியும் அவளுக்கு ஆதரவாக இருந்தது அவளுக்கு ஆறுதலாக இருந்தது. அவள் விரும்பும்வரை அவள் தங்களுடன் தங்கிக் கொள்ளலாம் என்று அவர்கள் அவளிடம் ஏற்கனவே சொல்லியிருந்தனர். இப்போது அவளுடைய மொத்த வாழ்க்கையும் புரட்டிப்போடப்பட்டிருந்தது. அவளுடைய மாமா இப்போது அவளுடன் இல்லை. அவளுடைய வீடும் தீக்கிரையாகியிருந்தது. பாதுகாப்பாளர் என்ற புதிய பொறுப்பும் இப்போது அவளுடன் ஒட்டிக் கொண்டிருந்தது. புத்தகங்களைப் பாதுகாக்க வேண்டிய கடமையும் சேர்ந்து கொண்டிருந்தது. அலெக்சாண்டரின் நம்பிக்கைத் துரோகம் குறித்தும் அவள் உள்ளுக்குள் குமைந்து கொண்டிருந்தாள்.

பின் அவள் ராபர்ட்டின் வீட்டில் தனக்கு ஒதுக்கப்பட்டிருந்த படுக்கையறைக்குச் சென்று கட்டிலில் படுத்துக் கொண்டு, இருட்டில் மேற்கூரையை வெறித்துக் கொண்டிருந்தாள்.

மெதுவாக அவளுடைய அதிர்ச்சியும் வருத்தமும் கரைந்து அந்த இடத்தைக் கோபமும் உறுதியும் எடுத்துக் கொண்டன. வெளியே புயல்மழை விடைபெற்றுக் கொள்ளும் தருவாயில் இருந்தது. தேவதைகளும் தங்களுடைய வாளிகளை ஓரமாக வைத்துவிட்டுப் படுக்கைக்குச் செல்ல முடிவு செய்துவிட்டதைப்போல இருந்தது அது.

இரவின் வழக்கமான ஒலிகள் இன்று அவளுக்கு ஆறுதலளிக்கவில்லை. இரவுப் பூச்சிகளின் கூட்டிசை இன்று ஒரு தாலாட்டைப்போல ஒலிக்காமல், அவளுக்கு எச்சரிக்கை விடுக்கின்ற இசையைப்போல இருந்தது.

அன்றைய இரவில் பெரும்பாலான நேரம் அவள் தூங்காமல், தன் முன் இருந்த சாத்தியக்கூறுகள் குறித்தும்

தன் வருங்காலம் குறித்தும் சிந்தித்துக் கொண்டிருந்தாள். அவளுடைய எதிர்காலம், கடந்த வாரம் அவள் கற்பனை செய்து வைத்திருந்ததிலிருந்து முற்றிலும் வேறுபட்டு இருக்கவிருந்தது என்பது அவளுக்குப் புரிந்தது. அப்போது அவள், தான் அலெக்சாண்டரைத் திருமணம் செய்து கொண்டு, வீடு நிறைய குழந்தைகளுடன் வாழப் போவதாகக் கற்பனை செய்திருந்தாள். இப்போது அவள் தன் கடந்தகாலம் முழுவதையும் தலைமுழுக வேண்டும் என்று தீர்மானித்தாள். பின் அவள் எழுந்து உட்கார்ந்து, கட்டிலுக்கு அடியில் தான் வைத்திருந்த, தன் மாமாவின் சிறிய பெட்டியை வெளியே இழுத்தாள். தன் கையில் வைத்திருந்த பித்தளைச் சாவியைக் கொண்டு அவள் அதைத் திறந்தாள். அதற்குள் துழாவி, பாதுகாப்பாளரின் இரண்டாவது விதியைத் தேடி எடுத்தாள். நிலவின் வெளிச்சத்தில் அவள் அதைப் படிக்கத் தொடங்கினாள்.

நன்றியுணர்வு விதி

இரண்டாவது விதி, நன்றியுணர்வு விதி. வெற்றி தழைப்பதற்கான உரம்தான் நன்றியுணர்வு. நன்றியுணர்வு என்ற உரம் எந்த அளவுக்குப் போடப்படுகிறதோ, அதைப் பொறுத்துத்தான் வெற்றியின் அறுவடை இருக்கும். நன்றியுணர்வு எனும் ஆற்றல், பொருத்தமான மக்களையும் யோசனைகளையும் சந்தர்ப்பங்களையும் ஒருவரை நோக்கிக் கவர்ந்திழுக்கும்.

நன்றியால் நிறைந்து வழிகின்ற ஓர் இதயத்தைக் கொண்டிருக்கின்ற ஒருவர், கசப்பான உணர்வுகளைக் கொண்டிருக்கின்ற நபர்களைத் தாண்டிப் பெரும் ஆசிர்வாதங்களைப் பெறுவார். நன்றியுணர்வால் நிறைந்திருக்கின்ற ஒரு வாழ்க்கை எந்தவிதமான எதிர்பார்ப்புகளையும் கொண்டிருக்காவிட்டாலும், அது அபரிமிதத்தாலும் ஆனந்தத்தாலும் நிரம்பி வழியும்.

நன்றியுணர்வுடைய நபர்கள் அன்பாலும் மகிழ்ச்சியாலும் நிறைந்திருப்பர். தொடர்ந்து நன்றியுணர்வு

மனப்போக்கைக் கொண்டிருப்பவர்களால் வாழ்க்கையின் பல புதிர்களை விடுவிக்க முடியும். நன்றியுணர்வுக் கோப்பையிலிருந்து பருகுபவர்கள் புத்துணர்ச்சி பெறுவர். அவர்களுடைய கோப்பை காலியாகக் காலியாக, மீண்டும் மீண்டும் நிரப்பப்பட்டுக் கொண்டே இருக்கும். உங்களுடைய ஆண்டுகள் செழிப்புறும்வரை, உங்களுடைய ஆசிர்வாதங்கள் குறித்துத் தினமும் நன்றியுடையவர்களாக இருங்கள்.

நன்றியுணர்வுடன் இருப்பவர்களை அது தன் இறக்கைகளில் தூக்கிச் சென்று அபரிமிதப் பூமியில் இறக்கிவிடுகிறது. பிறரிடம் நன்றி பாராட்டுங்கள். அது உங்களுடைய ஆற்றலுக்குத் தீனி போடும்.

இதைப் படித்துப் பார்த்தப் பிறகு, ஆரியா, தன் வாழ்க்கையில் இடம்பெற்றிருந்த தனித்துவமான நபர்களைப் பற்றியும் தனக்கு முன்னால் இருந்த வாய்ப்புகளைப் பற்றியும் யோசித்தாள். தன்னுடைய மாமாவின் மறைவை ஓர் இழப்பாகப் பார்க்காமல், அவர் தன் வாழ்வில் இடம்பெற்றிருந்தது குறித்தும், அவர் தனக்கு ஏற்படுத்திக் கொடுத்திருந்த வாய்ப்புகள் குறித்தும், அவரிடமிருந்து தான் கற்றுக் கொண்டிருந்த விஷயங்கள் குறித்தும், அவருடன் சேர்ந்து தான் பெற்றிருந்த அனுபவங்கள் குறித்தும் நன்றியுணர்வுடன் இருப்பதென்று அவள் தீர்மானித்தாள்.

பாதுகாப்பாளருக்கு நன்றியுணர்வு ஏன் முக்கியம் என்பதை விளக்காமலேயே அவளுடைய மாமா மறைந்துவிட்டார். ஒரு தவறான நோக்கத்திற்காக அது பயன்படுத்தப்படுகின்றபோது அது எப்படி ஆபத்தானதாக மாறும் என்பதை அவளால் கற்பனை செய்ய முடிந்தது. ஆனாலும், அந்த இரண்டாவது விதிக்குப் பின்னால் மற்றோர் ஆழமான அர்த்தம் புதைந்திருக்க வேண்டும் என்ற முடிவுக்கு அவள் வந்தாள். ஆனால், துல்லியமாக அது என்ன என்பதை அவளால் கண்டுபிடிக்க முடியவில்லை.

அப்போதைக்கு அதை ஓரமாக வைத்துவிட அவள் முடிவு செய்தாள். தன் வாழ்வில் பெரும் வித்தியாசத்தை

ஏற்படுத்தியிருந்த, தான் நன்றியுணர்வுடன் நினைவுகூர்கின்ற நபர்களின் பெயர்களை அவள் உரக்கக் கூறினாள்.

இறுதியில், ஒருவழியாக அவளால் தன் மனத்தை அமைதிப்படுத்த முடிந்தது. அதைத் தொடர்ந்து அவள் தூங்கிவிட்டாள். தவறுகளைப் பற்றிப் பேசிய புத்தகத்தைப் பற்றியும், தான் பாதுகாப்பாளரின் மூன்றாவது விதியைக் கண்டுபிடித்துவிட்டதுபோலவும் அவள் கனவு கண்டாள். அந்த மூன்றாவது விதி எங்கு மறைத்து வைக்கப்பட்டிருந்தது என்பதைக் கூறாமலேயே அவளுடைய மாமா இறந்துவிட்டார். அதைத் தேடிக் கண்டுபிடிக்கின்ற வேலை இப்போது அவளுடைய தலையில் விழுந்துவிட்டது. அவருடைய கடைசி வார்த்தைகள் அவளுடைய மனத்தில் எதிரொலித்தன. “அதை நீ உள்ளுக்குள் தேட வேண்டும்,” என்று அவர் அவளிடம் கூறியிருந்தார்.

அவள் மறுநாள் காலையில் கண்விழித்துத் தன்னை அலங்கரித்துக் கொண்டாள். ஒரு மணி நேரம் கழித்து அவள் அந்நகரத்திலிருந்து கிளம்பி, அவளுடைய மாமாவின் அலுவலகத்தை நோக்கிக் குதிரையில் சென்றாள். அவள் தன் குதிரையை அந்த அலுவலகத்தின் வாசலில் கட்டிவிட்டு, படிக்கட்டுகளில் ஏறி அந்த அலுவலகத்தின் வாசற்கதவை அடைந்தாள். அவளுடைய மனம் அப்போதும் இரண்டாவது விதியைச் சுற்றியே வட்டமிட்டுக் கொண்டிருந்ததால், கதவருகே வந்து நிமிர்ந்து பார்த்தபோது அவள் திடுக்கிட்டாள். அங்கு அலெக்சாண்டரும், உல்ரிக்கும், இன்னும் மூன்று நபர்களும் நின்று கொண்டிருந்தனர்.

இப்போது என்ன செய்வது?

“ஆரியா, நான் உன்னைப் பற்றிக் கவலைப்பட்டுக் கொண்டிருந்தேன்,” என்று அலெக்சாண்டர் கூறினார். “உன் மாமாவின் மரணம் குறித்து நான் வருத்தம் தெரிவித்துக் கொள்கிறேன்.” அவருடைய கண்கள் பச்சாதாபத்தையும் உண்மைத்தன்மையையும் வெளிப்படுத்திக் கொண்டிருந்தன.

“நாங்கள் எல்லோருமே வருந்துகிறோம். நாங்கள்

அனைவரும் உன் மாமாவை நன்றாகவே அறிவோம்," என்று உல்ரிக் கூறினார். அலெக்சாண்டர் உல்ரிக்கை அறிமுகம் செய்து வைத்தார்.

ஆரியா எதையும் வெளிக்காட்டிக் கொள்ளாமல் தன் தலையை மட்டும் லேசாக ஆட்டினாள்.

"நாங்கள் அதற்காக உன்னிடம் எங்களுடைய ஆழ்ந்த இரங்கலைத் தெரிவித்துக் கொள்கிறோம்," என்று உல்ரிக் கூறினார். அவரால் தன் வெறுப்பை வெற்றிகரமாக மறைக்க முடியவில்லை. "அத்துடன், நாங்கள் ஒரு விஷயத்தைப் பற்றி உன்னிடம் பேச வேண்டும். நாங்கள் மிகவும் முக்கியமானதாகக் கருதுகின்ற ஒன்று உன்னுடைய மாமாவிடம் இருந்ததாக நாங்கள் நம்புகிறோம்."

ஆரியா தன் உண்மையான உணர்ச்சிகளை மறைத்துக் கொண்டு தன்னை நிதானப்படுத்திக் கொள்ள முயன்றாள். பின், அவள் உல்ரிக்கின் கண்களை நேருக்கு நேர் பார்த்தபடி, "அது என்ன என்று நான் தெரிந்து கொள்ளலாமா?" என்று கேட்டாள். உல்ரிக்கின் கண்கள் ஜீவனற்று இருந்தன. அவளால் அவருடைய கண்களை நீண்ட நேரம் உற்றுப் பார்க்க முடியவில்லை. அதனால், அவள் தன் பார்வையை அலெக்சாண்டரின் பக்கம் திருப்பினாள். அலெக்சாண்டரின் கண்களையும் அவளால் சில கணங்களுக்கு மேல் பார்க்க முடியவில்லை. அதனால், அவள் தன் கண்களைத் தாழ்த்திக் கொண்டாள். உல்ரிக் போன்ற ஒருவருக்காக அலெக்சாண்டர் ஏன் வேலை செய்து கொண்டிருந்தார் என்பதை ஆரியாவால் புரிந்து கொள்ள முடியவில்லை.

உல்ரிக் அவளிடம், "உன் மாமாவின் உயில் படிக்கப்பட்டபோது நான் அங்கு இருந்தேன். அதில் அவர் தன் நூலகத்தையும் சில கையெழுத்துப் பிரதிகளையும் உனக்கு விட்டுச் செல்வதாகத் தெரிவித்திருந்தார். அப்புத்தகங்களில் ஒன்று அவரிடம் தவறாகக் கொடுக்கப்பட்டுவிட்டது. அது உண்மையில் என்னுடைய குடும்பத்திற்குச் சொந்தமானது. அது என்னிடம் கொடுக்கப்பட வேண்டும்," என்று கூறினார்.

அவருடைய தவறான கூற்று பரிகாசத்திற்கு

உகந்ததாக இருந்ததால், ஆரியா தனக்குள் பொங்கி எழுந்த சிரிப்பைக் கஷ்டப்பட்டு அடக்கி கொண்டாள். “அவை அனைத்தும் அழிந்துவிட்டன. எங்களுடைய வீடு தீக்கிரையாகிவிட்டச் செய்தி உங்களுக்குத் தெரியுமா?”

“இல்லை,” என்று உல்ரிக் மிக இயல்பாகப் பொய் சொன்னார். “அவர் தன் புத்தகங்களில் சிலவற்றை இங்கு வைத்திருந்தார் என்பது எங்களுக்குத் தெரியும். உள்ளுக்குள் வந்து அவற்றைப் பார்க்க நாங்கள் விரும்புகிறோம்.”

உல்ரிக் கூறிய ‘உள்ளுக்குள்’ என்ற வார்த்தை, அவளுடைய மாமா கூறியிருந்த கடைசி வார்த்தைகளை அவளுக்கு நினைவுபடுத்தியது. அவரும் உள்ளுக்குள் தேட வேண்டும் என்றுதான் சொல்லியிருந்தார். உடனே அவளுக்குப் பொறி தட்டினாற்போல இருந்தது. அவள் உடனே ராபர்ட்டின் வீட்டிற்குச் செல்ல அவசரப்பட்டாள். ஆனால், அதற்கு முன்பாக உல்ரிக்கையும் அவருடைய கும்பலையும் அவள் சமாளித்தாக வேண்டியிருந்தது.

அங்கு நிலவிய அமைதியை அலெக்சாண்டரின் குரல் உடைத்தது. “உன் வீடு நெருப்புக்கு இரையான இரவில் நான் அங்கிருந்தேன். நான் அதற்காக வருந்துகிறேன்,” என்று அவர் கூறினார்.

அலெக்சாண்டருடைய இந்த ஒப்புதல் வாக்குமூலம் ஆரியாவுக்கு வியப்பு ஏற்படுத்தியது. அதோடு, அவளுக்குள் ஒரு சிறிய நம்பிக்கைக் கீற்றையும் அது தோற்றுவித்தது.

அலெக்சாண்டர் தொடர்ந்தார். “அன்று இரவு கேட்டப் பெரும் சத்தத்தைக் கேட்டு நான் விழித்துக் கொண்டேன். எங்கள் வீட்டில் யாரோ தூரத்தில் தெரிந்த நெருப்பையும் புகையையும் கண்டு மற்றவர்களை எழுப்பிவிட்டனர். நான் உடனே உன் வீட்டுக்கு விரைந்தேன். அப்போது நீ அங்கு இருக்கவில்லை. நீ பாதுகாப்பாக இருந்தாய் என்பதை அறிந்து நான் பெரும் நிம்மதி அடைந்தேன். அப்போதிருந்து நான் உன்னிடம் பேச முயற்சி செய்து கொண்டிருந்தேன்.”

ஆரியா அவரை ஏறிட்டுப் பார்த்தாள். கடந்த

சில தினங்களாகத் தன் மனத்தில் தோன்றியிருந்த சந்தேகங்களைக் களைந்தெறிந்துவிட்டு, பழைய நிலைக்குத் திரும்பவும், அவர்மீது முன்பைப்போலவே முழு நம்பிக்கை வைக்கவும் அவள் விரும்பினாள். ஆனால், அவள் ஓர் இருதலைக் கொள்ளி எறும்பாகத் தவித்தாள். ஒரு புறம் சந்தேகம் அவளைவிட்டு அகலவில்லை. மறுபுறம் அவர் அவளுடைய இதயத்தை இழுத்துக் கொண்டிருந்தார். அவள் ஒரு கணம் தன் கண்களை மூடித் தன்னை நிதானப்படுத்தினாள். அவளுடைய மனத்தில் ஒரு திட்டம் உருவானது. தனக்குத் தேவையான வாய்ப்பை அது தனக்குக் கொடுக்கும் என்று அவள் நம்பினாள். அவளுக்கு என்ன தெரியும் என்பது அவர்களுக்குத் தெரியாது. தான் தன் இதயத்தின் பலவீனத்திற்குப் பலியாகாமல் இருக்கவும், தன்னுடைய இலட்சியத்திற்குக் குறுக்கே அலெக்சாண்டர் வந்துவிடாமல் பார்த்துக் கொள்ளவும் அவள் உறுதி பூண்டாள்.

“அலெக்சாண்டர், எனக்கும் உங்களைப் பார்த்ததில் மகிழ்ச்சி. நீங்கள் எல்லோரும் உள்ளே வாருங்கள்,” என்று கூறிவிட்டு, கதவின் அருகே சென்று, தான் கொண்டு வந்திருந்த சாவியை அதற்குள் நுழைத்து அதைத் திறந்தாள். ஒரு புறம், தான் தன் மாமாவுக்கு நம்பிக்கைத் துரோகம் இழைத்துக் கொண்டிருந்தோமோ என்று அவள் அஞ்சினாள். ஆனால், இந்த நேரடிச் சந்திப்பு எப்படியும் தவிர்க்கப்பட முடியாதது என்ற முடிவுக்கு அவள் வந்தாள். அவர்களை இந்தப் பகல் பொழுதில் தானே உள்ளே கூட்டிச் சென்று காட்டிவிடுவது மேல்; இல்லையெனில், அவர்கள் இரவில் கதவை உடைத்து உள்ளே புகுந்து எல்லாவற்றையும் நாசமாக்கிவிடுவார்கள் என்று அவள் கணக்குப் போட்டாள். அதோடு, இப்படிச் செய்வதன் மூலம் விஷயங்கள் ஓரளவு தன் கட்டுப்பாட்டில் இருக்கும் என்று அவள் நம்பினாள்.

“இங்கிருக்கின்ற ஒரு பொருள் உண்மையிலேயே உங்களுடைய குடும்பத்திற்குச் சொந்தமானதாக இருக்கும் பட்சத்தில் அதை உங்களிடம் ஒப்படைக்கவே என் மாமா விரும்புவார்,” என்று கூறிக் கொண்டே

அவள் முன்னால் நடந்தாள்.

அவள் தன்னுடைய மாமாவின் அலுவலக அறைக்குள் சென்றதும், அவள் அங்கிருந்த அலமாரிகளைக் காட்டி, அதில் அவர்கள் தேடிக் கொள்ளலாம் என்று அவர்களிடம் கூறினாள். பின், அருகே இருந்த அறைக்குச் சென்று, அங்கிருந்த காலிப் பெட்டி ஒன்றில் முக்கியமற்றச் சில காகிதங்களைப் போட்டு மூடினாள். அதை அவர்கள் கண்டுபிடிப்பார்கள் என்றும், அது அவர்களுக்குக் குழப்பத்தை ஏற்படுத்தும் என்றும், தன்னுடைய திட்டத்தை நிறைவேற்றத் தேவையான கால அவகாசத்தை அது தனக்குக் கொடுக்கும் என்றும் அவள் நம்பினாள். அந்தப் பெட்டிக்குள் இருந்தது அவர்கள் தேடிக் கொண்டிருந்த கையெழுத்துப் பிரதிகள்தாம் என்று அவர்கள் நம்பினால், அவர்களுடைய கவனம் சிறிது நேரத்தில் அதில் குவிந்திருக்கும் என்றும் அவள் எண்ணினாள்.

மீண்டும் அவளுடைய மாமாவின் அலுவலக அறைக்குத் திரும்பிய ஆரியா, அவர்களிடம், "நீங்கள் உங்களுடைய தேடலைத் தொடருங்கள். நான் உங்களுக்குக் குறுக்கே நிற்க விரும்பவில்லை. நான் வரவேற்பறையில் காத்திருக்கிறேன். நான் இன்னும் என்னுடைய துக்கத்திலிருந்து மீளவில்லை," என்று கூறினாள்.

பின் அவள் அவர்களுக்குத் தெரியாமல் முன் கதவு வழியாக வெளியேறினாள். பின் அவள் தன் குதிரையில் ஏறி, தான் தங்கியிருந்த இடத்திற்கு விரைந்தாள். மூன்றாவது விதி இருக்கும் இடத்தைத் தன் மனம் உண்மையிலேயே தனக்குக் காட்டியிருந்ததாக அவள் நம்பினாள்.

⌘⌘⌘

ஏழாவது தவறு

அன்று சூரியன் பிரகாசமாகவும் இளஞ்சூடாகவும் இருந்தது. டேவிட் கண் விழிப்பதற்கு முன்பாகவே அதன் வெப்பத்தை உணர்ந்தான். அவன் எவ்வளவு நேரம் தூங்கினான் என்பதை அவன் அறிந்திருக்கவில்லை. அதைப் பற்றி அவன் அக்கறை கொண்டிருக்கவும் இல்லை. மிக நீண்டகாலத்திற்குப் பிறகு தான் சுதந்திரமாக இருந்ததாக அவன் உணர்ந்தான்.

நேற்று, புறநகர்ப் பகுதியில் வசித்து வந்த தன் பெற்றோரைப் பார்ப்பதற்கு அவன் தன் காரில் வந்திருந்தான். இரவில் வீட்டில் சமைக்கப்பட்டிருந்த விருந்தை நன்றாக உண்டுவிட்டு, நடு இரவு தாண்டி வெகு நேரம்வரை அவனும் அவனுடைய பெற்றோரும் உரையாடிக் கொண்டிருந்தனர். பின் அவன் அவனுடைய பெற்றோரின் வீட்டில் விருந்தினருக்காக ஒதுக்கப்பட்டிருந்த அறையில் படுத்துத் தூங்கிவிட்டான். அவன் நினைத்திருந்ததைப்போலவே அவன் நிம்மதியாகத் தூங்கிவிட்டிருந்தான்.

தான் வேலையிலிருந்து தூக்கி எறியப்படுவோம், தன்னிடம் போதுமான பணம் இல்லாமல் போய்விடும் அல்லது தன் நற்பெயர் கெட்டுவிடும் என்று அவன் இனியும் பயந்து கொண்டிருக்கவில்லை. அந்தஸ்தையோ அல்லது புகழையோ தேடி அவன் ஓடிக் கொண்டிருக்கவில்லை. அவன் தொடர்ந்து அமைதியாகவும் சௌகரிய உணர்வுடனும் இருந்து வந்தான். அது விவரிப்பிற்கு அப்பாற்பட்டதாக இருந்தது.

தவறுகளைப் பற்றித் தன்னிடம் வெளிப்படுத்தியிருந்த ஆசான்கள், தான் அத்தவறுகளைத் தவிர்க்கவும், தன்னை மேம்படுத்திக் கொள்ளவும், உன்னதமானதொரு வாழ்க்கையை வாழ முயற்சிக்கவும் தன்னை உந்தித் தள்ளிக் கொண்டிருந்ததுதான் தனக்குக் கிடைத்திருந்த இப்புதிய அமைதிக்குக் காரணம் என்பதை அவன் அறிந்திருந்தான். அவனுக்குள் இத்தகைய அமைதி குடிகொண்டிருந்தபோதிலும், அவன் தன் இலக்கை அடையத் துடிப்புடன் செயல்பட்டுக் கொண்டிருந்தான். அவனுடைய வெற்றி வழிகாட்டிக் குழுவில் இருந்த ஒருவர் கூறியிருந்த ஒரு கூற்று அவனுடைய மனத்தில் ஓடிக் கொண்டிருந்தது: “இலட்சியம், அமைதி ஆகிய இரண்டும் சம அளவில் ஒரே நேரத்தில் உங்களை நிரப்பிக் கொண்டிருப்பதுதான் வெற்றியாகும்.”

இன்னும் முழுமையாக விழிப்பு ஏற்படாத நிலையில் படுக்கையில் உருண்டு கொண்டிருந்த அவனுடைய காதுகளில், கீழ்த் தளத்திலிருந்து வந்த பியானோ இசையொலி விழுந்தது. கடந்த வார நிகழ்வுகள் அவனுடைய மனத்தில் ஓடின. அவன் ஒரு புதிய நிறுவனத்தில் இரண்டாவது நேர்முகத் தேர்வுக்குச் சென்றிருந்தான். அவர்கள் தனக்கு வேலை வழங்குவார்கள் என்று அவன் உறுதியாக நம்பிக் கொண்டிருந்தான். அந்த வேலை அவனுக்குக் கச்சிதமாகப் பொருந்தும். தன்னுடைய திறமைகளைப் பயன்படுத்திக் கொள்வதற்கு அந்த வேலையில் அவனுக்கு நிறைய வாய்ப்புகள் இருந்தன. ஆனால், அந்த வேலையை வேறு ஒருவருக்கு வழங்க முடிவெடுத்துவிட்டதாக அந்நிறுவனம் அவனிடம் கூறிவிட்டது. ‘அது போன்ற ஒரு நிறுவனத்தில் எனக்கு ஒருபோதும் வேலை கிடைக்காது. அது என் தகுதிக்கு அதிகம்தான்,’ என்ற எண்ணம் அவனுடைய மனத்தில் தோன்றியது. அவனுடைய புதிய நண்பர்களில் ஒருவர் அந்த எண்ணத்தை, “சரியான சந்தர்ப்பம் என் முன் தோன்றுகின்றபோது, நான் அதை அடைவதிலிருந்து எதுவும் என்னைத் தடுக்காது,” என்று மாற்றிக் கொள்ளும்படி பரிந்துரைத்தார். அவன் தன் மனத்திற்குள், “தற்காலிகப் பின்னடைவு என்பது

ஒரு நிரந்தரமான முன்னேற்றப் பாய்ச்சலுக்கான ஓர் ஏற்பாடுதான்," என்று மீண்டும் மீண்டும் கூறிக் கொண்டான்.

பியானோவின் சத்தம் கூடிக் கொண்டே சென்றது. இன்று காலையில் அவர்களுடைய வீட்டுக்கு விருந்தினர்கள் வரவிருந்ததாக அவனுடைய அம்மா அவனிடம் கூறியிருந்தார். அவர்களில் ஒருவரைச் சந்திக்க அவன் ஆவலாக இருந்தான். அவர் அந்த நகரில் மிகவும் பிரபலமான இசை நடத்துநர். அவரும் அவருடைய மனைவியும் டேவிட்டின் குடும்ப நண்பர்கள்.

சரியாகச் சொல்ல வேண்டுமென்றால், அந்த இசை நடத்துநர் அவனுடைய பெற்றோர்களைவிட அவனுக்குத்தான் அதிக நெருக்கமானவர். அவன் அவரிடம் பல ஆண்டுகள் இசை கற்றிருந்தான். அந்த வகுப்பிலும் சரி, அதைத் தாண்டியும் சரி, அவன் அவரிடமிருந்து இசையைவிட வாழ்க்கையைப் பற்றித்தான் அதிகமாகக் கற்றுக் கொண்டிருந்தான். அவருடைய நேர்மறையான அணுகுமுறை டேவிட்டின்மீது மிகுந்த தாக்கம் ஏற்படுத்தியிருந்தது.

டேவிட் தன் படுக்கையில் புரண்டு கொண்டிருந்தபோது அவனுக்குக் கேட்டப் பியானோ இசை பீத்தோவனின் இசைக் கோர்வை என்பதை அவன் உடனே கண்டு கொண்டான்.

அந்த இசைக் கோர்வையை வடிவமைத்தபோது பீத்தோவனுக்கு வெறும் இருபத்தேழு வயதுதான். அதை அவர் தன்னுடைய நண்பருக்கு அர்ப்பணித்திருந்தார். அது வெளிவந்தபோது அது நன்றாக விற்பனையாகி, பீத்தோவனின் பிரபலத்துவத்திற்கு வலு சேர்த்தது. அது பீத்தோவனின் வாழ்க்கையில் ஒரு திருப்புமுனையாக அமைந்தது. அதில் தொக்கி நின்ற செய்தியை டேவிட் புரிந்து கொண்டான்.

கீழே பியானோ வாசித்துக் கொண்டிருந்த இசை நடத்துநர், டேவிட்டும் தன் வாழ்க்கையில் ஒரு திருப்புமுனையைச் சந்தித்திருந்ததை மறைமுகமாக உணர்த்திக் கொண்டிருந்தாரா?

அவர் அப்படிச் செய்யக்கூடியவர்தான் என்று

டேவிட் நினைத்துக் கொண்டான். அவன் தன் கண்களைத் திறந்தபோது, அந்த அறை சூரிய ஒளியால் மிகவும் பிரகாசமாக இருந்ததைக் கண்டான்.

அவன் எழுந்து பல் தேய்த்துத் தன்னை அலங்கரித்துக் கொண்டு கீழே வரவேற்பறைக்கு வந்தபோது, காலை மணி 9.30 ஆகியிருந்தது. அப்போது அந்த இசை நடத்துநர் பியானோவில் வாசித்துக் கொண்டே டேவிட்டின் பெற்றோரிடம் சிரித்துப் பேசிக் கொண்டிருந்தார்.

"என்னுடைய நண்பர் ஒருவரின் பியானோ வாசிப்புடன் கண்விழிக்கின்ற பாக்கியம் எனக்கு அடிக்கடிக் கிடைப்பதில்லை," என்று டேவிட் அந்த இசை நடத்துநரிடம் கூறினான்.

அதைக் கேட்ட அந்த இசை நடத்துநர், "வணக்கம், டேவிட். உன்னைப் பார்த்து வெகுநாட்கள் ஆகிவிட்டன," என்றார்.

அவர் ஒரே நேரத்தில் பழைய மாதிரியும் இருந்தார், மாறியிருந்ததுபோலவும் தோன்றினார். அவருடைய கண்களில் அதே வேட்கை தெரிந்தது. அதே நேரத்தில், அவர் சற்றுத் தளர்ந்தும் காணப்பட்டார். அவர் அந்தப் பியானோவை நோக்கிச் சிறிது முன்னால் சாய்ந்து அமர்ந்திருந்தார். மூட்டு வீக்கத்தால் அவருடைய கை விரல்கள் பாதிக்கப்பட்டிருந்தாலும், அவருடைய இசை கிட்டத்தட்டக் கச்சிதமாக இருந்தது.

"இதோ வந்துவிடுகிறேன்," என்று அவரிடம் கூறிவிட்டு, டேவிட் சமையலறைக்குள் நுழைந்தான். அவனுடைய வீட்டின் பிற பகுதிகள் புதுப்பிக்கப்பட்டிருந்தபோதிலும், சமையலறை மட்டும் அப்படியே இருந்தது. அவனுடைய அம்மா அதை உடனடியாகச் செய்ய விரும்பினாலும், அது அவர்களுடைய அன்றாட வாழ்க்கையின்மீது தாக்கம் ஏற்படுத்தும் என்பதால், அவனுடைய அப்பா அதைத் தள்ளிப் போட்டுக் கொண்டிருந்தார்.

அந்த இசை நடத்துநரும் தன் வாசிப்பை நிறுத்திவிட்டுச் சமையலறைக்குள் நுழைந்தார்.

"நானும் உன்னுடன் சேர்ந்து இரண்டாவது கோப்பை காபி அருந்துகிறேன்," என்று கூறிவிட்டு, அங்குப் போடப்பட்டிருந்த சாப்பாட்டு மேசையின்

அருகேயிருந்த இருக்கையில் அவர் அமர்ந்தார். வரவேற்பறையில் மீண்டும் பியானோ இசை கேட்டது. அது டேவிட்டை வியப்படையச் செய்யவில்லை. அந்த இசை நடத்துநரின் மனைவியும் நன்றாகப் பியானோ வாசிப்பார். அதை அவனுடைய அம்மா கேட்டுக் கொண்டிருந்தார். தன் வீட்டுக்குப் பியானோ கலைஞர்கள் இருவர் வந்திருந்ததால், அவர்கள் ஒருவர் மாற்றி ஒருவர் இடைவிடாமல் வாசிக்க வேண்டும் என்பது டேவிட்டின் அம்மாவின் அன்புக் கட்டளையாக இருந்தது. அவனுடைய அம்மாவின் முகத்தைப் பார்த்தால், அவர் அந்த இசையைத் தனக்குள் முணுமுணுத்துக் கொண்டிருப்பதுபோலத் தோன்றும். சில நேரங்களில் அவர் தன்னையும் அறியாமல் வாய்விட்டுப் பாடியும் விடுவார்.

தன் வழிகாட்டியுடன் தனியாகச் சிறிது நேரம் செலவிடக் கிடைத்திருந்த வாய்ப்பு குறித்து டேவிட் மகிழ்ச்சி அடைந்தான். தங்களுடைய உரையாடல், இசையில் தொடங்கி, அரசியலுக்குத் தாவி, பின் தனிப்பட்ட விஷயங்களை அலசுவதில் வந்து முடியும் என்று அவன் ஊகித்திருந்தான். அவர் எடுத்த எடுப்பில் அரசியலுக்குத் தாவியது டேவிட்டுக்குச் சிறிது ஏமாற்றமளித்தது. அவர்கள் இருவரும் அரசியலில் எதிரெதிர்க் கருத்துகளைக் கொண்டிருந்தனர். ஆனாலும், இருவரும் தங்களுடைய சொந்தக் கருத்துகள் குறித்துப் பேசுவதில் காட்டிய அதே ஆர்வத்தை, எதிராளியின் கருத்துகளைக் கேட்பதிலும் காட்டினர். அன்றும் பழைய காலத்தைப்போலவே அவர்களுடைய அரசியல் விவாதம் சுவாரசியமாகவே நடைபெற்றது.

பிறகு, பேச்சு இயல்பாக அரசியலிலிருந்து வாழ்க்கையை நோக்கித் திரும்பியது.

"நீ எப்படி இருக்கிறாய்?" என்று அவர் கேட்டார். ஆனால், அந்த இசை நடத்துநர் பொதுவான குசலம் விசாரிக்கின்ற நபர் அல்லர். அவர் கேட்டக் கேள்வி ஆழமான அர்த்தங்களைக் கொண்டிருந்தது.

"சமீப காலத்தில் நான் நிறைய நல்ல அனுபவங்களைப் பெற்றுக் கொண்டிருக்கிறேன்,

நிறைய கற்றுக் கொண்டிருக்கிறேன். வேலை உலகம் நான் எதிர்பார்த்திருந்ததைப்போல இருக்கவில்லை. அலுவலகத்தில் இருந்த மக்கள், அங்கு அரங்கேறிய உள்குத்துகள் போன்றவை என் கண்களைத் திறந்தன. ஆனால், எனக்கு அருமையான அனுபவம் ஒன்றும் கிட்டியது. அதை என்னால் விவரிக்க முடியும் என்று தோன்றவில்லை. அதைச் சொன்னால் நீங்கள் நம்பக்கூட மாட்டீர்கள்," என்று கூறியபோது டேவிட்டின் கண்கள் அகல விரிந்தன.

"அப்படியானால், என்னைச் சோதித்துப் பார்," என்று அவர் அவனை வம்புக்கு இழுத்தார். ஆனால், அவனிடமிருந்து விளக்கம் எதுவும் பெறுவதற்கு முன்பாக அவர் அவனிடம், "மொசார்ட் வானளாவப் புகழப்படுகின்ற ஒரு நபராக விளங்கியதற்கு என்ன காரணம் என்று நீ நினைக்கிறாய்?" என்று கேட்டார்.

அந்த இசை நடத்துநர் அவருக்குப் பிடித்தமான இசை தொடர்பான விஷயத்திற்குள் சென்றுவிட்டது டேவிட்டுக்கு வியப்பு ஏற்படுத்தவில்லை. ஆனால் அவர் அவனுடைய பதிலுக்காகக் காத்திருக்காமல் அவரே அதற்கு விளக்கமும் அளித்தார்.

"அவர் ஒருபோதும் திருப்தி அடையவில்லை. அவர் எப்போதும் தன்னை முடுக்கிவிட்டுக் கொண்டே இருந்தார். அவர் எப்போதும் புதிய விஷயங்களில் ஈடுபட்டுக் கொண்டே இருந்தார். அவருடைய வாழ்க்கையின் எந்தக் கட்டத்தை வேண்டுமானாலும் எடுத்துக் கொள். அவர் அதோடு நிறுத்திக் கொண்டிருந்திருக்கலாம். ஆனால் அவர் புதிய புதிய சிகரங்களைத் தொடத் துடித்துக் கொண்டிருந்தார். அக்காலத்தில் நிலவிய எதிர்பார்ப்புகளுக்குள் தன்னை அடக்கிக் கொள்ள அவர் மறுத்தார். பிறர் தன்னை ஒரு கட்டத்திற்குள் அடைப்பதற்கு அவர் ஒருபோதும் இடம் கொடுக்கவில்லை. உலகம் தன்னை நினைவில் வைத்திருக்க வேண்டும் என்று அவர் விரும்பினார். அவர் தலைசிறந்த படைப்புகளைப் படைக்க ஆசைப்பட்டார்."

அந்த இசை நடத்துநர் அதை வாழ்க்கையோடு பொருத்தி எதையாவது கூறுவார் என்று டேவிட்

பொறுமையாகக் காத்துக் கொண்டிருந்தான். ஆனால், அவர் அப்படிச் செய்யவில்லை. மாறாக, அவர் இசை வரலாற்றைத் தொடர்ந்தார்.

“தான் தொடர்ந்து கற்றுக் கொண்டே இருக்க வேண்டும் என்பதை அவர் உணர்ந்திருந்தார். சிம்பொனி இசையைத் தொடர்ந்து அவர் ஓப்பெரா இசைக்குச் சென்றார். பின்னர் அவர் சேம்பர் இசைக்குத் தாவினார். நகைச்சுவை இசையையும் அவர் விட்டு வைக்கவில்லை. எல்லாவற்றிலும் அவர் கால் பதித்திருந்தார்.”

அவரிடமிருந்து கற்றுக் கொள்வது டேவிட்டுக்கும் மிகவும் பிடிக்கும். அவர் ஓர் இசைக் கலைஞராக இருந்தாலும் அடிப்படையில் அவர் ஓர் ஆசிரியர்.

அவரைப் பற்றியும், எப்போது அவர் எதற்குத் தாவுவார் என்பதைப் பற்றியும் தான் நன்கு அறிந்து வைத்திருந்ததாக டேவிட் நினைத்திருந்தான். ஆனால், இம்முறை அவருடைய செய்கை அவனை வியப்பின் உச்சிக்கே கொண்டு சென்றுவிட்டது. அவனுடைய வாழ்வில் சமீப காலத்தில் நிகழ்ந்த பல விநோதமான சம்பவங்கள்கூட அவனுக்கு இந்த அளவு ஆச்சரியம் ஏற்படுத்தியிருக்கவில்லை.

அக்கணத்தில் அந்த இசை நடத்துநர் எந்தவிதமான பெரிய முன்னறிவிப்புமின்றி, தன் பக்கம் குனிந்து ஒரு பழைய புத்தகத்தைக் கையில் எடுத்தார். அவனைப் பல மாதங்களாக வியப்பில் வைத்திருந்த அதே புராதனமான புத்தகத்தைத்தான் அவரும் தன் கையில் வைத்திருந்தார்.

“தனித்துவமானவனாக நிற்காமல் கூட்டத்தில் ஒருவனாகத் தன்னைப் பொருத்திக் கொள்வதுதான் ஏழாவது தவறு.”

“எனக்கு என்ன சொல்வது என்றே தெரியவில்லை,” என்று டேவிட் தட்டுத் தடுமாறிக் கூறினான். தான் டேவிட்டின்மீது ஏற்படுத்தியிருந்த வியப்புணர்வை அவர் வெகுவாக இரசித்துக் கொண்டிருந்தார். “தவறுகளைப் பற்றி எனக்குச் சொல்லிக் கொடுக்க வந்துள்ள ஆசான், உண்மையிலேயே என்னுடைய ஆசிரியரா? என்னால் நம்பவே முடியவில்லை.”

அது ஏதோ தினந்தோறும் நடைபெற்றுக்

கொண்டிருந்த ஒரு காரியம் என்பதுபோல அவர் தன் கையை அசைத்து அதை அலட்சியப்படுத்திவிட்டுத் தொடர்ந்து பேசலானார். "மொசார்ட் பயங்கர சுறுசுறுப்புடன் இயங்கிக் கொண்டிருந்தார். தான் எடுத்தக் காரியத்தில் வெற்றி பெற வேண்டும் என்ற அவருடைய துடிப்புக்கு இணையாக இருந்தது அவருடைய வேலையில் அவர் காட்டிய அர்ப்பணிப்பு. அவருடைய சாதனைக்கு நிகரான ஒன்று இன்றுவரை படைக்கப்படவே இல்லை.

"உனக்குத் தெரியுமா, டேவிட்? அவர் இறப்பதற்கு முன்பாக அறுநூறு இசைக் கோர்வைகளைப் படைத்திருந்தார். இவ்வளவுக்கும் அவர் தன்னுடைய முப்பத்தைந்தாவது வயதிலேயே இறந்து போனார்."

"ஆமாம். இது அநியாயத்திற்குச் சின்ன வயதுதான்," என்று கூறி டேவிட் புன்னகைக்க முயன்றான்.

"அவர் அளவுக்கு உலகின்மீது இவ்வளவு நீண்டகாலம் நீடித்திருக்கின்ற தாக்கத்தை வேறு எவரொருவரும் ஏற்படுத்தி இருக்கவில்லை."

அந்த இசை நடத்துநர் இசை வரலாற்றையும் தவறுகளின் மர்மத்தையும் கலந்து தன்னைக் கலங்கடித்துக் கொண்டிருந்ததைக் கவனித்த டேவிட், அவரிடம், "நீங்கள் இப்படி என்னை வியப்புக்குள்ளாக்கியதை நீங்கள் வெகுவாக இரசித்துக் கொண்டிருக்கிறீர்கள், அப்படித்தானே?" என்று கேட்டான்.

"நம்மில் பெரும்பாலானோர், கூட்டத்தோடு எப்படி நம்மை ஐக்கியப்படுத்திக் கொள்வது என்பதை நம் வாழ்நாள் முழுவதும் கற்றுக் கொண்டே இருக்கிறோம். குறிப்பாக, நாம் பருவ வயதில் இருக்கின்றபோது, நாம் தனித்துவப்பட்டு இருக்கத் துணிந்தால், அதற்காக நாம் கடுமையாகச் சாடப்பட்டு இருக்கிறோம்."

டேவிட் ஏழாவது வகுப்பில் படித்துக் கொண்டிருந்தபோது, அவன் அணிந்திருந்த ஓர் உடைக்காக அவன் பல நாட்கள் கிண்டலுக்கும் கேலிக்கும் ஆளான ஒரு சம்பவம் அவனுடைய நினைவுக்கு வந்தது. அவன் எதுவும் பேசாமல், அவர் கூறியதை ஒப்புக் கொள்வதுபோலத் தன் தலையை

ஆட்டினான்.

"கூட்டத்தோடு ஐக்கியப்பட்டு இருப்பது நமக்கு ஆற்றல்மிக்கப் பிணைப்புணர்வைக் கொடுப்பதால், நம்மில் பலர், தனித்துவமாக நிற்பது குறித்துக் கற்பனை செய்வதுகூட இல்லை. ஆனால், மகத்துவம் எப்போதும் வித்தியாசப்பட்டுத்தான் நிற்கும். நீ தனியாக நிற்கவில்லை என்றால், பதவி உயர்வுக்கு நீ கவனத்தில் எடுத்துக் கொள்ளப்பட மாட்டாய். சந்தையில் நீ கவனிக்கப்பட மாட்டாய். முக்கியமான வாய்ப்புகள் உனக்கு வழங்கப்பட மாட்டாது."

தான் தன்னுடைய பூர்விக வீட்டில், பின்னணியில் பியோனோ இசை ஒலிக்க, ஆசுவாசமாகத் தன் நண்பருடன் உரையாடிக் கொண்டிருந்ததை டேவிட் இரசித்து அனுபவித்துக் கொண்டிருந்தான்.

அவர் தொடர்ந்து பேசினார். "மாபெரும் வெற்றியாளர்கள் மூன்று பேரைச் சொல்," என்று கூறிய அவர், டேவிட்டின் பதிலுக்குக் காத்திராமல் தொடர்ந்தார். "அவர்கள் அனைவரும் தனித்துத் தெரிவார்கள் என்பதை அடித்துக் கூறலாம். அவ்வளவு ஏன், தன் வேலையை மிகச் சிறப்பாகச் செய்கின்றவர்களை எடுத்துக் கொண்டால்கூட இது உண்மையாகத்தான் இருக்கும்." அவர் தன் பேச்சை நிறுத்திவிட்டு, ஆறிப் போயிருந்த காபியைச் சிறிது பருகினார். பின், தன்னுடைய பேச்சை டேவிட் கவனமாகக் கேட்டுக் கொண்டிருந்தானா என்று அவர் அவனை உற்றுப் பார்த்தார்.

டேவிட் அவருடைய பேச்சில் மூழ்கிப் போயிருந்தான்.

அவர் தொடர்ந்து பேசினார். "தொடர்ந்து எதிர்பார்ப்புகளைத் தாண்டி செயல்பட்டுக் கொண்டிருப்பதும் தனித்துவப்பட்டு நிற்பதுதான்."

திடீரென்று மேகங்களுக்குப் பின்னாலிருந்து வெளிப்பட்டச் சூரியனின் கதிர்கள் அந்த அறைக்குள் புகுந்து அதைப் பிரகாசப்படுத்தின. டேவிட் அவரிடம், "நீங்கள் சொல்வது உண்மைதான். அலுவலகத்தில்கூட மற்றவர்கள் எப்படிச் செயல்பட்டுக்

கொண்டிருக்கிறார்களோ நீங்களும் அப்படியே நடந்து கொள்ள வேண்டும் என்றுதான் எல்லோரும் எதிர்பார்க்கிறார்கள். நீங்கள் தனித்துவமாக இருப்பதை அவர்கள் ஏற்றுக் கொள்வதில்லை," என்று கூறினான்.

"பிறர் கூட்டத்தோடு ஐக்கியப்பட்டு இல்லாதிருக்கின்றபோது நம்மில் பெரும்பாலானோர் அசௌகரியமாக உணர்கிறோம். மக்களை ஓர் ஒழுங்குமுறைக்குள் அடைப்பதற்கு ஆற்றல்மிக்க வழிமுறைகள் பின்பற்றப்படுகின்றன. மாபெரும் தலைவர்கள் சாதாரணங்களின் ஈர்ப்பை அலட்சியம் செய்துவிட்டு அசாதாரணங்களை நோக்கிப் பீடு நடை போடுகின்றனர்."

அக்கணத்தில் வரவேற்பறையில் பியானோ இசை நின்றது. அவனுடைய அம்மாவும் அந்த இசை நடத்துநரின் மனைவியும் அரட்டையடிக்க முடிவு செய்திருந்தனர்போலும். டேவிட் அவர் கூறியதை அசை போட்டுக் கொண்டிருந்தான்.

அவர் தொடர்ந்து பேசினார். "இந்தத் தவறு குறித்து நான் அவதானித்துள்ள முக்கியமான விஷயம் இதுதான்: 'நீ தனித்து நிற்பதால் நம்பகத்தன்மை உருவாகிறது. நீ உன்னுடைய இலட்சியத்திற்கு உண்மையாக இருக்கின்றபோது, இயல்பாகவே நீ தனித்துவமானவனாகத் திகழ்வாய். உனக்குக் கிடைத்துள்ள தனித்துவமான ஆசிர்வாதத்தின் வெளிப்பாடுதான் நீ உருவாக்கிக் கொள்கின்ற நம்பகத்தன்மையாகும்.' "

பின் அவர் அந்தப் பழைய புத்தகத்தை மூடித் தன் மடியில் வைத்துக் கொண்டார். பிறகு அவர் டேவிட்டின் கையை இறுகப் பற்றிக் கொண்டு எழுந்து நின்றார்.

"நாம் இதுவரை உரையாடியுள்ளதிலேயே இதுதான் எனக்கு மிகவும் பிடித்த உரையாடல். இதை உன்னுடன் பகிர்ந்து கொள்வதை எனக்குக் கிடைத்த ஒரு தனிச் சலுகையாக நான் கருதுகிறேன்."

பின் அவர் அந்தப் புத்தகத்தைத் தான் கொண்டு வந்திருந்த பைக்குள் கவனமாக வைத்துக் கொண்டார். "அவர்கள் நம்மைத் தேடி வருவதற்குள் நான் இங்கிருந்து

நகர்ந்துவிடுகிறேன். அடுத்து நான் பியானோவில் சோப்பின் இசை ஒன்றை வாசிக்கட்டுமா?”

டேவிட் அவரை நோக்கிப் புன்னகை புரிந்தான். பின் அவன் தன் சொந்த எண்ணங்களில் மூழ்கிவிட்டதால், அவர் அங்கிருந்து நகர்ந்ததைக்கூடச் சரியாகக் கவனிக்காமல் விட்டுவிட்டான். பின் திடீரென்று அவனுக்கு ஏதோ ஒன்று உறைத்தது. முக்கியமான ஒன்றை அந்த இசை நடத்துநர் தன்னிடம் கொடுக்காமல் சென்றுவிட்டாரே என்று நினைத்து, அவன் அவரைப் பின்தொடர்ந்து வரவேற்பறைக்குச் செல்வதற்காக எழுந்தான். அப்போது சமையலறை மேடையில் ஒரு காகிதம் இருந்ததை அவன் கவனித்தான். அவர் அதை அங்கு வைத்ததை அவன் கவனித்திருக்கவில்லை. ஆனால், அது அவன் ஆவலுடன் எதிர்பார்த்திருந்த காகிதம்தான். அதை எடுத்து அவன் மெதுவாகப் படித்தான். அடுத்தச் சில நாட்களில் தான் அதை மீண்டும் மீண்டும் பல முறை படிப்போம் என்பதை அவன் உணர்ந்தான்.

ஏழாவது தவறு:

தனித்துவமானவனாக நிற்காமல் கூட்டத்தில் ஒருவனாகத் தன்னைப் பொருத்திக் கொள்வது

நம்மில் பெரும்பாலானோர், கூட்டத்தோடு எப்படி நம்மை ஐக்கியப்படுத்திக் கொள்வது என்பதைத்தான் நம் வாழ்நாள் முழுவதும் கற்றுக் கொண்டே இருக்கிறோம்.

வெற்றியாளர்கள் எப்போதும் தங்களை முடுக்கிவிட்டுக் கொண்டும், எப்போதும் கற்றுக் கொண்டும், எப்போதும் புதிய விஷயங்களில் ஈடுபட்டுக் கொண்டும் இருக்கின்றனர்.

மகத்துவம் எப்போதும் வித்தியாசப்பட்டுத்தான் நிற்கும்.

நீங்கள் தனித்துவப்பட்டு நிற்கவில்லை என்றால், நீங்கள் கடந்து செல்லப்படுவீர்கள், கண்டுகொள்ளப்பட மாட்டீர்கள், உதாசீனப்படுத்தப்படுவீர்கள்.

தொடர்ந்து எதிர்பார்ப்புகளைத் தாண்டிச் செயல்பட்டுக் கொண்டிருப்பதும் தனித்துவப்பட்டு நிற்பதுதான்.

மாபெரும் தலைவர்கள் சாதாரணங்களின் ஈர்ப்பை அலட்சியம் செய்துவிட்டு அசாதாரணங்களை நோக்கிப் பீடு நடை போடுகின்றனர்.

நீங்கள் தனித்து நிற்பதால் நம்பகத்தன்மை உருவாகிறது.

நீங்கள் உங்களுடைய இலட்சியத்திற்கு உண்மையாக இருக்கின்றபோது, இயல்பாகவே நீங்கள் தனித்துவமானவராகத் திகழ்வீர்கள்.

உங்களுக்குக் கிடைத்துள்ள தனித்துவமான ஆசிர்வாதத்தின் வெளிப்பாடுதான் நீங்கள் உருவாக்கிக் கொள்கின்ற நம்பகத்தன்மை.

எட்டாவது தவறு

அந்த ஓவியத் துணியின்மீது வண்ணங்கள் தெறித்தெழுந்து கொண்டிருந்தன. அதை வரைந்து கொண்டிருந்த அந்த ஓவியப் பெண்ணின் ஒவ்வொரு தூரிகையோட்டமும் புதிய புதிய ஆச்சரிய அம்சங்களை அதில் தோற்றுவித்துக் கொண்டிருந்தது. பச்சை, சிவப்பு என்று பல வண்ணங்கள் அங்கொன்றும் இங்கொன்றுமாகத் தோன்றின. ஒரு மலை, ஒரு நீரோடை என்று பல உருவங்கள் அதிலிருந்து முளைத்தன. ஏதோ ஓர் இனம் புரியாத சக்தி அவரை வழிநடத்தியதுபோல அவர் வண்ணங்களைத் தீட்டினார். அன்று அவர் வழக்கத்திற்கு மாறாகச் சீக்கிரமாகவே தன் வேலையைத் துவக்கியிருந்தார். அப்போது குளிர்காலம் விடைபெற்றுக் கொண்டிருந்தது, வசந்தகாலம் இன்னும் மலர்ந்திருக்கவில்லை.

அந்தப் பெண்ணின் ஓவியக்கூடம் மக்கள் நடமாட்டமிக்க ஓரிடத்தில் அமைந்திருந்தது. அவருடைய வீட்டின் சன்னல் வழியாக, அந்த வழியாகச் சென்றோரால் அவர் வரைந்து கொண்டிருந்த காட்சியைப் பார்க்க முடிந்தது. பலர் அங்கு நின்று அவர் வரைந்து கொண்டிருந்ததை வேடிக்கை பார்த்துக் கொண்டிருந்தனர்.

காலைச் சூரியனும் தன் பங்குக்கு அதன் மகத்துவத்தை உயர்த்தப் பாடுபட்டுக் கொண்டிருந்தது. இந்த ஓவியர் தன் வேலையில் மும்முரமாக மூழ்கியிருந்ததால், வெளியே ஒரு சிறு கூட்டம் சேர்ந்திருந்ததை அவர் கவனிக்கவில்லை. அங்குக்

குழுமியிருந்தவர்கள் அவருடைய ஓவியத் திறமையைப் பற்றிச் சிலாகித்துப் பேசிக் கொண்டிருந்தனர்.

டேவிட் வழக்கமாகச் செல்கின்ற பூங்கா, பழுது பார்க்கப்படுவதற்காகத் தற்காலிகமாக மூடப்பட்டிருந்ததால், அவன் இத்தெரு வழியாக வந்தான். அன்று அவன் வழக்கத்தைவிடச் சீக்கிரமாகக் கிளம்பியிருந்ததால், அங்குக் கூடியிருந்த கூட்டத்தைப் பார்த்ததும் அவன் நின்றான். அந்த ஓவியரின் ஓவியப் பாணியை அவன் உடனே புரிந்து கொண்டான். அவன் வங்கிக்குச் சென்றிருந்தபோது அங்குத் தான் பார்த்திருந்த ஓவியத்தை இதே பெண்மணிதான் வரைந்திருந்தார் என்பதை அவன் கண்டுகொண்டான்.

டேவிட் உள்ளே பார்த்த அதே கணத்தில் அந்தப் பெண் வெளியே எட்டிப் பார்த்தார். அவருடைய பார்வை டேவிட்டின்மீது நிலைத்தது. அவர் தன் தூரிகையை நளினமாகக் கீழே வைத்துவிட்டு, அந்த ஓவியக்கூடத்தின் வாசற்கதவைத் திறந்துவிட்டார். உள்ளே வந்து பார்வையிடுமாறு அவர் அனைவரையும் அழைத்தார். அங்கு வேடிக்கை பார்த்துக் கொண்டிருந்தவர்களில் ஒரு சிலர் தங்களுடைய வேலையைப் பார்ப்பதற்காக அங்கிருந்து நகர்ந்துவிட்டனர். ஆனால், பெரும்பாலானோர், உள்ளே சென்று அங்கு விற்பனைக்கு வைக்கப்பட்டிருந்த ஓவியங்களைப் பார்வையிடத் தொடங்கினர்.

டேவிட்டை நோக்கி வந்த ஓவியர், "இங்கு வந்ததற்கு நன்றி. நான் எப்படி வேலை செய்கிறேன் என்பதைப் பார்க்க உங்களுக்கு விருப்பமா?" என்று கேட்டார்.

டேவிட் அதற்கு, "நான் இன்று வேலைக்குச் சீக்கிரமாகவே கிளம்பிவிட்டேன். இந்தக் கூட்டத்தைப் பார்த்ததும் நான் நின்றுவிட்டேன். உங்களுடைய விலையுயர்ந்த ஓவியங்களை வாங்குகின்ற நிலையில் நான் இல்லை. ஆனால், உங்களுடைய படைப்பாற்றலைப் பார்வையிட நான் நிச்சயமாக விரும்புகிறேன்," என்று கூறினான்.

அந்த ஓவியர் டேவிட்டைப் பார்த்து ஆத்மார்த்தமாகப் புன்னகைத்தார். அந்தப் புன்னகையில்

மகிழ்ச்சி, அமைதி, கனிவு ஆகிய அனைத்தும் ஒருங்கே வெளிப்பட்டன. அது டேவிட்டுக்கு இதமளித்தது.

“இங்கு வாருங்கள். இது எப்படி உருவாகிறது என்பதை நான் விவரிக்கிறேன்,” என்று டேவிட்டிடம் கூறிவிட்டு, தான் ஓவியம் வரைந்து கொண்டிருந்த இடத்திற்கு அவர் அவனை அழைத்துச் சென்றார்.

அவர் தொடர்ந்து அந்த ஓவியத்தை வரைந்து கொண்டே விளக்கமளித்துக் கொண்டிருந்தார். நீண்டகாலத்திற்கு முன்பு அவன் பார்த்திருந்த ஒரு தொலைக்காட்சி நிகழ்ச்சியை அது அவனுக்கு நினைவுபடுத்தியது. அந்த நிகழ்ச்சியில், ஓர் ஓவியர், கற்பனையான பார்வையாளர்களிடம், தான் வரைந்து கொண்டிருந்த ஓவியத்தைப் பற்றி விளக்கினார். அது மிகவும் எளிதான காரியம் என்பதுபோல அவர் அதை எடுத்துரைத்தார். ஆனால், அது எவ்வளவு கடினம் என்பதை அதைப் பார்த்தவர்களால் எளிதில் புரிந்து கொள்ள முடிந்தது.

பின் அவர் அவன் முற்றிலும் எதிர்பார்க்காத ஒன்றைச் செய்தார்.

பின் அவர் ஒரு தூரிகையை எடுத்து, கலக்கி வைக்கப்பட்டிருந்த வண்ணத்தில் அதைக் குழைத்து, டேவிட்டின் கையில் அதைக் கொடுத்தார்.

“இப்போது உங்களுடைய முறை,” என்று டேவிட்டிடம் அவர் எதிர்பார்ப்புடன் கூறினார். “இக்கணத்தைவிடச் சிறந்த கணம் எதுவும் இருக்க முடியாது.”

“என்னை மன்னித்துக் கொள்ளுங்கள். நான் என்னை ஒரு படைப்பாளியாகக் கருதிக் கொள்பவன்தான். ஆனால், என்னிடம் கண்டிப்பாக ஓவியத் திறன் சிறிதுகூடக் கிடையாது,” என்று டேவிட் கூறினான்.

“இந்த உலகில் எல்லையற்ற வாய்ப்புகள் இருக்கின்றன. நம்முடைய மனம்தான் நம்மை மட்டுப்படுத்துகிறது. உங்களுடைய மனம் விதிக்கின்ற கட்டுப்பாடுகளை நீங்கள் மீறினால், அந்த மட்டுப்படுத்தல்கள் மாயமாக மறைந்துவிடும். உங்களுடைய கண்களை மூடிக் கொண்டு, நீங்கள் எதை உருவாக்க விரும்புகிறீர்கள்

என்பதை உங்களுடைய மனக்கண்ணில் பாருங்கள்."

டேவிட் தன் கண்களை மூடி ஒரு கணம் கற்பனை செய்தான். அந்த ஓவியர் டேவிட்டின் கரங்களைப் பிடித்துக் கொண்டார். அடுத்தக் கணம் அவனுடைய விரல்களில் ஒரு தூரிகை திணிக்கப்பட்டது. அடுத்து அவனுடைய கரம் அந்த ஓவியத் துணிக்கு அருகே கொண்டு செல்லப்பட்டதை அவன் உணர்ந்தான். ஆனால், உடனே அவன் உறைந்து போனான். தான் எதைச் செய்தாலும் விலைமதிப்புமிக்க அந்த ஓவியம் உருக்குலைந்துவிடும் என்று அவன் பயந்தான்.

அந்த ஓவியர் அவனுக்கு வழிகாட்டினார். அவனின் ஊடாக அவர் செயல்பட்டதுபோல இருந்தது.

"தவறுகள் பற்றிக் கவலைப்படாதீர்கள். எந்தத் தவற்றையும் சரி செய்துவிட முடியும்." அவர் தொடர்ந்து ஊக்கமளித்தார். கண்மூடித் திறப்பதற்குள் அவன் உண்மையிலேயே ஓவியம் தீட்டத் தொடங்கியிருந்தான். அது அவனுக்கு எப்படி வந்தது, எங்கிருந்து வந்தது என்பது தெரியாது. ஒரு சில நிமிடங்களுக்குப் பிறகு அவன் சற்றுப் பின்னால் நகர்ந்து பார்த்தான். அந்த ஓவியத்தில் தான் சேர்த்திருந்த விஷயங்கள் குறித்து அவன் உண்மையிலேயே திருப்தி அடைந்தான். அவருடைய வழிகாட்டுதல் இல்லாமல் அது சாத்தியப்பட்டிருக்காது என்பதை அவன் அறிந்திருந்தபோதிலும், அவனுடைய முகத்தில் ஒரு புன்னகை மலர்ந்ததை அவனால் தடுக்க முடியவில்லை.

"பிரமாதம். உங்களுக்குள் ஓவியத் திறமை ஒளிந்திருக்கிறது!"

அந்த ஓவியத்தைப் பிரமிப்புடன் பார்த்தவாறே, "இதைச் செய்ய என்னை அனுமதித்ததற்கு உங்களுக்கு நன்றி. பின்னர் இதை நீங்கள் சரி செய்ய வேண்டியிருக்கும் என்பது எனக்குப் புரிகிறது," என்று டேவிட் கூறினான். அவன் தன் கையிலிருந்த தூரிகையைக் கவனமாக அவரிடம் கொடுத்தான். அவர் அதை வாங்கி இலாவகமாகத் துடைத்து ஓரிடத்தில் வைத்தார்.

"நீங்கள் சொல்வது உண்மைதான். இதன்மீது நான் சில பூச்சு வேலைகளைச் செய்வேன். ஆனால், நீங்கள்

உண்மையிலேயே நன்றாக வரைந்துள்ளீர்கள்," என்று கூறிய அந்தப் பெண், அவனிடம் ஒரு கேள்வி கேட்டார். அதை அவன் சிறிதுகூட எதிர்பார்த்திருக்கவில்லை என்பதால் அவன் சற்றுத் தடுமாறிப் போனான். "உங்களுடைய வாழ்க்கை ஓர் ஓவியத்துணியாக இருந்தால், நீங்கள் இப்போது உருவாக்கிக் கொண்டிருப்பது குறித்து நீங்கள் திருப்தியடைவீர்களா?"

டேவிட் அந்த அறையைச் சுற்றிப் பார்த்தான். அவனுடைய கண்கள் எதையோ தேடின. இது தனக்கான அடுத்தப் பாடமாக இருக்குமோ என்று அவன் யோசித்தான். அதனால், அவரிடம் நேரடியாகவே கேட்டுவிடுவது என்ற முடிவுக்கு அவன் வந்தான். "ஆற்றல்மிக்கப் பாடங்களைக் கொண்ட பழைய புத்தகம் ஏதாவது உங்களிடம் இருக்கிறதா?"

அந்த ஓவியர் ஓர் அர்த்தமிக்க விதத்தில் சிரித்துவிட்டு, "நீங்கள் கேட்டதால் . . ." என்று கூறிவிட்டு, அருகேயிருந்த ஓர் அலமாரியிலிருந்து அவனுக்குப் பரிச்சயமாகிப் போயிருந்த ஒரு புத்தகத்தைக் கையில் எடுத்தார். "இப்போது நீங்கள் எட்டாவது தவறுவரை வந்துவிட்டுள்ளதால், இதைத் தேடுகின்ற அளவுக்கு நீங்கள் முன்னேறியிருக்கிறீர்கள் என்பதை என்னால் ஊகிக்க முடிகிறது."

"அது ஓரளவுக்குத்தான் உண்மை. நீங்கள் என் ஆவலைத் தூண்டிய, அர்த்தம் பொதிந்த அந்தக் கேள்வியைக் கேட்கின்றவரை, நான் உங்களைச் சந்தேகிக்கவில்லை. இப்போது உங்களுடைய கேள்விக்கு வருகிறேன். நான் அந்த அளவுக்குத் திருப்தி கொண்டிருக்கிறேன் என்று கூற முடியாது. ஆனால், நான் சரியான திசையில் நடந்து கொண்டிருக்கிறேன் என்ற உணர்வு எனக்கு இருக்கிறது."

"உங்களுடைய பதில் நேர்மையாக இருக்கிறது," என்று அவனைப் பாராட்டிய அந்த ஓவியர், தொடர்ந்து பேசினார். "வாழ்க்கை ஒரு பரிசு என்று கூறப்படுவதை நாம் அடிக்கடிக் கேட்கிறோம். அது உண்மைதான் என்றாலும், அதை ஓர் அலமாரியில் வைத்து அழகு பார்த்துக் கொண்டிருக்க முடியாது.

எதையாவது படைப்பதற்காக நமக்கு வழங்கப்பட்டுள்ள ஒரு பரிசுதான் வாழ்க்கை. நாம் தேர்ந்தெடுக்கின்ற எதை வேண்டுமென்றாலும் நம்மால் படைக்க முடியும். அதன் வடிவமைப்பு நம்முடைய சிந்தனையிலிருந்துதான் தொடங்குகிறது. நான் என் மனத்தில் ஒரு விஷயத்தைத் தெள்ளத் தெளிவாகப் பார்க்கின்றவரை நான் அதைக் கற்பனை செய்து கொண்டே இருப்பேன். பின் அதை ஓர் ஓவியத் துணியில் என்னால் கச்சிதமாக வரைந்துவிட முடியும். சரியாகச் சொல்ல வேண்டுமென்றால், நாம் எதைத் தீவிரமாக அடிக்கடிக் கற்பனை செய்கிறோமோ, அது படைக்கப்பட்டுவிடுகிறது. நான் ஓர் ஓவியர் மட்டும் அல்லள்," என்று கூறிவிட்டு, அவர் அந்த அலமாரியிலிருந்து இன்னொரு புத்தகத்தை எடுத்து அவனிடம் காட்டினார். அது முழுவதும் எண்களாலும் அட்டவணைகளாலும் நிறைந்திருந்தது.

"ஓவியம் வரைதல் நான் செய்கின்ற பல வேலைகளில் ஒன்று. வாழ்த்து அட்டைகளைத் தயாரிக்கின்ற ஒரு தொழிலையும், ஆடை வடிவமைப்புத் தொழிலையும், இன்னும் பற்பல தொழில்களையும் நான் நடத்தி வருகிறேன். அவை அனைத்தும் சிறப்பாகச் செயல்பட்டுக் கொண்டிருக்கின்றன. ஆனால், அவற்றை நான் கிட்டத்தட்ட நாசமாக்கவிருந்தேன். எட்டாவது தவற்றைப் பற்றி நான் தெரிந்து கொண்டதுதான் என்னைக் காப்பாற்றியது."

"உங்களுடைய கலை தொடர்பாக இத்தனை விஷயங்களை நீங்கள் செய்து கொண்டிருக்கிறீர்களா? அபாரம். ஆனால், என்னை இனியும் காக்க வைக்காதீர்கள். எட்டாவது தவறு என்ன என்பதை என்னிடம் சொல்லிவிடுங்கள்."

"வரையறைக்கு உட்பட்ட, குறிப்பிட்ட எண்ணிக்கையிலான வெற்றிகள் மட்டுமே இருப்பதாக எண்ணிக் கொண்டிருப்பதுதான் எட்டாவது தவறு."

அதை அவர் சொல்லி முடித்ததும், அவருடைய ஊழியர்களில் ஒருவர், தன்னருகே வருமாறு அந்த ஓவியரை நோக்கிச் சைகை செய்தார். அவருடைய ஓவியங்களில் ஒன்றை வாங்கிய ஒரு வாடிக்கையாளர்,

அந்த ஓவியர் அதில் கையெழுத்துப் போட்டுக் கொடுக்க வேண்டும் என்று அவருடைய ஊழியரை நச்சரித்துக் கொண்டிருந்தார். அந்த ஓவியர் அங்குச் சென்று அதில் கையெழுத்துப் போட்டுவிட்டு உடனடியாக டேவிட்டிடம் திரும்பி வந்தார். பிறகு, எதுவும் நடந்திராததுபோல அவர் தன் பேச்சைத் தொடர்ந்தார். “தொடக்கக் காலத்தில், பிறருடைய படைப்புகளைப் பார்க்கின்றபோது நான் பொறாமை கொள்வேன். என்னை அந்த நபருடன் நான் ஒப்பிடுவேன். அவர்கள் செழிப்புடன் இருப்பதைக் கண்டு நான் எனக்குள் குமைவேன். இதைச் சொல்வதற்கு அவமானமாகத்தான் இருக்கிறது. ஆனால், நான் அப்படித்தான் இருந்தேன்.”

பிரபலமாக இருந்த அவனுடைய நண்பனைப் பற்றி அவன் கொண்டிருந்த பொறாமை உணர்வு டேவிட்டுக்கு அப்போது நினைவுக்கு வந்தது. “நீங்கள் சொல்வதை என்னால் துல்லியமாகப் புரிந்து கொள்ள முடிகிறது,” என்று அவன் அவரிடம் கூறினான்.

அவர் மிகவும் வெளிப்படையாகப் பேசியது டேவிட்டுக்குப் பிடித்திருந்தது. தவறுகள் குறித்து அவனுக்கு விவரித்திருந்த அனைவருமே, தங்களுடைய தவறுகள் குறித்து ஒளிவுமறைவின்றி இருந்தனர் என்பதை டேவிட் நினைவுகூர்ந்தான்.

அவர் தொடர்ந்து பேசினார். “யாராவது ஒருவர் மிகச் சிறப்பாகச் செயல்பட்டுக் கொண்டிருந்தால், எனக்குக் குறைவான பங்கே கிடைக்கும் என்று நான் எண்ணிக் கொள்வேன். ஆனால், இந்தப் பிரபஞ்சத்தில் எல்லையற்றச் சாத்தியக்கூறுகள் இருப்பதை அப்போது நான் உணரவில்லை. உங்களுடைய சாத்தியக்கூறுகளுக்கு எல்லையே இல்லை. வேறொருவருடைய வெற்றி உங்களுடைய சொந்தச் செயல் வல்லமையையோ அல்லது ஆற்றலையோ ஒருக்காலும் மட்டுப்படுத்தாது. பிறருடைய வெற்றியால் நீங்கள் ஊக்கமடைய வேண்டுமே ஒழிய, கலவரமடையக்கூடாது.”

டேவிட் அவரை நோக்கி அடுத்தடுத்துப் பல கேள்விக் கணைகளைத் தொடுத்தான். “அந்த மனப்போக்கை நீங்கள் எப்படி உருவாக்கிக் கொண்டீர்கள்? இப்படிப்பட்ட

மனப்போக்கு என்னிடம் ஏன் இயல்பாகவே இல்லை?" அந்தத் தவற்றின் தாக்கம் குறித்து அவன் யோசிக்க யோசிக்க, அதன் சக்தியைப் புரிந்து கொள்வதற்கான ஆர்வம் அவனிடம் மேன்மேலும் அதிகரித்தது.

அந்த ஓவியர் தலையசைத்து அவனுடைய கேள்விகளை ஏற்றுக் கொண்டு அவனை நோக்கிப் புன்னகை புரிந்தார். அவர் நேரடியாக அவனுடைய கேள்விகளுக்கு பதில் சொல்லவில்லை என்றாலும் அவர் தன் பேச்சைத் தொடர்ந்தார். "ஓர் ஓவியக் கண்காட்சியில் மற்றோர் ஓவியர் தன்னுடைய ஓவியத்தை மிகப் பெரிய தொகைக்கு விற்றால், 'அதே விலை கொடுத்து வாங்கக்கூடிய நபர்கள் அங்கு வேறு யாரும் இருக்க மாட்டார்கள். அதனால், என்னுடைய ஓவியங்களை என்னால் விற்க முடியாது,' என்று நான் நினைத்துக் கொள்வேன். அத்தகைய எண்ணங்கள் எனக்குள் பெரும் கொந்தளிப்பை ஏற்படுத்தின. வெற்றி பெறுவதற்குக் கணக்கிலடங்காத வழிகள் இருக்கின்றன என்பதை நான் பின்னர்தான் புரிந்து கொண்டேன். நான் கவலை கொள்ள வேண்டிய ஒரே வரையறை எனக்கு நானே விதித்துக் கொள்கின்ற வரையறை மட்டுமே என்பதை நான் உணர்ந்து கொண்டேன்."

"இன்று நீங்கள் ஒரு மிகப் பெரிய வெற்றியாளராகத் திகழ்கிறீர்கள். அப்படி இருக்கும்போது, உங்களுடைய தொடக்கக் கால விஷயங்கள் உங்களுக்கு நினைவிருக்கின்றன என்பதே எனக்கு வியப்பாக இருக்கிறது," என்று டேவிட் அவரிடம் கூறினான்.

"நான் அதை அடிக்கடி என் மனத்தில் ஓடவிட்டுப் பார்ப்பேன். வாழ்க்கையில் எது உண்மையிலேயே அர்த்தமுள்ளது, நம்மால் எப்படிப் பிறருக்கு உதவ முடியும் என்பதை எனக்கு நானே நினைவுபடுத்திக் கொள்வதற்காக அதை நான் செய்கிறேன். இன்னொரு விஷயத்தையும் இங்கு நான் சொல்லியாக வேண்டும். நான் ஓரளவு வெற்றி பெற்றப் பிறகு, போராடிக் கொண்டிருக்கும் ஓவியர்களை நான் இளக்காரமாகப் பார்த்து வந்தேன். அவர்களோடு என்னை ஒப்பிட்டு நான் தற்பெருமை கொண்டேன். அது ஒரு கேவலமான

செயல். அதை மீறுவதற்கு நான் மிகவும் கஷ்டப்பட்டேன். பக்குவமடைந்துள்ள வெற்றியாளர்கள் போராடிக் கொண்டிருக்கின்ற நபர்களை ஊக்குவிக்கின்றனர். பிறர் வெற்றியடைய அவர்களை நீங்கள் எவ்வளவு அதிகமாக ஊக்குவிக்கிறீர்களோ, அவ்வளவு அதிகமான வெற்றிகளை நீங்கள் உங்களை நோக்கிக் கவர்ந்திழுப்பீர்கள். அது அற்புதமானது.”

அந்த ஓவியர் மேலும் சில கருத்துகளைத் தெரிவிக்க விரும்பியதால், உட்கார்ந்து பேசலாம் என்று கூறி, அந்த அறையின் ஒரு மூலையில் இருந்த மேசைக்கு அருகே டேவிட்டை அழைத்துச் சென்றார். அங்கிருந்த நாற்காலிகளில் அவர்கள் இருவரும் உட்கார்ந்து கொண்டனர். அந்த ஓவியரின் ஊழியர்களில் ஒருவர் அவர்கள் இருவருக்கும் சூடான காபி கொண்டு வந்து கொடுத்தார். “இதை நான் மீண்டும் வலியுறுத்த விரும்புகிறேன். ஏனெனில், இது முக்கியமானது. வாய்ப்புகளுக்கு எல்லையே இல்லை. வேறு யாரேனும் வெற்றி பெறும்போது உங்களுடைய மனநிலை எப்படி இருக்கிறது என்று அவதானியுங்கள். உங்களுடைய பொறாமையுணர்வை ஆர்வ உணர்வாக மாற்றுங்கள்.”

டேவிட் அதைப் பற்றி யோசித்தான். தான் தன்னுடைய நண்பனின் வெற்றி குறித்துப் பொறாமை கொண்டதற்குப் பதிலாக, அவனை அணுகி, வெற்றி அவனுக்கு எப்படிச் சாத்தியப்பட்டது என்பது குறித்த விபரங்களை அவனிடமிருந்து தான் கேட்டுத் தெரிந்து கொண்டிருந்திருக்க வேண்டும் என்று அவன் நினைத்தான். அவன் அப்படிச் செய்திருந்தால், அவன் தன் இலக்கை வெற்றிகரமாக அடைவதற்கு அவனுக்குச் சில நல்ல துப்புகள் கிடைத்திருக்கும்.

டேவிட் ஓர் ஆழ்ந்த யோசனையில் இருந்ததை உணர்ந்து கொண்ட அந்த ஓவியர், சிறிது நேரம் இடைவெளி விட்டுவிட்டு, பிறகு தன் பேச்சைத் தொடர்ந்தார். “வாழ்க்கையில் வெற்றி பெற்றுள்ள அல்லது மகிழ்ச்சியாக இருக்கின்ற அல்லது சாந்தமாக இருக்கின்ற ஒருவரை நீங்கள் பார்த்தால், அதற்கான காரணங்களை அவரிடம் கேளுங்கள். பெரும்பாலான

நேரங்களில் அவர்கள் அதைப் பற்றித் திறந்த மனத்துடன் பேசத் தயாராக இருப்பதைக் கண்டு நீங்கள் வியப்படைவீர்கள். அவர்கள் கூறுகின்ற விஷயங்களில் பல உங்களுக்குப் பொருத்தமாக இருக்கலாம். அப்படி இருக்கின்ற விஷயங்களை நீங்கள் உங்களுடைய வாழ்க்கையில் பின்பற்றலாம்.”

அவர்கள் இன்னும் சிறிது நேரம் பேசிக் கொண்டிருந்தனர். இடையில் அந்த ஓவியர் மற்றொரு முறை கையெழுத்து இடுவதற்காக எழுந்து சென்றார். அப்போது, தனக்குப் பரிச்சயமான வெற்றியாளர்கள் குறித்துத் தன்னுடைய மனப்போக்கு எப்படி இருந்தது என்று டேவிட் யோசித்தான். தன்னுடன் படித்த, வாழ்க்கையில் இன்னும் வெற்றி பெற முடியாமல் இருப்பவர்கள் குறித்தும் அவன் சிந்தித்தான். வாழ்க்கையில் தடுமாறிக் கொண்டிருந்த தன் நண்பன் ஒருவனைத் தொலைபேசியில் அழைத்து, தான் அவனுக்கு உதவத் தயாராக இருந்ததை அவனுக்குத் தெரிவிக்க வேண்டும் என்று டேவிட் முடிவு செய்து கொண்டான். அதேபோல, ஒரு வெற்றியாளராகத் திகழ்ந்த தன் தோழி ஒருத்திக்கு, அவளை வாழ்த்தி அவன் ஒரு குறுஞ்செய்தி அனுப்பினான். அவளிடமிருந்து தான் சில விஷயங்களைக் கற்றுக் கொள்ள விரும்புவதாகவும், தான் அவளை நேரில் சந்திக்க ஆசைப்படுவதாகவும் அவன் அச்செய்தியில் தெரிவித்தான். ஒரு நிமிடத்திற்குள் அவளிடமிருந்து பதில் வந்துவிட்டது. டேவிட்டைச் சந்திக்க அவள் மகிழ்ச்சியுடன் ஒப்புக் கொண்டாள்.

அந்த ஓவியர் திரும்பி வந்ததும் டேவிட் அவரிடம் இந்தத் தகவலைப் பகிர்ந்து கொண்டான். பிறகு அவன் தன் காபியைக் குடித்து முடித்துவிட்டு அங்கிருந்து கிளம்புவதற்காக எழுந்தான். அந்த ஓவியர் அவனைக் கட்டிப் பிடித்து, அவனுக்கு மேலும் ஊக்கமளிக்கின்ற சில வார்த்தைகளைக் கூறினார். “இதை நீங்கள் தலைகீழாகவும் பயன்படுத்தலாம். எடுத்துக்காட்டாக, மகிழ்ச்சியற்று இருக்கின்ற, மன உளைச்சலோடு காணப்படுகின்ற, கொந்தளிப்பான மனநிலையில் இருக்கின்ற நபர்களிடம் நீங்கள் கேட்கலாம். அவர்களும்

ஏதோ ஒரு பயணத்தில் இருப்பவர்கள்தாம். அவர்கள் எங்கோ சறுக்கிவிட்டுள்ளார்கள், அவ்வளவுதான். அவர்களும் தங்களுடைய அந்த நிலைக்கான காரணத்தை உங்களிடம் பகிர்ந்து கொள்ளத் தயாராக இருப்பர். எவற்றையெல்லாம் செய்யக்கூடாது என்பதை நீங்கள் அவர்களிடமிருந்து கற்றுக் கொள்ளலாம். எவற்றைச் செய்ய வேண்டும் என்று கற்றுக் கொள்கின்ற அளவுக்கு, எவற்றைச் செய்யக்கூடாது என்று கற்றுக் கொள்வதும் முக்கியமானதுதான்."

பின் அந்த ஓவியர் ஒரு காகிதத்தை எடுத்து அவனுடைய கோட்டுப் பாக்கெட்டுக்குள் செருகினார். டேவிட் அவரிடம், "மற்றவர்களைப்போல நீங்கள் ஏன் இதை என்னிடம் இரகசியமாகக் கொடுக்க முனையவில்லை?" என்று கேட்டான்.

அதைக் கேட்டு பலமாகச் சிரித்த அந்த ஓவியர், "இது எப்படி வேலை செய்கிறது என்பதை இப்போது நீங்கள் முழுமையாக அறிந்துள்ளீர்கள் என்பதால்தான் நான் இப்படிச் செய்தேன்," என்று பதிலளித்தார்.

டேவிட் உடனே அங்கிருந்து கிளம்பிவிடவில்லை. சற்று தள்ளி இருந்து அவன் அவரை அவதானித்தான். அவர் பிறரை எப்படி வரவேற்றார், மற்றவர்களுடன் எப்படி உறவாடினார் போன்றவற்றை அவன் பார்த்தான். அவருடன் பேசிய ஒவ்வொருவரும் அந்த இடத்தில் தாங்கள்தான் மிகவும் முக்கியமானவர்கள் என்ற உணர்வைப் பெற்றதை அவன் கவனித்தான்.

இறுதியில் அவன் அந்த ஓவியரை நோக்கிக் கையசைத்துவிட்டு அங்கிருந்து கிளம்பினான். அவரும் திருப்பிக் கையசைத்தார். அவன் அந்த ஓவியக்கூடத்தின் வாசலை அடைந்தபோது, அந்த ஓவியருடைய ஊழியர்களில் ஒருவர் அவனை நிறுத்தி, ஒரு பரிசுப் பொருளை அவனிடம் கொடுத்துவிட்டு, "இதை உங்களிடம் கொடுக்குமாறு அந்த ஓவியர் கூறினார்," என்று தெரிவித்தார். டேவிட் அதைப் பெற்றுக் கொண்டான்.

டேவிட் தன் அலுவலகத்திற்கு வந்து சேர்ந்த பிறகு அந்தப் பரிசுப் பொருளைப் பிரித்தான்.

இலையுதிர்காலத்தில் இருக்கின்ற ஒரு பூங்காவின் அழகான ஓவியம் அது. அதை உற்றுப் பார்த்தபோது, அவன் வியப்பில் துள்ளிக் குதித்தான். அது ஏதோ ஒரு பூங்கா அல்ல. அவன் அடிக்கடிக் கடந்து சென்ற பூங்கா அது. ஆனால், அந்த ஓவியத்தில், அவன் முதன்முதலாக ஒரு பெண்ணைச் சந்தித்தபோது அந்த நிஜமான பூங்கா எப்படி இருந்ததோ அது அப்படியே வரையப்பட்டிருந்தது. அதே மரங்கள், அதே பெஞ்சு ஆகியவற்றோடு, அந்த அழகான பெண்ணும் அதில் இடம்பெற்றிருந்தாள். டேவிட்டால் தன் கண்களை நம்பவே முடியவில்லை. ‘இது சாத்தியமே இல்லை!’ என்று அவன் தனக்குத் தானே கூறிக் கொண்டான்.

வீட்டுக்குத் திரும்பிச் செல்கின்ற வழியில் அந்த ஓவியக்கூடத்திற்கு மீண்டும் சென்று, அதைப் பற்றி அந்த ஓவியரிடம் கேட்க வேண்டும் என்று அவன் தீர்மானித்துக் கொண்டான். பிறகு அவன் தன்னுடைய கோட்டுப் பாக்கெட்டில் இருந்த காகிதத்தை எடுத்துப் படிக்கத் துவங்கினான்.

எட்டாவது தவறு:

வரையறைக்கு உட்பட்ட, குறிப்பிட்ட எண்ணிக்கையிலான வெற்றிகள் மட்டுமே இருப்பதாக எண்ணிக் கொண்டிருப்பது

நம்முடைய எண்ணங்கள்தாம் நம் வாழ்க்கையின் வடிவமைப்பைத் தீர்மானிக்கின்றன.

நாம் எதைத் தீவிரமாக அடிக்கடிக் கற்பனை செய்கிறோமோ, அது படைக்கப்பட்டுவிடுகிறது.

இந்தப் பிரபஞ்சத்தில் எல்லையற்றச் சாத்தியக்கூறுகள் இருக்கின்றன.

உங்களுடைய ஆற்றலுக்கு வரம்பே இல்லை.

உங்களுடைய மனம் விதிக்கின்ற கட்டுப்பாடுகளைப் பற்றி மட்டும்தான் நீங்கள் கவலைப்பட வேண்டும்.

பிறருடைய வெற்றியால் நீங்கள் ஊக்கமடைய வேண்டுமே ஒழிய, கலவரமடையக்கூடாது.

பக்குவமடைந்த வெற்றியாளர்கள் பிறரை ஊக்குவிப்பதன் மூலம் அவர்களுக்கு உதவுகின்றனர்.

பிறருக்கு உதவுவது மக்களை உங்களை நோக்கிக் கவர்ந்திழுத்து, உங்களுடைய வெற்றியின் சாத்தியக்கூற்றை மேம்படுத்துகிறது.

ஒரு வெற்றியாளரைப் பார்க்கின்றபோது உங்களிடம் தோன்றுகின்ற பொறாமையை ஆர்வமாக மாற்றிக் கொள்ளுங்கள்.

⌘⌘⌘

ராபர்ட்டின் வீட்டுக்கு வந்த ஆரியா, படிக்கட்டுகளில் வேகமாக ஏறி, அவ்வீட்டின் கனமான வாசற்கதவைத் திறந்து தன் வருகையை அறிவித்தாள். உள்ளேயிருந்து எட்டிப் பார்த்த ராபர்ட்டின் மனைவியை நோக்கி அவள் கையாட்டிவிட்டு வேகமாகத் தன் அறையை நோக்கி ஓடினாள்.

அங்குச் சென்றவுடன், தன் அறைக் கதவை மூடிவிட்டு, சன்னல் வழியாக எட்டிப் பார்த்து அங்கு எவரும் இருக்கவில்லை என்பதை அவள் உறுதி செய்து கொண்டாள். அங்கு எவரும் அவள் கண்களில் தென்படவில்லை. சூரியன் கருமேகங்களுக்குப் பின்னால் மறைந்து கொண்டிருந்தது.

அவள் தன் படுக்கைக்குக் கீழே குனிந்து, அங்கிருந்து தன் மாமாவின் சிறிய பெட்டியை வெளியே இழுத்தாள். பின் கூடுதல் எச்சரிக்கையாக, அவள் அங்கிருந்த ஒரு நாற்காலியை இழுத்து அந்த அறைக் கதவின் தாழ்ப்பாளுக்கு அண்டை கொடுத்தாள்.

பின் அவள் அந்தப் பெட்டியைத் திறந்து, அதற்குள் இருந்த கையெழுத்துப் பிரதியை வெளியே எடுத்தாள். அதன் கடைசிப் பக்கம் தான் விட்டுச் சென்றதைப்போலவே இருந்ததா என்று அவள் பரிசோதித்தாள். அது அப்படியேதான் இருந்தது. பாதுகாப்பாளரின் இரண்டாவது விதி இப்போது முதல் விதியின் பின்னால் இருந்தது. அவளுடைய மாமா கடைசியாக உதிர்த்திருந்த ‘உள்ளுக்குள்’ என்ற வார்த்தை அவளுடைய நினைவுக்கு வந்தது.

அவள் அந்தப் பெட்டியின் அடிப்பகுதியைத் தடவிப் பார்த்தாள். எதுவும் தென்படவில்லை.

பின் அவள் அதன் முனை ஓரமாகத் தடவிப் பார்த்தாள். நூல்போல ஏதோ ஒன்று தென்பட்டது. ஒரு சில நூல்கள் இருந்தன. அதற்குள் தன்னுடைய இரண்டு விரல்களை நுழைத்து அவள் இலேசாக இழுத்தாள். அப்பெட்டியின் அடிப்பகுதி அவளுடைய கையோடு மேலே வந்தது. அதற்குள் ஒரு இரகசிய அறை இருந்தது.

அதற்குள் பாதுகாப்பாளரின் மூன்றாவது விதி இருந்தது. கூடவே, அழகான தங்க நாணயங்கள் சிலவும் அதில் இருந்தன.

அவள் மூன்றாவது விதியைப் படிக்க விரும்பினாள். ஆனால், ஏதோ ஒன்று அவளை அதைச் செய்ய விடாமல் தடுத்தது. அதனால் அவள் அந்த முயற்சியைக் கைவிட்டாள். இப்போது அந்தக் கையெழுத்துப் பிரதியும் மூன்று விதிகளும் தன் வசம் இருந்ததை அவள் உணர்ந்தாள். அவற்றை அவள் எப்பாடு பட்டாவது பாதுகாக்க வேண்டியிருந்தது. அவள் அனைத்தையும் மீண்டும் அந்தப் பெட்டியில் போட்டுப் பூட்டினாள்.

அவள் அந்தப் பெட்டியோடு அங்கிருந்து மறைந்தாக வேண்டும். உல்ரிக் எப்பாடு பட்டாவது அவற்றைப் பெற முயல்வார் என்பதை அவள் அறிந்திருந்தாள். உல்ரிக்கின் கண்களிலிருந்து அவற்றை மறைக்க அவள் விரும்பினாள்.

ஆரியா மீண்டும் சன்னலருகே சென்று பார்த்தாள். எவரும் தென்படவில்லை.

அவள் அந்த அறையின் மூலைக்குச் சென்று, அவளுடைய மாமா தன்னுடைய பயணங்களின்போது எடுத்துச் சென்ற சிறிய தோல் பையை எடுத்தாள். அந்தப் பெட்டியை அவள் அதற்குள் வைத்தாள். வேறு சில அத்தியாவசியப் பொருட்களையும் அவள் அதில் போட்டாள்.

பின் அவள் அந்த அறையைச் சுற்றி நோட்டம் விட்டாள். அவளுடைய மாமா அவளுக்காகச் சிறிதளவு பணம் விட்டுச் சென்றிருந்தது அவளுடைய நினைவுக்கு வந்தது. அவள் அதையும் எடுத்துக் கொண்டாள். பின்

எவர் கண்களிலும் படாமல் அவள் அந்த வீட்டின் முன்வாசல் வழியாக வெளியேறினாள். அவள் அந்தப் பையைத் தன் தோளில் மாட்டிக் கொண்டாள்.

அவள் அந்த வீட்டின் தோட்டப் பகுதியின் குறுக்காக நடந்து சென்று கொண்டிருந்தபோது மழை கொட்டத் தொடங்கியது. குளிரில் அவளுக்கு நடுக்கம் ஏற்பட்டது. அவளைத் தேடிக் கொண்டிருந்த நபர்களின் கைகளில் அந்தக் கையெழுத்துப் பிரதி கிடைத்துவிடக்கூடாது என்ற உறுதிதான் இப்போது அவளை உந்தித் தள்ளிக் கொண்டிருந்தது. அந்தத் தோட்டத்தின் எல்லைக்குச் சென்ற அவள், சேறாகிப் போயிருந்த தரையில் படுத்தவாறு சற்றுத் தள்ளியிருந்த சாலையை நோட்டம் விட்டாள்.

உல்ரிக்கின் ஆட்கள் ராபர்ட்டின் வீட்டை நோக்கி வந்து கொண்டிருந்ததை அவள் பார்த்தாள். உல்ரிக் ஒரு சாம்பல் நிறக் குதிரையில் முன்னால் வந்து கொண்டிருந்தார். அலெக்சாண்டர் மற்றவர்களுக்கு நடுவே வந்து கொண்டிருந்தார். உல்ரிக் அந்த வீட்டின் முன்பகுதியை அடைந்தார். குதிரைகளின் சத்தம் கேட்டு ராபர்ட்டின் மனைவி வெளியே வருவார் என்றும், அவரும், தான் அந்த வீட்டுக்கு உள்ளேதான் இருந்ததாக நினைத்துக் கொள்வார் என்றும் ஆரியா ஊகித்தாள். அவளுடைய குதிரையும் வந்திருந்த நபர்களின் கண்களுக்கு முன்னால்தான் இருந்தது. அவள் உள்ளே இருந்தாள் என்ற தவறான நம்பிக்கையை அதுவும் அவர்களுக்கு அளிக்கும். அவர்கள் அவள் இருந்த திசையை உற்றுப் பார்க்காதவரை, இந்த ஏற்பாடு அவளுக்குக் கூடுதலாகச் சிறிது நேரத்தைப் பெற்றுக் கொடுக்கும்.

அவள் பின்பக்கமாக மெதுவாக ஊர்ந்து சென்று, ஒரு பெரிய புதருக்குப் பின்னால் அவர்களின் கண்பார்வையில் படாமல் மறைந்து கொண்டாள். பின் அவள் அங்கிருந்து மெதுவாக முன்னேறிச் செல்லத் துவங்கினாள். அப்போது, தன்னிடமிருந்து எந்தச் சத்தமும் எழாமல் அவள் பார்த்துக் கொண்டாள்.

ராபர்ட்டின் வீட்டுக்கு அருகே இருந்த ஓர் ஓடையின்

குறுக்கே இருந்த ஒரு பாலத்தை நோக்கி அவள் நடந்தாள். தான் அவர்களுடைய கண்களில் மண்ணைத் தூவிவிட்டதாக அவள் நம்பிக் கொண்டிருந்தபோதுதான் தூரத்தில் ஒரு நாய் குரைக்கும் சத்தம் அவளுக்குக் கேட்டது. அதைத் தொடர்ந்து சிலரின் கூச்சலும் கேட்டது. அவள் பயந்ததுபோலவே நடந்துவிட்டது. அவர்கள் அவளைப் பின்தொடர்ந்து இங்கும் வந்துவிட்டார்கள்போலும். அவர்கள் தன்னைக் கண்டுபிடிக்க அனுமதிக்கக்கூடாது; குறிப்பாக, இப்போது தன்னுடைய தோளில் தொங்கிக் கொண்டிருந்த பையோடு தான் அவர்களிடம் மாட்டிக் கொள்ளக்கூடாது என்பதில் அவள் உறுதியாக இருந்தாள்.

தான் அந்த நீரோடையைக் கடந்து சென்றுவிட்டால் நாய்களால் தன்னை மோப்பம் பிடிக்க முடியாது என்பதை ஆரியா அறிந்திருந்தாள். அவள் ஆழமாக ஒரு முறை சுவாசித்தாள். எந்தத் தடையை எதிர்கொண்டாலும் அதைக் கடந்து முன்னே செல்ல வேண்டும் என்று அவள் உறுதி பூண்டாள். தன்னுடைய இடப்புறமாக அவள் பார்த்தபோது, அங்கு ஒரு மரத்தில் ஒரு பெருக்கல் குறி போடப்பட்டிருந்ததை அவள் கண்டாள். அந்த இடத்தில் அந்த நீரோடை அதிக ஆழமாக இருக்காது என்பதைக் குறிப்பதற்காக அவளுடைய மாமா போட்டிருந்த குறி அது.

அவள் நீரைத் தொட்டுப் பார்த்தாள். அதன் குளிர் இரத்தத்தை உறைய வைப்பதாக இருந்தது. பின் அவள் தன் பல்லைக் கடித்துக் கொண்டு நீரில் இறங்கி அந்த ஓடையைக் கடந்து மறுபுறத்தை அடைந்தாள். அங்குச் சென்றதும் ஒரு பெரிய மரத்திற்குப் பின்னால் அவள் மறைந்து கொண்டாள். இப்போது அவள் ஒரு நிம்மதிப் பெருமூச்சு விட்டாள். குளிரில் அவள் நடுங்கிக் கொண்டிருந்தாலும் பாதுகாப்பாக இருந்தாள். அப்போது ஏதோ சத்தம் கேட்டது. அவள் துணிந்து லேசாக எட்டிப் பார்த்தாள். ஓடையின் மறுபுறம் இரண்டு நாய்களும் சில மனிதர்களும் தென்பட்டனர். அவர்களில் அலெக்சாண்டரும் இருந்தார். அவர் நேராக அவளைப் பார்த்துக் கொண்டிருந்தார். அவளுடைய

கால்கள் உணர்விழந்து கொண்டிருந்தன. ஆனால், அவள் துளிகூட அசையாமல் அப்படியே இருந்தாள். ஒரு நீண்ட கணத்திற்கு ஆரியாவும் அலெக்சாண்டரும் ஒருவரையொருவர் பார்த்தபடி அப்படியே நின்றனர். அலெக்சாண்டருடன் வந்தவர்கள் மட்டும் அந்த இடத்தில் தேடிக் கொண்டிருந்தனர்.

அப்போது அலெக்சாண்டர், “அதோ! அங்கே!” என்று சுட்டிக்காட்டினார். ஆனால், அவர் அவள் இருந்த இடத்தைச் சுட்டிக்காட்டிக் கொண்டிருக்கவில்லை. அவர்களிடம் அவர், “அவளுடைய காலடித்தடம் அந்தப் பாலத்தை நோக்கிச் செல்கிறது,” என்று கத்தினார்.

அவளைத் தேடிக் கொண்டிருந்த நபர்கள் அவள் இருந்த இடத்தை விட்டுவிட்டு வேறு பக்கமாகச் செல்லத் தொடங்கிய பிறகு ஆரியா தன் கைகள் இரண்டையும் ஒன்றோடொன்று தேய்த்துச் சூடாக்கினாள். பிறகு அவள் தன் கால்களையும் தேய்த்துவிட்டாள்.

நினைத்தவுடனேயே தன்னுள் அமைதியை உருவாக்கிக் கொள்கின்ற தன் மாமாவின் திறன் தனக்கு இருந்தால் நன்றாக இருக்கும் என்று அவள் எண்ணிக் கொண்டாள். இப்போது அவளைத் துரத்திக் கொண்டிருந்தவர்களிடமிருந்து வெகு தூரம் தள்ளி இருக்கவும் அவள் விரும்பினாள். அவள் தன் கண்களை மூடிக் கொண்டாள். அவளுடைய மாமாவின் நினைவுகள் அவளுக்குள் காட்டாற்று வெள்ளமாகக் கரைபுரண்டு வந்தன. பின் அவள் தன் மனத்தை உறுதியாக்கிக் கொண்டாள். தான் சாக்குப்போக்குகள் எதையும் கூறிக் கொண்டு வாளாவிருக்கப் போவதில்லை என்றும், தனக்குக் கிடைத்திருந்த அனைத்து வாய்ப்புகளுக்கும் தான் நன்றி பாராட்டப் போவதாகவும், தான் ஒரு இலட்சிய நோக்குடன் வாழப் போவதாகவும் அவள் உறுதி பூண்டாள்.

திடீரென்று கேட்ட ஒரு சிறிய சத்தம் அவளை நிகழ்கணத்திற்கு அழைத்து வந்தது. அவள் ஆபத்தைப் பொருட்படுத்தாமல் அந்த மரத்திற்குப் பின்னாலிருந்து எட்டிப் பார்த்தாள். அது உல்ரிக்கின் குதிரையின் மூச்சொலி. அது நீரோடையின் இந்தப் பக்கம்

வந்திருந்தது. உல்ரிக் அந்தக் குதிரைமீது இருக்கவில்லை. அவர் அந்தக் குதிரைமீது அமர்ந்திருந்திருந்தால் அவளைப் பார்த்திருப்பார். அவர் எங்குச் சென்றார் என்பது தெரியவில்லை.

அவள் தன்னைச் சுற்றிலும் பார்த்தாள். உல்ரிக் எங்குச் சென்றார் என்பது தெரியவில்லை.

அவர் எந்நேரமும் தன்னைக் கண்டுபிடித்துவிடக்கூடும் என்று ஆரியா பயந்தாள். பின் அவள் தன் கண்களை மூடிக் கொண்டாள். இப்போது உடனடியாக அவளுக்கு ஒரு திட்டம் தேவைப்பட்டது. தன்னை அறியாமல் அவள் தன் மார்புக்குக் குறுக்காக ஒரு சிலுவைக் குறி இட்டுக் கொண்டாள். அப்போது, அவளுடைய கழுத்தைச் சுற்றி அவள் கட்டியிருந்த சிறு சால்வையின்மீது அவளுடைய கை பட்டது. அது அவளுக்குச் சிறிது நம்பிக்கையைக் கொடுத்தது. அவள் அந்தச் சால்வையைத் தன் கழுத்திலிருந்து எடுத்தாள். தன்னுடைய தலையில் கட்டியிருந்த சிவப்பு நிற ரிப்பனையும் அவள் அவிழ்த்தாள். உடனே அவள் தயாரிப்பில் இறங்கினாள். இதை அவள் பல முறை செய்திருந்தாள். சரியாகச் சொல்ல வேண்டுமென்றால், அவளுடைய மாமாவுடன் பல முறை இதை ஒரு விளையாட்டாக அவள் விளையாடியிருந்தாள். இப்போது திரும்பிப் பார்க்கின்றபோது, அது விளையாட்டு அல்ல, அது ஒரு முன்தயாரிப்பு என்பது அவளுக்குப் புரிந்தது. அருகில் கிடந்த ஒரு பெரிய கல்லை எடுத்து அந்தத் தற்காலிக உண்டிவில்லில் அவள் சுற்றினாள்.

தான் ஏற்படுத்தவிருந்த கவனச்சிதறல் தனக்கு ஒரு சில நொடிகளை மட்டுமே பெற்றுத் தரும் என்பதை அவள் அறிந்திருந்தாள்.

தான் உருவாக்கியிருந்த உண்டிவில்லில் அந்தக் கல்லைப் பூட்டி, தான் இருந்த இடத்திலிருந்து வெகு தள்ளி அவள் அதை எறிந்தாள். அது ஒரு மரத்தின்மீது வேகமாக மோதி ஒரு பெரும் சத்தம் ஏற்படுத்தியது.

அவள் எதிர்பார்த்திருந்ததைப்போலவே, சத்தம் வந்த இடத்தை நோக்கி உல்ரிக் விரைந்தார். இப்போது அவர் எங்கிருந்தார் என்பது அவளுக்குத்

தெரிந்துவிட்டது. அவள் உடனே தன் தோள் பையைத் தூக்கிக் கொண்டு, சத்தம் போடாமல், புதர்களுக்கு நடுவே மறைந்து சென்று, உல்ரிக்கின் குதிரை இருந்த இடத்தை அடைந்தாள்.

குதிரைகளைக் கையாள்கின்ற அவளுடைய திறமை குறித்து அவளுடைய மாமா பெருமை கொண்டிருந்தார். அவள் அந்தக் குதிரையை அணுகி, அதன் காதுக்குள் மென்மையாகப் பேசினாள். அந்தப் பெரிய குதிரை அவளுக்கு எதிர்ப்புக் காட்டாமல் அவளிடம் இணக்கமாக நடந்து கொண்டது. சில நொடிகளில் அவள் அந்தக் குதிரையின்மீது ஏறி ராபர்ட்டின் வீட்டை நோக்கி விரைந்தாள்.

ராபர்ட்டின் மனைவி வீட்டுக்கு வெளியே நின்று கொண்டிருந்தார். ஆரியா அவரிடம் விரைவாகவும் சுருக்கமாகவும் விஷயங்களை எடுத்துரைத்தாள். ஆரியா கூறிய அனைத்தும் அவருக்குப் புரியவில்லை என்றாலும், அவர் ஆரியாவிடம், "நீ கவலைப்படாதே! நான் ராபர்ட்டிடம் பேசி, நீ சென்று கொண்டிருக்கின்ற பாதைக்கு நேர் எதிர்த் திசையில் நான் அவர்களை அனுப்பி வைக்கிறேன்," என்று உறுதியளித்தார். பின் அவர், "இப்போது நீ இங்கிருந்து கிளம்பு!" என்று கூறினார்.

ஆரியா அவருக்கு நன்றி கூறிவிட்டு உல்ரிக்கின் குதிரையிலிருந்து இறங்கித் தன் குதிரைமீது ஏறிக் கொண்டாள். பிறகு அவள் உல்ரிக்கின் குதிரையின் முதுகில் தட்டி அதை வேறு ஒரு திசையில் ஓட வைத்தாள். குழப்பம் ஏற்படுத்துகின்ற எதுவும் அவளுக்கு நேரத்தைப் பெற்றுத் தரும்.

ஆரியா நேராக ஆற்றின் படகுத்துறையை நோக்கித் தன் குதிரையைச் செலுத்தினாள். அங்கிருந்து கிளம்பும் படகு ஏதாவது ஒன்றில் தப்பிச் செல்ல அவள் திட்டமிட்டாள். இந்த இடத்தில் அவளுக்கு இனி எதுவும் இல்லை. வேறோர் இடத்தில் புதியதொரு வாழ்க்கையைத் தொடங்குவது குறித்து அவள் உற்சாகம் அடைந்திருந்தாள்.

அவள் தான் அடைய வேண்டிய இடத்தை

அடைந்தபோது சற்று ஆசுவாசமடைந்தாள். அவள் குதிரையிலிருந்து இறங்கிப் படகுத்துறையை நோக்கி நடந்தாள். அப்போது அவள் அமைதியாக உணர்ந்தாள். அவளிடம் எந்தவிதமான படபடப்பும் இருக்கவில்லை. மலை போன்ற பொறுப்பு தனக்கு இருந்தபோது எப்படித் தன்னால் அமைதியாக இருக்க முடிந்தது என்று அவளே வியந்தாள்.

இறுதியில் அவள் படகுத்துறைக்குள் நுழைந்து ஒரு பயணச் சீட்டை வாங்கினாள். படகு கிளம்புவதற்குச் சிறிது நேரம் இருந்ததால், தன் பயணத்திற்குத் தேவையான சில அத்தியாவசியப் பொருட்களை அங்கிருந்த ஒரு கடையில் அவள் வாங்கிக் கொண்டாள்.

பிறகு படகில் ஏறுவதற்காக அவள் காத்திருந்தாள். தான் செய்து கொண்டிருந்தது சரியான காரியமா என்று அவள் யோசித்தாள். பிறகு அவள் கண்களை மூடிக் கொண்டு தன்னுடைய மாமாவை நினைத்துக் கொண்டாள். அவர் அவளிடம் ஆறுதலளிக்கின்ற ஒரு குரலில் பேசினார். எல்லாம் விரைவில் சரியாகிவிடும் என்று அவர் அவளுக்கு ஊக்கமளித்தார். பின் அவள் தன் பைக்குள் அந்தப் பெட்டி இருந்ததை உறுதி செய்து கொண்டாள்.

ஒருவழியாக அவள் அந்தப் படகில் ஏறினாள். இவை அனைத்திலிருந்தும் அவளைப் பிரித்து ஒரு புதிய தொடக்கத்திற்குக் கொண்டு செல்லவிருந்த ஒரு பயணத்திற்குள் அவள் அடியெடுத்து வைத்தாள்.

⌘⌘⌘

ஒன்பதாவது தவறு

அந்த ஓவியரைப் பார்த்துவிட்டு வந்த பிறகு, டேவிட் சில மாதங்கள் பல விஷயங்களில் மும்முரமாக இருந்தான். தன்னுடைய சௌகரிய வட்டத்திலிருந்து வெளியே வர வேண்டும் என்பதற்காக அவன் முதன்முறையாக மேடையில் பேசுவதற்குத் திட்டமிட்டான். அதற்கான முதல் வாய்ப்பு அவன் அமைத்திருந்த வெற்றி வழிகாட்டிக் குழு உறுப்பினர் ஒருவர் மூலமாக அவனுக்குக் கிட்டியது. ஒரு கருத்தரங்கில் நடைபெற்றக் குழு விவாதம் ஒன்றில் சிறப்பு விருந்தினராக அவன் கலந்து கொண்டான். அதில் தன் செயல்பாடு குறித்து அவனுக்குத் திருப்தி இருந்தபோதிலும், அதற்குக் கிடைத்த வரவேற்பு அவனுக்கு வியப்பளித்தது. அதற்கு மூன்று வாரங்கள் கழித்து நடைபெற்ற ஒரு கூட்டத்தில் முக்கியப் பேச்சாளராகக் கலந்து கொள்ளும்படி அவனுக்கு அழைப்பு விடுக்கப்பட்டது.

'இது சாத்தியமில்லை. நான் ஒரு பேச்சாளன் அல்லன். இதை நான் செய்யப் போவதில்லை,' என்பன போன்ற எண்ணங்கள் அவனுடைய மனத்திற்குள் உதித்தன.

இப்படிப்பட்ட எண்ணங்கள் ஒவ்வொன்றாக முளைத்த வண்ணம் இருந்தன. அவனுடைய வழிகாட்டிக் குழுவினர்தான் அவனை ஊக்கப்படுத்தி அவனுடைய சுயசந்தேகங்களைக் களைந்தனர். ஒரு முறை அவனுடைய ஆசிரியர் ஒருவர் அவனிடம், "உன்னால் மேடையிலெல்லாம் பேச முடியாது," என்று

கூறியிருந்தது அவனுடைய நினைவுக்கு வந்தது. அது தன்மீது குத்தப்பட்டிருந்த தவறானதொரு முத்திரை என்பதை இப்போது அவன் அறிந்திருந்தான். மேடைப் பேச்சில் ஈடுபடாமல் இருப்பதற்கான வேறு சில சாக்குப்போக்குகளும் அவனுடைய மனத்தில் உதித்தன. தான் இவற்றைப் புறந்தள்ளிவிட்டுத் தன்னுடைய சௌகரிய வட்டத்தைவிட்டு வெளியே வர வேண்டும் என்பதையும் அவன் அறிந்திருந்தான்.

அந்த நாளும் வந்தது. மேடைக்குப் பின்பக்கம் நின்று கொண்டிருந்த டேவிட்டுக்குக் கையும் காலும் வெடவெடத்துக் கொண்டிருந்தன. அவன் தன் கண்களை மூடினான். அப்போது அவனுடைய தோளின்மீது ஒரு கை விழுந்தது. அவன் தன் கண்களைத் திறந்து பார்த்தபோது அங்கு அந்த நாடக ஆசிரியை நின்று கொண்டிருந்தார். முதல் தவற்றை அவர் அவனிடம் தெரிவித்தப் பிறகு அவன் அவரை ஒரு முறைகூடச் சந்தித்திருக்கவில்லை. இப்போது அவர் அவனை ஊக்கப்படுத்தும் விதமாக ஒரு சில வார்த்தைகளை அவனுடைய காதுகளில் மென்மையாகக் கூறினார். அது அவனுக்குப் பெரும் ஊக்கமளித்தது.

அன்று அவனுடைய பேச்சுக்கு நல்ல வரவேற்பு இருந்தது. அவனுடைய பாணி அங்குப் பேசியவர்களின் பாணியிலிருந்து வித்தியாசப்பட்டு இருந்தது. அதன் முடிவில் பலரும் வந்து தங்களுடைய கூட்டங்களில் பேசுமாறு அவனுக்கு அழைப்பு விடுத்தனர். அவன் அடுத்து வேறொரு வேலையில் சேர்வதற்குப் பதிலாக, சொற்பொழிவாற்றுகின்ற ஒரு தொழிலைச் சொந்தமாகத் துவக்கிவிடலாம் என்று யோசித்தான். இங்கும் போட்டி இருக்கத்தான் செய்யும். ஆனால், அவனுக்குக் கற்றுக் கொடுத்திருந்ததைப்போல, வாய்ப்புகளுக்கு வரம்பெல்லையே இல்லை என்பதை அவன் மனப்பூர்வமாக நம்பினான்.

பொதுவாகச் சனிக்கிழமைகளில் அவன் தாமதமாகத்தான் எழுந்திருப்பான். ஆனால், அதற்கு அடுத்தச் சனிக்கிழமையன்று அவன் சீக்கிரமாகவே எழுந்துவிட்டான்.

அவனுடைய முழங்கையில் இருந்த ஒரு காயத் தழும்பின் பக்கம் அவனுடைய பார்வை சென்றது. எப்போதோ சைக்கிளில் சென்றபோது கீழே விழுந்ததால் ஏற்பட்டிருந்த காயம் அது.

அவனுடைய மேலாளர் அவனுக்கு விடுத்த எச்சரிக்கையை அத்தழும்பு அவனுக்கு நினைவுபடுத்தியது. அதைத் தொடர்ந்து, தன் வேலை நிலைக்குமா என்று அவன் கொண்டிருந்த ஐயமும், பின்னர் படிப்படியாக அலுவலகத்தில் அவன் தனக்கென்று ஒரு நல்ல பெயரை உருவாக்கிக் கொண்டிருந்ததும் அவனுக்கு நினைவுக்கு வந்தன.

சில நேரங்களில் அவன் தன் சோபாவில் சம்மணமிட்டு அமர்ந்து கொண்டு இவற்றைப் பற்றி ஆழ்சிந்தனையில் மூழ்கியிருப்பான். அப்போது அவனை யாராவது பார்த்தால் அவன் ஏதோ தியானம் செய்து கொண்டிருப்பதாக நினைத்துக் கொள்வார்கள். தவறுகள் குறித்துத் தனக்குக் கற்றுக் கொடுத்திருந்த ஆசான்களைப் பற்றியும், அத்தவறுகளிலிருந்து தான் மீள்வது பற்றியும் அவன் சிந்தித்தான். அவனுடைய ஆசான்கள் ஒவ்வொருவரின் தலையீட்டைத் தொடர்ந்து அவனுடைய வாழ்க்கை மாறிய விதம் குறித்தும் அவன் சிந்தித்தான். பின் தன் வருங்காலம், தன் பிறவி நோக்கம் ஆகியவற்றைப் பற்றியும் அவன் யோசித்தான்.

இன்று மாலை அவன் மீண்டும் தன் வேலையைப் பற்றி யோசித்தான். மூன்று வாரங்களுக்கு முன்பு, அவன் ஒருவழியாகத் தன் வேலையை இராஜினாமா செய்திருந்தான். அவன் தன் புதிய சாகசத்தை எதிர்பார்த்துக் காத்துக் கொண்டிருந்தான். இப்போது அவன் அதற்குத் தன்னை நன்றாகவே தயார்படுத்தியிருந்தான். நான்கு பெரிய வாடிக்கையாளர்கள் அவனுக்கு வாய்ப்புத் தர ஒப்புக் கொண்டிருந்தனர். இன்னும் இரண்டு நபர்களுடன் அவன் பேச்சுவார்த்தை நடத்திக் கொண்டிருந்தான்.

ஒவ்வோர் ஆண்டும் அவனுடைய நிறுவனம், அது சார்ந்திருந்த சமுதாயத்திற்குத் திருப்பிக் கொடுக்கும் விதமாக, தன்னார்வப் பணிகளுக்காக

ஒரு நாளை ஒதுக்கியிருந்தது. இந்த ஆண்டு இன்று அத்தினம் கொண்டாடப்படவிருந்தது. அவன் அந்த நிறுவனத்தைவிட்டுச் செல்லவிருந்ததால், அங்கு அவன் வர வேண்டும் என்று எவரும் எதிர்பார்க்க மாட்டார்கள். அந்த நாளில், அந்நிறுவனத்தின் ஊழியர்கள், ஏதாவது ஒரு தொண்டு நிறுவனத்திற்குச் சேவை புரிவர். அநாதை இல்லங்களுக்குச் சென்று உணவு பரிமாறுதல், நகரின் சிதிலமடைந்துள்ள பகுதிகளிலுள்ள கட்டடங்களுக்கு வெள்ளையடித்துக் கொடுத்தல் போன்றவை அவற்றில் அடங்கும். டேவிட் எதையும் தேர்ந்தெடுத்திருக்கவில்லை. தனக்காகத் தன் மேலாளரே ஒரு தொண்டு நிறுவனத்தைத் தேர்ந்தெடுப்பதற்கு அவன் அனுமதித்தான். சேவை எங்கே அதிகமாகத் தேவைப்படுகிறதோ அங்கே தன்னை அனுப்புமாறு அவன் அந்த விண்ணப்பப் படிவத்தில் குறிப்பிட்டிருந்தான்.

அவனுக்காக அந்த நிறுவனம் மேற்கொண்டிருந்த தேர்ந்தெடுப்பு அவனுக்கு வியப்பு ஏற்படுத்தியது. அப்படிப்பட்டத் தேர்ந்தெடுப்பை ஒருவரால் மேற்கொள்ள முடியும் என்று அவன் நினைத்திருக்கவில்லை. மரணப்படுக்கையில் இருந்த நோயாளிகளுக்கான ஒரு விடுதியில் சேவை புரிவதற்கு அவன் தேர்ந்தெடுக்கப்பட்டிருந்தான். உண்மையில் அந்த விடுதியில் என்னென்ன சேவைகள் அளிக்கப்பட்டுக் கொண்டிருந்தன என்பது குறித்து டேவிட்டுக்குப் பெரிதாகத் தெரியாது. ஆனால், அவனுக்குத் தெரிந்திருந்த கொஞ்சநஞ்சத் தகவல் அவனுக்குப் பெரும் அசௌகரியத்தைக் கொடுத்தது. வலியப் போய் மரணத்தை அருகிலிருந்து பார்ப்பது தவிர்க்கப்பட வேண்டிய ஒன்றாக அவனுக்குத் தோன்றியது. ஆனாலும், அதை எப்படியாவது சமாளித்துவிட வேண்டும் என்று அவன் தீர்மானித்தான். இந்த நிறுவனத்தில் கடைசி நாள்வரை தனக்கு அளிக்கப்பட்டக் கடமைகளைத் தான் செவ்வனே நிறைவேற்றியிருந்ததை நிரூபிப்பதற்காகவாவது தான் அங்குச் சென்றாக வேண்டும் என்று அவன் நினைத்துக் கொண்டான்.

அவன் வெளியே வந்தபோது, வெப்பம் அவன்

எதிர்பார்த்திருந்ததைவிட அதிகமாக இருந்தது. அவன் மெதுவாக நடந்து அந்த விடுதியை அடைந்தான். அதன் வாசலில் இரண்டு பெரிய மரக்கதவுகள் இருந்தன. அந்த இடம் என்ன என்பதை உணர்ந்து கொள்ளாமலேயே அதை அவன் பல முறை கடந்து சென்றிருந்தான்.

திடீரென்று அவனை ஒருவிதமான பதற்றம் தொற்றிக் கொண்டது. அவன் எதிர்பார்த்திருந்ததைவிட அவன் அதிக அசௌகரியமாக உணர்ந்தான்.

அவன் தன்னை ஒருவாறு தேற்றிக் கொண்டு, படிகளில் ஏறிச் சென்று, அந்த விடுதியின் கதவுகளில் ஒன்றைத் தள்ளித் திறந்து உள்ளே சென்றான். அங்கு முதலில் இருந்தது ஒரு வரவேற்பறை. அங்கிருந்த வரவேற்பாளர், என்றோ தொலைந்து போன தன் சகோதரனை மீண்டும் பார்த்துவிட்டது போன்ற ஒரு சந்தோஷத்துடன் அவனை வரவேற்றார். அவன் அங்கிருந்த ஒரு படிவத்தைப் பூர்த்தி செய்தான்.

“நீங்கள் அதிர்ஷ்டக்காரர்!” என்று அவர் அவனிடம் கூறினார். அது டேவிட்டுக்குக் குழப்பம் ஏற்படுத்தியது. “எங்களுடைய தலைசிறந்த மருத்துவரின் கீழ் பணியாற்றுவதற்கு உங்களுக்கு ஒரு வாய்ப்பு வழங்கப்பட்டுள்ளது,” என்று கூறி, தான் போட்டிருந்த புதிரை அவரே விடுவித்தார்.

ஏற்கனவே ஒத்திகை பார்க்கப்பட்டிருந்ததைப்போல, அங்கு உயரமான ஒரு நபர் தோன்றினார். அவர் வெள்ளை அங்கி அணிந்திருக்கவில்லை என்றாலும், அவர்தான் அப்பெண் கூறிய மருத்துவராக இருக்க வேண்டும் என்று டேவிட் ஊகித்துக் கொண்டான். அவருடைய தலைமுடி வெள்ளை நிறத்திற்கு மாறிக் கொண்டிருந்தது. அவர் ஓர் அரசியல்வாதியைப்போல அவனுடன் கைகுலுக்கிவிட்டு அவனை நோக்கிப் பெரிதாகப் புன்னகைத்தார். இதமானதாக இருந்த அவருடைய கைகுலுக்கல், உடனடியாக டேவிட்டின் பயத்தைப் போக்கியது.

“இவர் கூறிய அந்த மருத்துவர் நான்தான்,” என்று அவர் அந்த வரவேற்பாளரைப் பார்த்துத் தலையாட்டிவிட்டு, அவன் பக்கம் திரும்பி, “நீங்கள்தான்

டேவிட்டாக இருக்க வேண்டும்," என்று கூறினார்.

"ஆமாம். அந்தப் பெயருக்குச் சொந்தக்காரன் நான்தான்," என்று கூறி டேவிட் அவரை நோக்கிப் புன்முறுவல் பூத்தான். "ஆனால், நான் சிறிது பதற்றமாக இருக்கிறேன்."

"எதைப் பற்றியும் கவலைப்படாதீர்கள். நீங்கள் இங்கிருந்து கிளம்புகின்றபோது, இங்கு வந்துள்ளது குறித்து நீங்கள் கண்டிப்பாக மகிழ்ச்சியடைவீர்கள்."

அவர் அங்கு வைக்கப்பட்டிருந்த ஒரு குறிப்பேட்டில் எதையோ கிறுக்கிவிட்டு விறுவிறுவென்று அங்கிருந்து நடக்கத் தொடங்கினார். சிறிது தூரம் சென்றவுடன், அவர் பின்னால் திரும்பிப் பார்த்து, "டேவிட், இன்று முழுவதும் நீங்கள் என்னுடன் இருக்கப் போகிறீர்கள். அதனால், நீங்கள் என் வேகத்திற்கு ஈடு கொடுத்து இயங்க வேண்டும்," என்று அவனிடம் கூறினார்.

பின் அவர் இன்னும் வேகமாக நடந்து ஒரு கதவிற்குப் பின்னால் சென்றுவிட்டார். டேவிட் திரும்பி அந்த வரவேற்பாளரைப் பார்த்தான். அவர் வெறுமனே தன் தோள்களைக் குலுக்கிவிட்டு, வருகையாளர் அடையாள அட்டை ஒன்றை அவனிடம் கொடுத்தார். அவன் அதை வாங்கித் தன் சட்டைப் பையின் வெளிப்புறமாகச் செருகிக் கொண்டு, அந்த மருத்துவர் சென்றிருந்த கதவின் வழியாக உள்ளே நுழைந்தான்.

அந்த மருத்துவர், அந்த அறையின் இடது புறமிருந்த ஓர் அறைக்குள் நுழைந்தார். அது ஒரு நோயாளியின் அறை. அதன் வாசல்வரை சென்ற டேவிட் அங்கு அசௌகரியத்துடன் தயங்கி நின்றான். "உள்ளே வாருங்கள். நான் உங்களைக் கடித்து விழுங்கிவிட மாட்டேன்," என்று ஒரு குரல் உள்ளேயிருந்து ஒலித்தது.

அக்குரலைத் தொடர்ந்து அந்த மருத்துவரின் குரல் ஒலித்தது. "டேவிட், இன்று நீங்கள் இங்கு வரப் போவதை இங்குள்ள அனைவரும் அறிவர். உங்களைப் பார்ப்பதற்காக இங்குப் பலர் ஆவலுடன் காத்துக் கொண்டிருக்கின்றனர்."

"என்னையா?" என்று டேவிட் கேட்டான். அவனுடைய குரலில் வியப்புத் தொனித்தது.

டேவிட் அந்த அறைக்குள் நுழைந்தான். அது அவன் எதிர்பார்த்திருந்த மருத்துவமனை அறையைப்போல இருக்கவில்லை. அது ஒரு வீட்டின் வரவேற்பறையைப்போல அலங்கரிக்கப்பட்டிருந்தது. ஒரு படுக்கையின் அருகே போடப்பட்டிருந்த ஒரு நாற்காலியில் வந்து அமருமாறு அந்த மருத்துவர் அவனிடம் சைகை செய்தார். அந்தப் படுக்கையில் இருந்த நோயாளி, டேவிட்டைப் பார்ப்பதற்காக அவனை நோக்கிப் புரண்டு படுத்தார். அவர் தன் கண்கள்வரை வந்து விழுந்த தலைமுடியை ஒதுக்கிவிட்டுக் கொண்டு அவனைப் பார்த்தார். அந்த மனிதரின் நோய், அவர் பட்டிருந்த வேதனைகள், அவருக்கு அளிக்கப்பட்டு வந்த சிகிச்சைகள் போன்றவற்றை அந்த மருத்துவர் அவனிடம் விளக்கினார். அப்போது அந்த நோயாளி, டேவிட்டிடம், “உங்களிடம் பேசுவதற்கு எனக்கு ஒரு வாய்ப்புக் கிடைத்தது குறித்து எனக்கு மகிழ்ச்சி,” என்று கூறினார்.

அதற்கு என்ன பதில் சொல்வது என்று தெரியாமல் டேவிட் மௌனமாக இருந்தான். அந்த மருத்துவர் அந்த நபருக்குச் சில பரிசோதனைகளை மேற்கொள்வதற்காகக் கொண்டு வந்திருந்த கருவிகளிலிருந்து வெளிப்பட்டுக் கொண்டிருந்த சில ஒலிகள் மட்டும் அங்குச் சிறிது நேரம் கேட்டுக் கொண்டிருந்தன.

அந்த நோயாளி மீண்டும் பேசினார். “எனக்கு இறப்பதில் ஒன்றும் பிரச்சனை இல்லை.” அது டேவிட்டுக்கு வியப்பளித்தது. அங்கிருந்த நோயாளிகள் அனைவரும் தீர்க்கப்பட முடியாத நோய்களால் பீடிக்கப்பட்டிருந்தார்கள் என்பதையும், அவர்கள் சாவை எதிர்பார்த்துக் காத்துக் கொண்டிருந்தார்கள் என்பதையும் டேவிட் அறிவான் என்றாலும், மரணத்தைப் பற்றி அவர்கள் வெளிப்படையாகப் பேசுவார்கள் என்று அவன் எதிர்பார்த்திருக்கவில்லை. மரணத்தைப் பற்றிய பேச்சைத் தான் எதிர்கொள்ள வேண்டியிருக்காது என்றுதான் அவன் நினைத்துக் கொண்டிருந்தான். பேச்சை விளையாட்டு அல்லது வானிலையின் பக்கம் திருப்பிவிடலாமா என்றுகூட அவன் யோசித்தான்.

இங்கு வருவதில் அவனுக்குப் பெரிய பிரச்சனை இருக்கவில்லை. ஆனால், மரணத்தைப் பற்றிய பேச்சிற்கு அவன் தயாராக இருக்கவில்லை.

ஆனால், அந்த நபர் தன் மரணத்தைப் பற்றிப் பேசுவதில் பிடிவாதமாக இருந்தார். “நான் ஒருவழியாக மரண பயத்தை வென்றுவிட்டேன். எனக்கு மத நம்பிக்கை இருக்கிறது. மரணத்திற்குப் பிறகு நான் எங்குச் செல்லப் போகிறேன் என்பதும் எனக்கு இப்போது உறுதிப்பட்டுவிட்டது. இப்போது எனக்கு உங்களுடன் பேசுவதற்கு ஒரு வாய்ப்புக் கிடைத்திருக்கிறது. நீங்கள் இளமையானவராக இருக்கிறீர்கள். ஆனால், இந்த விஷயத்தைப் பற்றி எந்த வயதிலும் நீங்கள் கற்றுக் கொள்ளலாம். ஒரு விஷயத்தைப் பற்றி நீங்கள் உங்களால் முடிகின்றபோதே கற்றுக் கொள்ள வேண்டும்: கண்ணுக்குத் தெரியாத மரணம் என்ற கசத்தை நீங்கள் உற்றுப் பார்த்துக் கொண்டிருக்கின்றபோது, நீங்கள் உங்களுடைய வங்கிக் கணக்கில் எவ்வளவு இருக்கிறது என்பதைப் பற்றிச் சிந்திக்க மாட்டீர்கள். நீங்கள் எவ்வளவு சேர்த்து வைத்துள்ளீர்கள் என்று யோசிக்க மாட்டீர்கள். நீங்கள் நேசிக்கின்ற மக்களைப் பற்றி மட்டுமே நீங்கள் எண்ணுவீர்கள். உங்களுடைய பிறவி நோக்கத்தைப் பற்றி மட்டுமே நீங்கள் யோசிப்பீர்கள்.”

டேவிட் நிமிர்ந்து அவரைப் பார்த்தான். அவன் அதுவரை பார்த்திருந்த புன்னகைகளிலேயே மிகப் பெரிய புன்னகை அவருடைய உதடுகளில் பரவியிருந்தது. அது அந்த மொத்த அறையையும் பிரகாசப்படுத்தியது. டேவிட் தன் பார்வையை அந்த மருத்துவரின் பக்கம் திருப்பினான். அவர் தன் கருவிகளோடு மும்முரமாக இருந்தாலும், அவருடைய பார்வை அந்த நோயாளியின்மீதே குவிந்திருந்தது.

டேவிட் ஆழமாக ஒரு முறை மூச்சே உள்ளே இழுத்து வெளியே விட்டான். அவன் தன் நாற்காலியின் பின்புறமாக நன்றாகச் சாய்ந்து உட்கார்ந்து கொண்டு அவர் சொல்வதைக் கேட்கலானான். மரணத்தின் படிக்கட்டில் இருந்த எவருடனும் அவன் இதுவரை பேசியிருந்ததில்லை. ஆனால், அப்பேச்சு அவன்

எதிர்பார்த்திருந்ததைப்போல இருக்கவில்லை. அவர் டேவிட்டைப் பற்றிக் கேட்டார். அவன் தன் வாழ்க்கையைப் பற்றி அவரிடம் கூறினான். அப்போது அவர்கள் இருந்த சூழ்நிலை மறைந்து போயிருந்தது. வாழ்க்கையில் எவை உண்மையிலேயே அர்த்தமுள்ளவை என்பதைப் பற்றி இருவர் பேசிக் கொண்டிருந்ததைப்போல அது இருந்தது.

அந்த மருத்துவர் தன் சோதனைகளை முடித்திருந்தார். அவர் அந்த நோயாளியிடம், “நீங்கள் தூங்குவதற்கான நேரம் வந்துவிட்டது. அதோடு, நாங்கள் இருவரும் வேறு சிலரையும் சந்திக்க வேண்டியிருக்கிறது,” என்று கூறினார்.

அந்த மனிதர் தன் கைகளை நீட்டி டேவிட்டின் கைகளைத் தொட்டார். டேவிட் எழுந்து நின்று அவரை அணைத்துக் கொண்டான். அவன் மிகக் குறைவான நேரமே அந்த நோயாளியுடன் இருந்திருந்தபோதிலும், அவர்மீது அவனுக்கு ஒரு பிணைப்பு ஏற்பட்டிருந்தது. அந்த மனிதர் தன் உயிருக்காகப் போராடிக் கொண்டிருந்தாலும், வலியால் துன்புற்றுக் கொண்டிருந்தாலும், அவருடைய முகத்தில் இடம்பெற்றிருந்த புன்னகையைக் கொண்டு ஒரு தெருவையே வெளிச்சத்தில் மூழ்கடித்துவிடலாம்போல இருந்தது.

டேவிட்டும் அந்த மருத்துவரும் அந்த அறையைவிட்டு வெளியே சென்றனர். ஆனாலும், டேவிட்டின் சிந்தனை அவரைச் சுற்றியே வட்டமிட்டுக் கொண்டிருந்தது.

அந்த மருத்துவர் அடுத்தடுத்து ஒவ்வொரு நோயாளியின் அறைக்கும் அவனை அழைத்துச் சென்று கொண்டிருந்ததால், அவனால் அவருடன் எந்தவிதமான உரையாடலிலும் ஈடுபட முடியவில்லை. ஆனால், அந்த மருத்துவர் அவனிடமிருந்து பலவிதமான உதவிகளைக் கேட்டுப் பெற்றுக் கொண்டிருந்தார். அவர்கள் நான்காவதாகச் சந்தித்த நபர், நன்றாக விழித்திருந்த நிலையில் ஒரு நாற்காலியில் அமர்ந்திருந்தார்.

அந்த அறையில் ஒரு சோபாவும் இருந்தது. இப்போது டேவிட் அந்தச் சூழலுக்குப் பழகிப் போயிருந்ததால்,

நேராகச் சென்று அதில் அமர்ந்து கொண்டு தன்னை அறிமுகப்படுத்திக் கொண்டான். அந்த மனிதர் ஒரு விவசாயி. அவர் ஒரு சாதாரணமான விவசாயி அல்லர். அவருடைய அமைதியான தோற்றத்திற்குப் பின்னால் ஒரு புத்திசாலித்தனமான நிர்வாகியை அவனால் பார்க்க முடிந்தது. அவர் தன் பண்ணையைக் கடும் கட்டுப்பாட்டுடன் நிர்வகித்து வந்திருக்க வேண்டும்.

"உங்களுடைய கேள்விக்கான பதில் 'என் இதயம்' என்பதுதான்," என்று அவர் டேவிட்டிடம் கூறினார். ஆனால், டேவிட்டின் மனத்தில் எந்தக் கேள்வியும் முளைத்திருக்கவில்லை. "என் இதயம் அதன் உச்சத்தை அடைந்துவிட்டிருந்தது. கடந்த ஆண்டில் எனக்கு ஒரு கடுமையான மாரடைப்பு ஏற்பட்டது. அதுவரை நான் என்னை உங்களுடைய வயதுக்காரனாகத்தான் கருதி வந்திருந்தேன். அதாவது, எனக்கு வயது கூடவே இல்லை என்பதுபோல நான் நடந்து கொண்டேன். இப்போது என் நிலையைப் பாருங்கள். 'இது எப்படி ஏற்பட்டது?' என்று என்னை நானே கேட்டுக் கொண்டிருக்கிறேன்."

இதற்கு என்ன பதில் சொல்வதென்று தெரியாமல் டேவிட் அவரையே பார்த்துக் கொண்டிருந்தான்.

"நான் என்னுடைய இதயத்தைப் பற்றிச் சொல்லவில்லை. நான் வயதானவனாக ஆகியுள்ளதைப் பற்றிச் சொல்கிறேன்," என்று கூறிவிட்டு அந்த விவசாயி தனக்குத் தானே சிரித்துக் கொண்டார். "பெஞ்சமின் ஃபிராங்க்ளின் ஒரு முறை,'ஏராளமானோர் இருபத்தைந்து வயதில் இறந்துவிடுகின்றனர், ஆனால் எழுபத்தைந்து வயதில் புதைக்கப்படுகின்றனர்,' என்று கூறியிருந்தார்." இப்படிச் சொல்லிவிட்டு அவர் இன்னும் பலமாகச் சிரித்தார். "பெஞ்சமின் கூறிய நபர் நான் அல்லன். என் வாழ்க்கை ஒரு மாபெரும் கொண்டாட்டமாக இருந்தது. அனைத்தையும் அனுபவித்தவன் நான்."

தாறுமாறாக வந்த மூச்சை நிதானப்படுத்திக் கொண்டு, சிறிது நீர் பருகிவிட்டு அவர் தொடர்ந்தார். "இந்த உலகில் வித்தியாசத்தை ஏற்படுத்துவதற்கு நம் ஒவ்வொருவருக்கும் சில குறிப்பிட்ட நாட்கள் மட்டுமே கொடுக்கப்பட்டிருக்கின்றன. இதை நாம் அனைவரும்

அறிவோம். ஆனால் . . ." என்று கூறிய அந்த விவசாயி, தன் நெஞ்சைத் தொட்டுக் காட்டி, "அதை நாம் நம்புவதில்லை. இப்போது அதை நான் நம்புகிறேன். இறுதியில் அதை நான் புரிந்து கொண்டேன். அது குறித்து நான் மிகவும் நன்றியுடையவனாக இருக்கிறேன். நான் ஓர் அற்புதமான வாழ்க்கையை வாழ்ந்துள்ளேன். என்னுடைய மீதி நாட்களை, ஒவ்வொரு நாளுக்கும் நன்றியுடையவராக இருங்கள் என்று பிறருக்கு அறிவுறுத்துவதில் நான் செலவிட விரும்புகிறேன்."

அதைத் தொடர்ந்து அவர்கள் இருவரும், விளையாட்டு, தொழிலுலகம் உட்பட உலகிலுள்ள பல விஷயங்களைப் பற்றிப் பேசினர்.

அந்த மருத்துவர் அந்த அறையிலிருந்து வெளியே சென்றுவிட்டார் என்பதைக்கூட அவன் உணரவில்லை. அவர் மீண்டும் அந்த அறையின் வாசலில் தோன்றியபோதுதான் அவன் அதை உணர்ந்தான். அவர்கள் இருவரும் மிகவும் இயல்பாகப் பேசிக் கொண்டிருந்ததால், அவர்கள் இருவரும் எவ்வளவு நேரம் பேசிக் கொண்டிருந்தனர் என்பதே அவனுக்குத் தெரியவில்லை. பின் டேவிட் அந்த நபரைக் கட்டியணைத்துவிட்டு, அவருடைய பரந்த தோள்களில் தட்டிக் கொடுத்துவிட்டு, மீண்டும் ஒரு முறை வந்து அவரைச் சந்திப்பதாக வாக்களித்துவிட்டு அங்கிருந்து நகர்ந்தான்.

அதற்குப் பின் அந்த மருத்துவர் ஒரு மாடிப்படியின் வழியாக அவனைக் கீழே ஓர் அறைக்கு அழைத்துச் சென்றார். அது அவருடைய அறையாக இருக்க வேண்டும் என்று டேவிட் ஊகித்தான். ஆழ்ந்த சிந்தனையுடன் இருந்த டேவிட், அவரிடம், "இங்குள்ள நோயாளிகள் . . . மிகவும் அமைதியாகவும் நிம்மதியாகவும் இருக்கின்றனர். என்னால் நம்ப முடியவில்லை," என்று கூறினான்.

அவர் அதற்குத் தலையாட்டிவிட்டு, தங்கள் இருவருக்கும் ஆளுக்கொரு கோப்பையில் தேநீரை ஊற்றினார். அங்கு அவன் சந்தித்திருந்த மனிதர்கள் குறித்த அவனுடைய அவதானிப்புகளை அவன் அந்த மருத்துவரிடம் பகிர்ந்து கொண்டான். அவர் அதைப்

பொறுமையாகக் கேட்டார்.

பின் அந்த மருத்துவர் அவனிடம், "வாழ்வது குறித்த நம்புதற்கரிய அருமையான பாடங்களை, இறந்து கொண்டிருந்தவர்களிடமிருந்துதான் நான் கேட்டறிந்து கொண்டேன். வாழ்க்கை விலைமதிப்பிடப்பட முடியாதது என்பதை நான் கற்றுக் கொண்டேன். ஒவ்வொரு நாளும், காலையில், நேரம் எனும் பரிசு நமக்கு அளிக்கப்படுகிறது. அன்றாடக் கவலைகளில் எண்ணற்றவர்கள் அதன் ஆற்றலைக் கவனிக்கத் தவறிவிடுகின்றனர். நாம் நம்முடைய கவலைகளைப் புறந்தள்ளிவிட்டு நிகழ்கணத்தை இரசிக்க வேண்டும். நீங்கள் உங்களுடைய பிறவி நோக்கத்தை அடையப் போகிறீர்களா இல்லையா என்பது நீங்கள் நிகழ்கணத்தை எப்படிப் பயன்படுத்தப் போகிறீர்கள் என்பதைப் பொறுத்தது."

பின் அந்த மருத்துவர் தன் இருக்கையைவிட்டு எழுந்து அந்த அறையிலிருந்த ஓர் அலமாரியின் அருகே சென்று, டேவிட்டுக்கு இப்போது பரிச்சயமாகி இருந்த அந்தப் பழைய புத்தகத்தை எடுத்தார்.

"நீங்களுமா?"என்று டேவிட் வியப்புடன் கேட்டான். "நான் சந்தித்துள்ள எல்லோருமே ஆளுக்கொரு பிரதி வைத்துள்ளார்களா?"

அந்த மருத்துவர் வாயெல்லாம் பல்லாகச் சிரித்தார். "பத்துப் பிரதிகள் மட்டுமே இருக்கின்றன என்று கருதப்படுகிறது. என் வாழ்க்கையிலுள்ள அனைத்தையும் மாற்றிய ஒரு பரிசு இது. நான் ஒவ்வொரு தவற்றையும் தெரிந்து கொண்டு, அவற்றைப் பற்றிக் கற்றறிந்து கொண்டேன். அத்தவறுகளை என் வாழ்க்கையில் செய்யாமல் இருப்பதில் நான் மிகவும் குறியாக இருந்தேன். ஆனால், அந்தக் கடைசித் தவற்றின் முக்கியத்துவத்தை, நான் இங்கு வேலை செய்ய வந்த பிறகுதான் நான் புரிந்து கொண்டேன்."

"அந்தக் கடைசி தவறு என்ன?" என்று டேவிட் கேட்டான். "அதைத் தெரிந்து கொள்ள நான் துடியாய்த் துடித்துக் கொண்டிருக்கிறேன்."

"இந்த உலகில் உங்களுக்கு ஏகப்பட்ட நேரம்

இருக்கிறது என்று நம்பிக் கொண்டிருப்பதுதான் ஒன்பதாவது தவறு."

டேவிட் அதை ஆமோதித்துத் தலையாட்டினான். தான் ஏன் இங்கு இருந்தோம் என்பதை அவன் புரிந்து கொண்டான். அந்த மொத்த விவகாரமும் பூடகமாக இருந்தபோதிலும், அது வெளிப்பட்ட விதத்தையும் நேரத்தையும் இப்போது அவனால் மெச்ச முடிந்தது. அந்த மேசையிலிருந்த குவளையிலிருந்து தன் கோப்பையில் டேவிட் மேலும் தேநீரை ஊற்றிக் கொண்டான்.

அந்த மருத்துவர் கண்ணிமைக்காமல் டேவிட்டைப் பார்த்துக் கொண்டிருந்தார். பின் அவர் தன் பேச்சைத் தொடர்ந்தார். "நம்முடைய சொந்த மரணத்தைப் பற்றிச் சிந்திப்பது மிகவும் கடினம். அதேபோல, ஒவ்வொரு நாளையும் அது நமக்குக் கொடுக்கப்பட்டிருக்கின்ற நோக்கத்திற்காகச் செலவிடுவதும் கடினம். ஆனால், இந்த இரண்டையும் பற்றிச் சிந்திப்பது இன்றியமையாதது என்பதை நான் கற்றுக் கொண்டுள்ளேன். ஒரு புறம், அதுதான் உங்களுடைய வாழ்நாளின் கடைசி நாள் என்பதுபோல நீங்கள் வாழ வேண்டும். மறுபுறம், அதுதான் வாழ்வில் உங்களுடைய முதல் நாள் என்பதுபோலவும் அதைக் கையாள வேண்டும். உங்களுடைய வாழ்க்கையில் எது உண்மையிலேயே அர்த்தமுள்ளதோ, அதில் நீங்கள் கவனத்தைக் குவிக்க, முதல் கண்ணோட்டம் உங்களுக்கு உதவும். உங்களுக்கு நெருக்கமானவர்களிடம் அன்பு செலுத்துவதும், அவர்களைப் பற்றிச் சிந்தித்துக் கொண்டிருப்பதும் இதன் கீழ் வரும். இரண்டாவது கண்ணோட்டமும் முக்கியம். இல்லையெனில், சாதிப்பதற்கு நீண்டகாலம் பிடிக்கின்ற இலக்குகளை உங்களால் ஒருபோதும் அடைய முடியாமல் போய்விடும்.

"நான் இங்கு உங்களுக்கு ஓர் ஒப்புதல் வாக்குமூலம் வழங்கியாக வேண்டும். முன்பெல்லாம் ஒவ்வொரு தினமும் ஒரு புதிய தினம் என்பதுபோலத்தான் நான் கருதிக் கொண்டிருந்தேன். இங்கு நான் பணியாற்ற வந்த பிறகுதான் முடிவைப் பற்றிய ஆழமான புரிதல் எனக்கு ஏற்பட்டது. வாழ்க்கையில் எது உண்மையிலேயே

முக்கியமானது என்பதைப் பற்றிச் சிந்திக்க அது எனக்கு வெகுவாக உதவியது. அதன் விளைவாக, என்னுடைய பிறவி நோக்கம் குறித்தக் கண்ணோட்டமும் தெளிவடைந்தது."

அவர் கூறியதற்கு டேவிட் தொடர்ந்து தலையாட்டிக் கொண்டிருந்தான். ஒரு கட்டத்தில் அது குறித்தப் பிரக்ஞை அவனுக்கு வந்தபோதும், அதை அவனால் நிறுத்த முடியவில்லை.

"இந்த பூமியில் நமக்குக் கிடைத்திருக்கின்ற நேரம் வரம்புக்கு உட்பட்டதுதான் என்பதை நாம் புரிந்து கொண்டால், அதற்குப் பிறகும் நம்மால் எல்லாவற்றையும் கொண்டாட முடியும், மகிழ்ச்சியாக இருக்க முடியும். அதே நேரத்தில், நம்மிடம் ஒருவிதமான அவசர உணர்வும் இருக்கும். இந்த உந்துதல்தான் வெற்றியாளர்களைச் சாதாரணமானவர்களிடமிருந்து பிரிக்கிறது. ஒரு சாதாரண நபராக இருக்க ஆசைப்பட்டால், எல்லையற்ற நேரம் இருக்கிறது என்பதுபோல நாம் நடந்து கொள்ளலாம்.

"நேரத்தின் அருமை நமக்குப் புரியும்போதுதான் அதை நாம் சரியாக மதிக்கிறோம், அதற்கு மரியாதை கொடுக்கிறோம். வேறு ஒருவருடைய நேரத்தை வீணடிக்க நாம் விரும்பாமல் இருந்தால்தான், சந்திப்புக் கூட்டங்களுக்குக் கால தாமதம் செய்யாமல் நாம் செல்வோம். நேரம் மரியாதையை எதிர்பார்க்கிறது."

அந்த மருத்துவர் டேவிட்டைப் பார்த்தார். தன்னுடைய பேச்சை அவன் கவனமாகக் கேட்டுக் கொண்டிருந்ததைக் கவனித்த அவர், "இன்னொரு முக்கியமான விஷயம். ஒருவிதமான அவசர உணர்வு இருப்பது நல்லதுதான் என்றாலும், எல்லாவற்றையும் அவசர கதியில் செய்கின்றபோது, நாம் தவறுகள் செய்கிறோம். சிலவற்றுக்கு உடனடிச் செயல்நடவடிக்கைகள் தேவைப்படலாம். ஆனால், மற்றத் தீர்மானங்கள் நிதானமாக யோசித்துப் பார்த்துத்தான் எடுக்கப்பட வேண்டும். எதற்காக? ஏனெனில், காலம் கனிகின்றபோது பக்குவம் வருகிறது, இரசனை மாறுகிறது, யோசனைகள் பிணைக்கப்படுகின்றன, படைப்புத்திறன்

பெருகுகிறது," என்று விளக்கினார்.

"எப்போது வேகமாகச் செல்ல வேண்டும், எப்போது மெதுவாகச் செல்ல வேண்டும் என்பதை எப்படி அறிந்து கொள்வது?" என்று டேவிட் கேட்டான். இது குறித்து அவன் உண்மையிலேயே குழப்பம் அடைந்திருந்தான்.

"அதற்குக் காலம் பிடிக்கும்," என்று கூறிய அந்த மருத்துவர், தன் கூற்றிலிருந்த நகைமுரணைக் கண்டு சிரித்தார். "அதுதான் ஞானம். எப்போது செயலில் இறங்க வேண்டும், எப்போது கூடாது என்பதை ஞானம்தான் உங்களுக்குக் கற்றுக் கொடுக்கும். நான் இளமையாக இருந்தபோது, அனைத்தையும் உடனுக்குடன் செய்து கொண்டிருந்தேன். ஆனால், பக்குவப்பட்டப் பிறகு, சிலவற்றை மெதுவாகச் செய்யக் கற்றுக் கொண்டேன்."

அதைத் தொடர்ந்து அவர்கள் இருவரும் நேரத்தைப் பற்றியும், அதன் தாக்கத்தைப் பற்றியும், இந்த உலகில் ஒரு வித்தியாசத்தை ஏற்படுத்துவது பற்றியும் பேசினர். டேவிட் அசௌகரியத்திலிருந்து எதிர்பார்ப்பை நோக்கி நகர்ந்திருந்தான். அவன் படிப்பினைகளைக் கண்டு இனியும் ஒதுங்கி ஓடாமல் இருந்தான். மாறாக, அவன் கேள்விகள் கேட்டான், கருத்தாக்கங்களைப் பற்றி மட்டுமல்லாமல் அனுபவங்களையும் புரிந்து கொள்ள முயன்றான். அவனுக்குக் கற்றுக் கொடுக்கப்பட்டிருந்த தவறுகள் இப்போது அவனுடைய சிந்தனை முறையின் ஓர் அம்சமாக ஆகிவிட்டிருந்தன என்பதை அவன் உணர்ந்து கொண்டான்.

அந்த மருத்துவர் மேலும் தொடர்ந்து பேசினார். "நோக்கத்தின் தாளகதிக்கு ஏற்ப இசைக்கப்படுகின்ற ஒன்றுதான் அழகான வாழ்க்கை. நமக்கு அளிக்கப்பட்டுள்ள நேரம் குறைவானதாக இருக்கலாம். நாம் ஏற்படுத்துகின்ற தாக்கம், அன்பின் ஊடாக, நம் வாழ்நாளையும் தாண்டித் தொடர்ந்து கொண்டிருக்கும். நம் நேரத்தைப் பிறருக்காக அளிப்பதுதான், நிலைத்திருக்கின்ற தாக்கத்தை ஏற்படுத்துவதற்கு நமக்குக் கிடைத்துள்ள மிக அருமையானதொரு வாய்ப்பாகும். முதல் தவறு உங்களுடைய நோக்கத்தைப் பற்றியது. ஏனெனில், உங்களுடைய நேரத்தைச் செம்மையாகப்

பயன்படுத்துவதற்கு, நீங்கள் பயணிக்க வேண்டிய பாதையைச் சுட்டிக்காட்டுகின்ற திசைமானிதான் நோக்கம். அது இல்லாவிட்டால், நீங்கள் சென்று கொண்டிருக்கின்ற திசையறியாமல் நீங்கள் தடுமாறுவீர்கள்."

டேவிட் தன் கைகளையும் கால்களையும் நீட்டி மடக்க விரும்பினான். அதனால், அவன் தன் இருக்கையிலிருந்து எழுந்து சன்னலருகே சென்று, வெளியே தெரிந்த தெருவை எட்டிப் பார்த்தான். அது வழமைக்குப் புறம்பாக அமைதியாக இருந்தது. நகரின் இந்தப் பகுதியிலிருந்த புராதனக் கட்டடக்கலை அவனுக்கு மிகவும் பிடிக்கும். ஒரு கடைக்காரரர் தன் கடையின் முன்புறத்தைச் சுத்தம் செய்து கொண்டிருந்தார்.

அவன் வெளியே வேடிக்கை பார்த்துக் கொண்டிருந்தபோது, அவனுக்குத் திடீரென்று கழுத்தின் பின்புறம் ஒரு குறுகுறுப்பு ஏற்பட்டது. யாரோ பின்னாலிருந்து தன்னை உற்றுப் பார்த்துக் கொண்டிருந்ததுபோல அவனுக்குத் தோன்றியது. அவன் திரும்பிப் பார்த்தான். அந்த அறையின் வாசலில் ஓர் அழகான பெண் நின்று கொண்டிருந்தாள். அவள் அந்த மருத்துவரிடம், "நீங்கள் ஒரு விருந்தினரோடு பேசிக் கொண்டிருக்கிறீர்களா? நான் பின்னர் வரட்டுமா?" என்று கேட்டாள்.

டேவிட்டுக்கு அந்தப் பெண் யாரென்று டக்கென்று நினைவுக்கு வந்தது. அது அவள்தான்! பூங்காவில் தன் காகிதங்களைக் காற்றில் பறக்கவிட்டதன் மூலம், நம்புதற்கரிய இந்தப் பயணத்தைத் துவக்கி வைத்திருந்த அதே பெண்தான். அவன் வாய் அவனையும் அறியாமல் பெரிதாகத் திறந்தது. அதை அவன் தன்னுடைய ஒரு கையால் பொத்திக் கொண்டான்.

"ஆரியா, டேவிட்டை நீ சந்திக்க வேண்டும் என்று நான் விரும்புகிறேன்," என்று அந்த மருத்துவர் அப்பெண்ணிடம் கூறினார். "உங்கள் இருவருக்கும் பேசுவதற்கு ஏகப்பட்ட விஷயங்கள் இருக்கின்றன. நீங்கள் இருவரும் ஒரே பயணத்தில்தான் ஈடுபட்டிருக்கிறீர்கள்."

அப்பெண் தன் கண்களில் பிரகாசத்துடன், "சிறிது

காலத்திற்கு முன்பு நான் உங்களை ஒரு புத்தகக் கடை வாசலில் பார்த்தேன் என்று நினைக்கிறேன்," என்று டேவிட்டிடம் கூறினாள்.

டேவிட் ஒருவழியாகத் தன்னை நிதானத்திற்குக் கொண்டு வந்திருந்தான். "நான் உங்களிடம், 'உங்களைப் பார்த்ததில் மகிழ்ச்சி' என்று கூற நினைத்தேன். ஆனால், நாம்தான் ஏற்கனவே சந்தித்திருக்கிறோமே! உங்கள் பெயர்? ஆரியா! ஆமாம், மது பரிமாறுபவர், தன் கடை தொடக்கத்தில் ஒரு சத்திரமாக இருந்தபோது அதன் பெயர் ஆரியாஸ் என்று உங்களிடம் கூறினாரா?" என்று கேட்டான்.

"ஒரு காலத்தில் அது என்னுடைய மூதாதையர்களில் ஒருவருக்குச் சொந்தமானதாக இருந்தது. ஆரியா என்ற பெயர் என் குடும்பத்தில் சில நூறு ஆண்டுகளாகத் தொடர்ந்து இருந்து வருகிறது."

அந்த மருத்துவர் அவர்கள் இருவரையும் நோக்கி அர்த்தமுள்ள ஒரு பார்வையை வீசிவிட்டு, "நீங்கள் இருவரும் சற்று நிறுத்துகிறீர்களா? ஆரியா, நான் உன்னைப் பிறகு சந்திக்கிறேன். நீங்கள் இருவரும் எங்காவது சென்று உணவருந்திக் கொண்டே பேசிக் கொண்டு உங்களுடைய கதைகளைப் பரிமாறிக் கொள்வது நல்லதென்று எனக்குப் படுகிறது. உங்கள் இருவருக்கும் இடையில் ஏராளமான பொது விஷயங்கள் இருக்கின்றன என்று நான் நம்புகிறேன்," என்று கூறிவிட்டு, அவர்களை நோக்கி வெளிப்படையாகவே கண்ணடித்தார். உடனே ஆரியாவின் முகம் அப்படியே சிவந்து போனது.

"நான் உங்களை அழைத்துச் செல்கிறேன். என்னுடன் உணவருந்த வருவீர்களா?" என்று டேவிட் ஆரியாவைப் பார்த்துக் கேட்டான்.

"சந்தோஷமாக வருகிறேன்," என்று ஆரியா பதிலளித்தாள்.

டேவிட் அந்த மருத்துவருக்கு நன்றி கூறிவிட்டு, மீண்டும் வந்து அவரைச் சந்திப்பதாக வாக்குறுதி அளித்தான். அங்கு அவன் ஏற்கனவே சந்தித்திருந்த புதிய நண்பர்களையும், பார்க்காமல் விட்டிருந்தவர்களையும்

மீண்டும் சந்திக்க அவன் விரும்பினான்.

ஆரியாவும் டேவிட்டும் அந்த விடுதியிலிருந்து வெளியே வந்தனர். அங்கு வந்தபோது இருந்திராத ஒரு துள்ளல் இப்போது தன் நடையில் இருந்ததை டேவிட் உணர்ந்தான். வெளியே வந்தவுடன் அவன் கை தானாகவே அவனுடைய கோட்டுப் பாக்கெட்டுக்குள் சென்றது. அவர் எதிர்பார்த்திருந்ததைப்போலவே அங்கு ஒரு காகிதம் இருந்தது.

இப்போது அவன் ஒன்பது தவறுகளையும் அறிந்திருந்தான். இறுதியில் அவளையும் அவன் கண்டுபிடித்துவிட்டான். ஒரு மந்திர வார்த்தையை உச்சரிப்பதுபோல அவளுடைய பெயரை அவனுடைய மனம் உச்சரித்துக் கொண்டே இருந்தது.

அவர்கள் இருவரும் அந்த நகரின் ஊடாக நடந்து சென்று கொண்டிருந்தபோது, தங்களுக்கு இடையே நடந்து கொண்டிருந்த உரையாடல் மிகவும் இயல்பானதாகவும் இதமானதாகவும் இருந்ததாக அவர்கள் இருவருமே உணர்ந்தனர். ஒருவரோடு ஒருவர் பரிமாறிக் கொள்வதற்கு அவர்களிடம் ஏகப்பட்ட விஷயங்கள் இருந்தன.

அன்று மாலை அவன் வீடு திரும்பியபோது, தன்னுடைய அற்புதமான வாழ்க்கைப் பயணத்தை அவன் நினைவுகூர்ந்தான். தான் கற்றுக் கொண்ட வாழ்க்கைப் பாடங்களில் பொதிந்திருந்த ஞானத்தின்படி வாழ்வதற்குத் தன்னை இன்னும் முடுக்கிவிட்டுக் கொள்வதென்று அவன் தீர்மானித்தான். அவன் தன்னுடைய கோட்டுப் பாக்கெட்டிலிருந்து அந்தக் காகிதத்தை வெளியே எடுத்துப் படிக்கத் தொடங்கினான்.

ஒன்பதாவது தவறு:

இந்த பூமியில் நமக்குக் கிடைத்திருக்கின்ற நேரம் வரம்பற்றது என்று நம்புவது

நேரம் என்பது அன்றாடக் கவலைகளால் மூடப்பட்டு நமக்கு அளிக்கப்படுகின்ற பரிசு. அந்தக் கவலைகளைப் புறந்தள்ளிவிட்டு அந்தப் பரிசை நாம் இரசித்து அனுபவிக்க வேண்டும்.

நீங்கள் உங்களுடைய பிறவி நோக்கத்தை அடையப் போகிறீர்களா இல்லையா என்பது நீங்கள் நிகழ்கணத்தை எப்படிப் பயன்படுத்தப் போகிறீர்கள் என்பதைப் பொறுத்தது.

ஒவ்வொரு நாளையும் நீங்கள் ஒரு புறம், அதுதான் உங்களுடைய முதல் நாள் என்பதுபோல நடத்த வேண்டும். மறுபுறம், அதுதான் உங்களுடைய வாழ்வின் கடைசி நாள் என்பதுபோல வாழ வேண்டும்.

உங்களுடைய வாழ்க்கை வரம்புக்கு உட்பட்டது என்ற அறிதல், உங்களுடைய பிறவி நோக்கத்தின் முக்கியமான பகுதியில் மட்டும் உங்களுடைய கவனத்தைக் குவிக்க உங்களைத் தூண்டும்.

வெற்றியாளர்களிடம் எப்போதும் ஒருவிதமான அவசர உணர்வு இருந்து கொண்டேயிருக்கும்.

சில தீர்மானங்களுக்குக் கால ஓட்டத்தின் பக்குவம் தேவைப்படும்.

நோக்கத்தின் தாளகதிக்கு ஏற்ப இசைக்கப்படுகின்ற ஒன்றுதான் அழகான வாழ்க்கை.

நாம் ஏற்படுத்துகின்ற தாக்கம், அன்பின் ஊடாக, நம் வாழ்நாளையும் தாண்டித் தொடர்ந்து கொண்டிருக்கும்.

உங்களுடைய நேரத்தைச் செம்மையாகப் பயன்படுத்துவதற்கு நீங்கள் பயணிக்க வேண்டிய பாதையைச் சுட்டிக்காட்டுகின்ற திசைமானிதான் நோக்கம்.

மூன்றாவது விதி

⌘⌘⌘

பிலடெல்பியா நகருக்கு வெளியே, 1774

ஆரியா தன் மாமாவின் கல்லறைக் கல்லின் முன்னால் நின்று கொண்டிருந்தாள். கோடைச் சூரியன் அவளுக்குப் பின்னாலிருந்து ஒளிவீசிக் கொண்டிருந்ததால் அவளுடைய முகத்தில் நிழல் படிந்திருந்தது. அந்தக் கல்லறைக் கல்லில் பொறிக்கப்பட்டிருந்த தன் மாமாவின் பெயரையும் தேதியையும் அவள் படித்தபோது, எதார்த்தம் அவளை உலுக்கியது. அவள் அடிக்கடி இங்கு வந்து கொண்டிருந்தாள். வரும்போதெல்லாம் அந்த அமைதியான இடத்தில் அவளுடைய மாமாவுடன் அவள் வாய்விட்டுப் பேசினாள். அவர் உயிருடன் இருந்தபோது எப்படித் தன் வாழ்வில் நிகழ்ந்து கொண்டிருந்த அனைத்து விஷயங்களையும் அவள் பேசினாளோ, அதேபோல, அவர் மறைந்த பிறகும் இப்போது அவருடன் பேசிக் கொண்டிருந்தாள். அந்தக் கல்லின் அழகையும் வடிவமைப்பையும் அவள் மீண்டும் இரசித்தாள். அதன் அடிப்பகுதியில் இடம்பெற்றிருந்த பைபிள் வாசகத்தைப் படித்தபோது, அதிலிருந்த நகைமுரண் அவளிடம் சிரிப்பை வரவழைத்தது: 'கர்த்தராகிய ஆண்டவர், தீர்க்கதரிசிகளாகிய தன்னுடைய ஊழியக்காரர்களுக்குத் தன்னுடைய இரகசியத்தை வெளிப்படுத்தாமல் எந்தவொரு காரியத்தையும் செய்ய மாட்டார் (ஆமோஸ் 3:7).'

அவளுடைய மாமா ஏகப்பட்ட இரகசியங்களை மறைத்து வைத்திருந்தார். இப்போது அவளும் வைத்திருக்கிறாள். அந்தக் கல்லின்மீது படிந்திருந்த மண் துகள்களை அவள் தன் கையால் தள்ளினாள். அவருடைய நினைவுகள் அவளுடைய மனத்தில் வெள்ளமெனப் புகுந்தன. அவள் தனக்குத் தானே புன்முறுவல் பூத்துக் கொண்டாள். அவளுடைய வாழ்க்கையின்மீது அவர் செலுத்தியிருந்த தாக்கம் அசாதாரணமானது.

இன்று அவள், தான் மணமுடித்திருந்த நபரைப் பற்றியும், தன் குழந்தைகளைப் பற்றியும், ஆசான்களைப் பற்றியும் பேசினாள். அவள் தன் வருங்காலக் கணவரை ஒன்பது ஆசிரியர்களில் ஒருவராகத் தேர்ந்தெடுத்தபோதுதான் அவரைப் பற்றி அவள் நன்றாக அறிந்து கொண்டாள். அவரிடம் பேசுவது அவளுக்கு ஒருவிதமான நிவாரணம் அளித்தது, இப்போதும் அவருடன் தான் நெருக்கமாக இருந்தது போன்ற உணர்வைக் கொடுத்தது.

“மாமா, மற்ற அனைவரையும்விட இது உங்களுக்கு நன்றாகத் தெரிந்திருக்கும். இப்போது தாங்கள் எந்தத் தவற்றைக் கற்றுக் கொடுத்துக் கொண்டிருக்கிறார்களோ, அந்தத் தவற்றைத் தங்களுடைய வாழ்வில் செய்துள்ள நபர்கள்தாம் சிறந்த ஆசான்களாகத் திகழ்கின்றனர் என்பதை நான் கண்டுபிடித்துள்ளேன். சரியான நபர்களைத் தன்னைச் சுற்றி வைத்துக் கொள்ள வேண்டியதன் முக்கியத்துவத்தை என் கணவர் நன்கு அறிவார்.”

அக்கணத்தில் அவள்மீது ஒரு நீண்ட நிழல் கவிந்தது. அவள் பின்புறமாகத் திரும்பினாள். சூரியனின் பிரகாசத்தால் அவள் தன் கண்களை இடுக்கிக் கொண்டாள்.

அது அவளுடைய கணவர். அலெக்சாண்டர்.

அலெக்சாண்டர் அவளை நோக்கிப் புன்னகைத்தார். அவள் தன் கையை நீட்டி அவருடைய கையைப் பிடித்துக் கொண்டாள். அவருடைய பயணம், அவருடைய தவறுகள், உண்மையைத் தரிசிப்பதற்காக அவர் மேற்கொண்ட தேடல்கள், இறுதியாக அவர்

அவளை அடைந்தது ஆகிய அனைத்தும் இப்போது அவர்கள் இருவரின் கூட்டுக் கதையாகும்.

அவை அனைத்தையும் ஆரியா வியப்புடனும் பிரமிப்புடனும் நினைத்துக் கொண்டாள். அவளுடைய மாமாவிடமிருந்து அவள் பெற்றிருந்த பாதுகாப்பாளர் பாத்திரத்திலிருந்து அவளுடைய திருமணம்வரை அவளுடைய வாழ்வில் அரங்கேறியிருந்த பல விஷயங்களை அவள் முழுமையாகப் புரிந்து கொண்டிருக்கவில்லை. ஆனால், அவற்றில் அவள் தன் கடமையைச் செவ்வனே நிறைவேற்றினாள். அந்தப் புத்தகத்தையும், பாதுகாப்பாளர்களின் மூன்று விதிகளையும், மொத்த உலகிற்கும் சமர்ப்பிக்கும் நாளை எதிர்பார்த்து அவள் ஆவலுடன் காத்துக் கொண்டிருந்தாள்.

அவள் தன் மாமாவிடம் விடைபெற்றுக் கொண்டு, அலெக்சாண்டருடன் அங்கிருந்து கிளம்பி வீட்டை வந்தடைந்தாள். அவள் மிகவும் துடிப்பாக உணர்ந்தாள். அவளும் அலெக்சாண்டரும் சேர்ந்து பிலடெல்பியா நகருக்கு வெளியே ஒரு சத்திரத்தை நடத்தி வந்தனர். அவர்கள் தவறுகளைப் பற்றிப் பிறருக்குக் கற்றுக் கொடுத்தனர்.

வீட்டில், ஆரியா, அந்தப் புத்தகத்தை அதன் இரகசிய இடத்திலிருந்து வெளியே எடுத்தாள். அதை அவள் அடிக்கடிப் படித்து வந்தாள். அன்று அவள் பாதுகாப்பாளரின் மூன்றாவது விதியை எடுத்துப் படித்தாள். அது சிறியதாக இருந்தாலும், அதில் இடம்பெற்றிருந்த ஆற்றல்வாய்ந்த செய்திக்காக அவள் அதை மீண்டும் மீண்டும் படித்தாள். இதுவரை அவள் அதை நூற்றுக்கணக்கான முறை படித்திருந்திருப்பாள்.

மொத்தமும் உலகிற்கு அறிவிக்கப்படுகின்றவரை அந்த விதிகளைப் பாதுகாப்பாளரைத் தவிர வேறு எவரும் படிப்பதற்கு அனுமதியில்லை. பல தலைமுறைகளாகக் கடைபிடிக்கப்பட்டு வருகின்ற வழக்கம் அது.

அவற்றை யார் எப்போது எழுதியிருப்பார்கள் என்று அவள் யோசித்தாள்.

இப்போது அவள் தனக்கு மட்டுமே கேட்கின்ற

கிசுகிசுப்பானதொரு குரலில் மீண்டும் ஒரு முறை வாசித்தாள்.

நம்பிக்கை விதி

நம்பிக்கை விதி மூன்றாவது விதியாகும். இதுவே இறுதி விதி. கடவுள் உங்களை ஒரு நோக்கத்திற்காகப் படைத்திருக்கிறார். உங்கள்மீது நம்பிக்கை வையுங்கள். சாத்தியமற்றதாகவும் பொருத்தமற்றதாகவும் நீங்கள் கருதுபவை மட்டும்தான் உங்களுடைய சாதனைகளுக்குத் தடையாக நிற்கும்.

உங்களுடைய திறனின்மீது, அசைக்கப்பட முடியாத, தடுமாற்றமற்ற, உறுதியான நம்பிக்கையை வளர்த்துக் கொள்ளுங்கள். உங்களுடைய நம்பிக்கை வளர வளர உங்களுடைய சாத்தியக்கூறுகளும் விரிவடைந்து கொண்டே போகும். உங்களால் சாதிக்க முடிகின்றவற்றுக்கு வரம்பெல்லைகளே இல்லை.

உங்களுடைய நம்பிக்கை ஒரு கழுகாக உயர உயரப் பறக்க அனுமதியுங்கள். உங்களுடைய நம்பிக்கையின் உயரத்தைவிட அதிகமான உயரத்தில் உங்களால் பறக்க முடியாது. எல்லாவற்றையும்விட முக்கியமாக, பிறர் தங்கள்மீது நம்பிக்கை வைக்க அவர்களுக்கு உதவுங்கள். இதுதான் எல்லாவற்றையும்விட மிக முக்கியமான காரியம். ஏனெனில், நம்பிக்கை பெருகும்போது, சாத்தியமற்ற ஒன்று என்பது இருக்கவே இருக்காது.

அதை ஒவ்வொரு முறை படித்தபோதும், தனக்கு அதில் புதிதாக ஏதோ ஒன்று புலப்பட்டதாக ஆரியா நினைத்தாள்.

அது வெளிப்படுத்திய செய்தி ஆற்றல்மிக்கதாக இருந்தது.

அந்தப் பக்கத்தைத் திருப்பி, அதன் பின்புறம் எழுதப்பட்டிருந்த பாதுகாப்பாளர்களுக்கான அறிவுறுத்தல்களை அவள் ஒரு முறை படித்தாள்.

ஒன்பது ஆசான்களைத் தேர்ந்தெடுப்பதற்கான முறை, புதிதாகப் பாதுகாப்பாளராக நியமனம் பெறுபவர் புதியதோர் இடத்திற்கு இடம்பெயர்ந்தாக வேண்டியதன் அவசியம் போன்றவை அவற்றில் இடம்பெற்றிருந்தன. அந்த ஒன்பது பேரும், தங்கள் ஒருவரிடம் மட்டும்தான் அந்தப் புத்தகத்தின் பிரதி இருக்கிறது என்று நினைத்துக் கொண்டிருப்பர். ஆனால், அவர்களைப்போலவே வேறு சிலரும் உலகின் வேறு பகுதிகளில் அதே செய்திகளைப் பரப்பிக் கொண்டிருக்கின்றனர் என்பது அவர்களுக்குத் தெரியாது.

ஆரியா அந்த விதிகளைப் பற்றியும், அவை ஒரு தலைவருக்கு எந்தெந்த ஆற்றல்மிக்க விதங்களில் உதவிக் கொண்டிருந்தன என்பதையும் நினைத்துப் பார்த்து வியந்தாள்.

அவள் மீண்டும் அதை அந்தப் புத்தகத்திற்குள் வைத்து மூடிவிட்டு, சன்னல் வழியாக வெளியே பார்த்தாள். தவறுகள் குறித்துக் கற்றுக் கொடுப்பதற்கு அடுத்த மாணவர் ஒருவரைத் தேர்ந்தெடுப்பதற்கான வேளை வந்துவிட்டிருந்தது. ஆனால், ஆழமாகச் சிந்தித்தபோது, உண்மையில் அந்தத் தேடலை அவள் செய்யவில்லை என்பதும், தானாகவே அது நிகழ்ந்து கொண்டிருந்தது என்பதும் அவளுக்குப் புலப்பட்டது. மக்களையும் நிகழ்வுகளையும் பொருத்தமான இடத்திற்கு நகர்த்திக் கொண்டிருந்த மர்மத்தின் ஓர் அம்சம் அது. அதை அவள் தெய்வச் செயல் என்று அழைத்தாள். எது எப்படியோ, ஆனால், அந்தப் புத்தகத்தில் இடம்பெற்றிருந்த ஆற்றல்மிக்கச் செய்தியைப் பிறரொருவருக்குக் கற்றுக் கொடுக்கத் தனக்குக் கிடைத்துக் கொண்டிருந்த சந்தர்ப்பங்களை அவள் வெகுவாக இரசித்து அனுபவித்தாள்.

⌘⌘⌘

முடிவுரை

அது ஒரு சனிக்கிழமை காலை. டேவிட் அன்று சீக்கிரமாகவே கண்விழித்துவிட்டான். அவன் இன்னும் சிறிது நேரம் தூங்க விரும்பினாலும், முதல் முறை அவனுக்கு விழிப்பு வந்தவுடன், பல எண்ணங்கள் அவனுடைய மனத்திற்குள் வெள்ளமெனப் புகுந்து அவனுடைய தூக்கத்தைக் கலைத்திருந்தன.

இப்போதெல்லாம் அவன் முன்புபோல வேலை குறித்த பயத்துடனோ அல்லது எதிர்மறை எண்ணங்களுடனோ கண்விழிக்கவில்லை. மாறாக, ஒரு இலட்சிய நோக்கத்தின் ஈர்ப்பின் காரணமாக அவன் உற்சாகமாகக் கண்விழித்தான். அவனுடைய கனவுகள் அவனுக்கு ஆற்றலையும் துடிப்பையும் அளித்தன.

பிறர் அவன்மீது குத்திக் கொண்டிருந்த அல்லது குத்த முயன்று கொண்டிருந்த முத்திரைகள் இனியும் அவனை மட்டுப்படுத்திக் கொண்டிருக்கவில்லை. சில நேரங்களில் அவன் தன்னுடைய சொந்தச் சாக்குப்போக்குகள், பிறர் தன்மீது திணிக்க முயன்ற வரையறை போன்றவற்றுக்குப் பலியாகிவிடுவது உண்டு என்றாலும், அவன் உடனே சுதாரித்துக் கொண்டு, சராசரித்தனத்தோடு தன்னைக் கட்டிப் போடுகின்ற, கண்களுக்குப் புலப்படாத கயிறுகளை அறுத்தெறிவான். தன் ஆற்றல்மிக்க எண்ணங்களால் அவன் அவற்றை விரட்டிவிடுவான். அவனுடைய வருங்காலத்தின்மீது பிறர் அதிகாரம் செலுத்த அவன் இனியும் அனுமதிக்கவில்லை.

அவனுடைய நண்பர்கள், குறைந்தபட்சம், அவன்

யாருடன் அதிக நேரம் செலவிட்டுக் கொண்டிருந்தானோ அந்த நண்பர்கள், நேர்மறையானவர்களாகவும் அவனை ஊக்குவிப்பவர்களாகவும் இருந்தனர். அந்த நண்பர்கள் ஒவ்வொருவரும் ஓர் இசைக் குறிப்பைப்போல இருந்தனர். மொத்தமாக அவர்கள் அவனுடைய ஆத்மாவின் கீதமாக விளங்கினர். அவனுடைய நண்பர்கள் உண்மையிலேயே அவனுக்குக் கிடைத்திருந்த பரிசுதாம். அதற்காக அவன் மிகவும் நன்றியுடன் இருந்தான். அவனுடைய ஆகச் சிறந்த நண்பராக இருந்தது அவனுடைய மனைவிதான். அவள் அவனுடைய தலைவிதியின் பிரிக்கப்பட முடியாத ஓர் அங்கம் என்று அவனால் தைரியமாகச் சொல்ல முடியும். ஆரியா தனக்குத் துணையாக இருந்ததால் தான் முழுமையடைந்திருந்ததாக அவன் உணர்ந்தான். அதன் காரணமாக, அவன் யாராக ஆக விரும்பினானோ அந்த நபராக அவனால் ஆக முடிந்தது.

அன்று அவனுடைய நினைப்பு, அவளை முதன்முதலாக அந்தப் பூங்காவில் சந்தித்திருந்த காட்சியை நோக்கிப் பறந்தது. அவளும் அவனைப்போலவே ஓர் அற்புதமான பயணத்தில் குதித்திருந்திருக்கிறாள். ஆனால், எப்படியோ அவர்களுடைய பாதைகள் ஒன்றோடொன்று குறுக்கிட்டன. அவள் அந்த வயதான மனிதரைச் சந்தித்திருக்கவில்லை என்றாலும், வேறு வழியில் அந்தத் தவறுகளைப் பற்றி அவள் அறிந்து கொண்டாள்.

அது எப்படி நடந்தது என்பது மர்மமாகவே இருந்து வந்தது. அதை அவர்கள் ஒருபோதும் புரிந்து கொண்டிருக்கவில்லை.

அவன் தன் அலுவலகத்திற்குள் வந்தான். அதன் சுவரோரமாக வைக்கப்பட்டிருந்த அலமாரிகளில் புத்தகங்களும் அவனுடைய கட்டுரைகளும் அடுக்கப்பட்டிருந்தன. அந்த அறையின் ஓர் ஓரத்தில் ஒரு கணப்படுப்பு இருந்தது. டேவிட் அதில் நெருப்பைப் பற்ற வைத்துவிட்டு, பழைய புத்தகம் ஒன்றை எடுத்தான்.

அதன் உரிமையாளராக இருந்த அந்த முதியவர், டேவிட்டுக்கும் ஆரியாவுக்கும் அதைப் பரிசளித்துவிட்டு, அவனைத் தவறுகளின் பாதுகாவலனாக நியமித்தார்.

அவர்கள் அப்புத்தகத்தில் கூறப்பட்டிருந்த செய்தியை அதை நாடி வருபவர்களுக்குக் கற்றுக் கொடுக்க வேண்டும் என்ற ஒரு நிபந்தனையை மட்டும் அவர் விதித்திருந்தார். அதை அவர்கள் இருவரும் செவ்வனே நிறைவேற்றிக் கொண்டிருந்தனர்.

அவன் சில அடிகள் எடுத்து வைத்துத் தன்னுடைய நாற்காலியில் அமர்ந்தான். அங்கிருந்த கண்ணாடியில் தெரிந்த தன்னுடைய பிம்பத்தை அவன் உற்று நோக்கினான். இப்போது அவனுடைய தலைமுடி நரைக்கத் தொடங்கியிருந்தது. அவன் எப்போதும் புன்னகை புரிந்து கொண்டிருந்ததால், முகத்தில் சில சுருக்கங்களும் உருவாகியிருந்தன. தன் கையிலிருந்த அந்தப் புத்தகத்தை அவன் வருடிக் கொடுத்தான். அவனுடைய மனத்தில் பல எண்ணங்கள் தோன்றி மறைந்தன. அந்த அறையின் ஒரு சுவரை அந்த ஓவியரின் ஓவியம் ஒன்று அலங்கரித்துக் கொண்டிருந்தது. அந்த ஆசான்களில் அந்த ஓவியர் மட்டும் அவர்களோடு மிகவும் நெருக்கமான தொடர்பில் இருந்தார்.

அவன் அந்தப் புத்தகத்தைத் திறந்தபோது, அந்த முதியவர் எழுதியிருந்த ஒரு கடிதம் கீழே விழுந்தது. அந்த முதியவர் நேரில் பேசியதுபோல அவனுக்குத் தோன்றியது.

அந்தக் கடிதத்திலிருந்த முதல் வாக்கியத்தை அவன் படித்தான். அவன் இறுதித் தவற்றை அறிந்து கொண்ட சில மாதங்களுக்குப் பிறகு அந்த முதியவரை இரண்டாவது முறையாக அதே கடையில் சந்தித்தான்.

“அர்த்தமுள்ளதொரு வாழ்க்கையை வாழ். ஒளியும், அன்பும், நம்பிக்கையும் நிறைந்ததொரு வாழ்க்கையாக அது விளங்கட்டும். உன்னுடைய தேர்ந்தெடுப்புகள் உன்னுடைய வெற்றிக்கான சிறகுகளாக மாறும் அல்லது சராசரித்தனமான வாழ்க்கைச் சிறையில் உன்னை அடைத்து வைக்கின்ற கம்பிகளாக உருவெடுக்கும்.”

தான் தன் வாழ்க்கையை அவர் கூறியபடி வாழ்ந்துள்ளோம் என்று அவன் நம்பினான். பின் அவன் தன் சட்டைப் பையிலிருந்து சில நாணயங்களை வெளியே எடுத்தான். தன்னுடைய மதிப்பு பிறர்

ஒருவரால் வழங்கப்படுகின்ற ஒன்றல்ல என்பதைத் தனக்குக் கற்றுக் கொடுத்திருந்த அந்த வங்கியாளர் அவனுக்குக் கொடுத்திருந்த நாணயங்கள் அவை. அன்றிலிருந்து அவன் அவற்றை ஒவ்வொரு நாளும் தன்னிடமே வைத்திருந்தான்.

பின் அவன் தனக்குத் தானே புன்னகைத்துக் கொண்டான். அடுத்து அவன் காலை உணவின்போது சந்திக்க ஒப்புக் கொண்டிருந்த ஒரு நபரைப் பற்றி நினைத்துக் கொண்டான். அவன் கற்றுக் கொண்டிருந்த ஞானத்தைப் பகிர்ந்து கொள்ளத் தேர்ந்தெடுக்கப்பட்டிருந்தவர்களில் அந்த நபரும் ஒருவர். இப்போது அது அவனுடைய வாழ்க்கையின் ஓர் அங்கமாக ஆகிவிட்டிருந்தது. அந்த முதியவருக்கு அவன் கொடுத்திருந்த வாக்குறுதியை அவன் தவறாமல் நிறைவேற்றிக் கொண்டிருந்தான். இப்போது அது அவனுடைய பிறவி நோக்கமாகவும் ஆகிவிட்டிருந்தது.

உங்களுடைய தேர்ந்தெடுப்புகள் உங்களுடைய வெற்றிக்கான சிறகுகளாக மாறும் அல்லது சராசரித்தனமான வாழ்க்கைச் சிறையில் உங்களை அடைத்து வைக்கின்ற கம்பிகளாக உருவெடுக்கும்.

சராசரித்தனத்தோடு உங்களைக் கட்டிப் போடுகின்ற, கண்களுக்குப் புலப்படாத கயிறுகளை அறுத்தெறிவதற்கு உங்களுடைய நேர்மறையான எண்ணங்களைப் பயன்படுத்துங்கள்.

அர்த்தமுள்ளதொரு வாழ்க்கையை வாழுங்கள். ஒளியும், அன்பும், நம்பிக்கையும் நிறைந்ததொரு வாழ்க்கையாக அது விளங்கட்டும்.

ஒரு வெற்றிகரமான எதிர்காலத்தைக் கட்டமைப்பதற்கான 9 இரகசியங்கள்

1. உங்களுடைய சொந்தக் கனவுகளுக்கு ஏற்ப வாழுங்கள்.
2. உங்களுடைய உள்ளார்ந்த மதிப்பை உணருங்கள்.
3. சாக்குப்போக்குகளை நிராகரியுங்கள்.
4. சரியான நபர்கள் உங்களைச் சுற்றி இருப்பதை உறுதி செய்து கொள்ளுங்கள்.
5. உங்களுடைய சௌகரிய வட்டத்திற்கு வெளியே வாருங்கள்.
6. ஒரு இலட்சியத்துடனும் உறுதியுடனும் சவால்களின் ஊடாகப் பயணித்து முன்னேறிச் செல்லுங்கள்.
7. தனித்துவமாக நில்லுங்கள்.
8. வெற்றிக்கான சாத்தியக்கூறுகளுக்கு எல்லையே இல்லை என்ற புரிதலுடன் துணிந்து செயல்படுங்கள்.
9. உங்களுடைய இலக்குகளை அவசரத்தனத்துடன் அடைய முயலுங்கள்.

நன்றியுரை

கடந்த இருபத்தைந்து ஆண்டுகளுக்கும் மேலாக என்னுடைய அழகான மனைவி அனிட்டா எப்போதும் என்னை ஊக்கப்படுத்தியும் உற்சாகப்படுத்தியும் வந்துள்ளார். அனிட்டா, வாழ்க்கையை உன்னுடன் பகிர்ந்து கொள்வது குறித்து நான் மிகவும் நன்றியுடையவனாக இருக்கிறேன். நம் குடும்பத்திற்காக நீ செய்கின்ற அனைத்திற்காகவும் உனக்கு நன்றி.

இப்புத்தகத்தின் கையெழுத்துப் பிரதியைப் படித்துக் கருத்துச் சொன்னதற்காகவும், இதில் இடம்பெற்றுள்ள கதாபாத்திரங்கள் மற்றும் யோசனைகள் குறித்து என்னுடன் விவாதித்ததற்காகவும் என் மகள் ஜாய்க்கு நன்றி. ஜாய், நீ உன்னுடைய சொந்தப் புத்தகங்களை வெளியிடத் தொடங்குகின்றபோது, மற்ற அனைவரையும்விட நான்தான் அதை அதிகமாகக் கொண்டாடுவேன்.

என் அம்மா, அப்பா, சகோதரிகள் மற்றும் சகோதரர்களுக்கு: உங்களுடைய அளப்பரிய அன்புக்கும், நீங்கள் என்மீது செலுத்தியுள்ள தாக்கத்திற்கும் நன்றி. ஒரு குடும்பம் என்ற முறையில் எப்பேற்பட்ட அருமையான அனுபவங்களை நாம் இரசித்துக் கொண்டிருக்கிறோம். உலகின்மீது ஒரு நேர்மறையான தாக்கம் ஏற்படுத்திக் கொண்டிருக்கின்ற அதே வேளையில், நாம் பரஸ்பரம் ஒருவரிடமிருந்து ஒருவர் கற்றுக் கொண்டும் இருக்கிறோம்.

ரோல்ஃப் ஜெட்டர்ஸ்டனுக்கு நன்றி. என்னுடைய இந்த நூலைப் பதிப்பிப்பதற்கு வெகுகாலம் முன்பிருந்தே

அவர் என்னுடைய நண்பராக இருந்து வருகிறார். நான் அவரைச் சந்தித்த நாளிலிருந்தே அவர் என்னை ஊக்குவித்து வந்துள்ளார். சென்டர் ஸ்டிரீட் பதிப்பகத்தாருக்கு என் நன்றி. குறிப்பாக, என்னுடைய எடிட்டர் கிறிஸ்டினா பாய்ஸ் எனக்குத் தொடர்ந்து வழிகாட்டி வந்தார். இப்புத்தகத்தைச் சாத்தியமாக்கிய பாட்சி ஜோன்ஸ், கேட்டி கோனோர்ஸ், கேட்டி பிராடுஸ், ஹாட்செட் பதிப்புக் குழுமத்தைச் சேர்ந்த மற்றும் பலருக்கும் நான் நன்றி தெரிவித்துக் கொள்கிறேன்.

என்னுடைய இலக்கிய முகவரான ஷானன் மார்வெனுக்கும் டூப்ரீ மில்லர் நிறுவனத்திலுள்ள அவருடைய அருமையான குழுவிற்கும் நான் நன்றிக்கடன்பட்டுள்ளேன்.

இந்நூலின் கையெழுத்துப் பிரதிகளைப் படித்து எனக்குப் பின்னூட்டக்கருத்துகள் வழங்கியதற்காக மட்டுமல்லாமல், அதைப் பிரசுரிக்க வேண்டும் என்று என்னை ஊக்குவித்தமைக்காகவும் ஸ்டீவ் பேட்டுக்கு நன்றி.

புத்தகங்கள், கருத்தரங்குகள், ஆழமான உரையாடல்கள் மூலமாக நான் பெற்ற ஆலோசனைகளையும் நான் கற்றுக் கொண்ட விஷயங்களையும் நான் இந்நூலில் கொட்டியுள்ளேன். அவற்றையும் அவர்களையும் நான் பட்டியலிடத் தொடங்கினால் இந்த நூலின் அளவு இரண்டு மடங்காகிவிடும் என்பதால், அதை நான் மேற்கொள்ளவில்லை. என்னுடைய கனவுகளை நனவாக்குவதற்காக என்னை ஊக்குவித்தும் உசுப்பேற்றியும் வந்துள்ள ஏராளமான நபர்களால் கடவுள் என் வாழ்க்கையை நிறைத்துள்ளார்.

இறுதியாக, இப்புத்தகத்தைப் படித்து அதன் செய்திகளைப் பிறருடன் பகிர்ந்து கொள்ளப் போகின்ற வாசகர்களாகிய உங்களுக்கும் நான் நன்றி தெரிவித்துக் கொள்கிறேன்.

PSV குமாரசாமி

மொழிபெயர்ப்பாளர்

இவர் ஒரு கவிஞர். மொழிபெயர்ப்பாளர். சுற்றுச்சூழல் ஆர்வலர். மலையேற்றப் பயிற்றுவிப்பாளர். புகைப்படம் எடுப்பதில் அலாதி ஆர்வம் உடையவர். ஊர் சுற்றுவதில் ஏக விருப்பமுடையவர். இவரது பல்லாண்டு கால மொழிபெயர்ப்பு அனுபவத்தில் எண்பதுக்கும் மேற்பட்ட நூல்கள், எண்ணற்றக் கட்டுரைகள் மற்றும் கவிதைகள் வெளிவந்துள்ளன. இலக்கியம், சுயமுன்னேற்றம், சுற்றுச்சூழல், பொருளாதாரம், அறிவியல் போன்ற பல்வேறு துறைகள் தொடர்பான நூல்கள் அவற்றில் அடங்கும்.

ரோன்டா பைர்னின் உலகப் புகழ்பெற்ற நூலான ‘இரகசியம்’, டோனி ஜோசஃபின் ‘ஆதி இந்தியர்கள்’, ஸ்டீபன் ஹாக்கிங்கின் ‘ஆழமான கேள்விகள் அறிவார்ந்த பதில்கள்’ போன்றவை இவருடைய மொழியாக்கத்தில் வெளிவந்துள்ள நூல்களில் குறிப்பிடத்தக்கவை.

இவர் தன் மனைவி திருமதி நாகலட்சுமி சண்முகம் அவர்களுடனும் தன் மகன்கள் இருவருடனும் தற்போது மும்பையில் வசித்து வருகிறார்.

ஸ்கிப் பிரிச்சர்டு

நூலாசிரியர்

ஸ்கிப் பிரிச்சர்டு ஒரு வெற்றிகரமான நிறுவனத் தலைவரும் பேச்சாளரும் ஆவார். தோல்விப் பாதையில் பயணித்துக் கொண்டிருக்கின்ற நிறுவனங்களை மீட்டெடுத்து, அவற்றை மீண்டும் இலாபகரமாக இயங்க வைப்பதில் கைதேர்ந்த அவர், 'இங்க்' பத்திரிகையால் அமெரிக்காவின் தலைசிறந்த 100 பேச்சாளர்களில் ஒருவர் என்று புகழப்பட்டவர். தலைமைத்துவம், தனிநபர் மேம்பாடு உட்படப் பல தலைப்புகளில் பேசக்கூடிய ஆற்றல் வாய்ந்தவர் அவர். ஹார்வர்டு பிசினஸ் ரிவ்யூ அவரை 'அயராத கொடையாளியாகவும்,' 'சிறந்த முன்மாதிரியாகவும்' திகழ்கின்ற தலைமை நிர்வாகி என்று அழைத்து அவரைக் கௌரவித்துள்ளது. அவர் நடத்தி வருகின்ற 'லீடர்ஷிப் இன்சைட்ஸ்' என்ற வலைப்பக்கம் எண்ணற்ற விருதுகளைப் பெற்றுள்ளது. அமெரிக்க அரசுச் செயலாளர் கான்டோலீசா ரைஸ், பத்திரிகையாளர் டேன் ராத்தர், பிரபல பேஸ்பால் வீரர் ஜான் ஸ்மோல்ட்ஸ் உட்படப் பல பிரபலங்களை அவர் தன் வலைப்பக்கத்திற்காக நேர்காணல் செய்துள்ளார். அவருடைய கருத்துகள், பிபிசி, நியூயார்க் டைம்ஸ், சிஎன்என், ஹார்வர்டு பிசினஸ் ரிவ்யூ, பப்ளிஷர்ஸ் வீக்லி உட்பட எண்ணற்ற அச்சு ஊடகங்களிலும் காட்சி ஊடகங்களிலும் வெளியாகியுள்ளன. அவர் தன் மனைவி அனிட்டாவுடனும் தன் மகள் ஜாயுடனும் அமெரிக்காவில் வசித்து வருகிறார். *www.skipprichard.com* என்ற வலைத்தளத்தின் வாயிலாக நீங்கள் அவரைத் தொடர்பு கொள்ளலாம்.